ദക്ഷിണേന്ത്യയിലെ പക്ഷികൾ

dekshinendyayile pakshikal
•
c rahim
•
first edition
october 2008
•
second edition
april 2009
•
third edition
march 2012
•
fourth edition
february 2013
•
fifth edition
march 2013
•
typesetting & published
chintha publishers, thiruvananthapuram

•
cover
shahul aliyar
•
cover photo
n a naseer
•

വിതരണം

ദേശാഭിമാനി ബുക്ക് ഹൗസ്

H O തിരുവനന്തപുരം–695 035
www.chinthapublishers.com
chinthapublishers@gmail.com

ബ്രാഞ്ചുകൾ

ഹെഡ്ഡാഫീസ് ബ്രാഞ്ച് കുന്നുകുഴി • ഓവർബ്രിഡ്ജ് തിരുവനന്തപുരം • കെ എസ് ആർ ടി സി ബസ് സ്റ്റേഷൻ ആലപ്പുഴ • കെ എസ് ആർ ടി സി ബസ് സ്റ്റേഷൻ എറണാകുളം • മച്ചിങ്ങൽ ലെയ്ൻ തൃശൂർ • ഐ ജി റോഡ് കോഴിക്കോട് • കെ എസ് ആർ ടി സി ബസ് സ്റ്റേഷൻ കോഴിക്കോട് • എൻ ജി ഒ യൂണിയൻ ബിൽഡിങ് കണ്ണൂർ • സെൻട്രൽ ബസ് ടെർമിനൽ കോംപ്ലക്സ് താവക്കര കണ്ണൂർ

CR - 1264 / 3185

ദക്ഷിണേന്ത്യയിലെ പക്ഷികൾ

സി റഹിം

ചിന്ത പബ്ലിഷേഴ്സ്
തിരുവനന്തപുരം-695 035

സി റഹിം

1968 ൽ ആലപ്പുഴ ജില്ലയിൽ നൂറനാട് നെടിയത്തുവീട്ടിൽ ജനിച്ചു. അച്ഛൻ: ചെല്ലപ്പൻ റാവുത്തർ, അമ്മ: മുഹമ്മദ് അമ്മാൾ.

സി ബി എം ഹൈസ്കൂൾ, കായംകുളം എം എസ് എം കോളേജ് എന്നിവിടങ്ങളിൽ വിദ്യാഭ്യാസം. സ്റ്റാറ്റിസ്റ്റിക്സിൽ ബിരുദം. സാമൂഹ്യശാസ്ത്രത്തിൽ ബിരുദാനന്തരബിരുദകോഴ്സ് പൂർത്തിയാക്കി.

ഇക്കോളജി & എൻവയോൺമെന്റ്, പബ്ലിക് റിലേഷൻ ജേർണലിസം എന്നിവയിൽ പോസ്റ്റ് ഗ്രാജ്യുവേറ്റ് ഡിപ്ലോമ നേടി. *ഇന്ത്യ റിവ്യൂ, മാധ്യമം ദിനപത്രം* എന്നിവയിൽ കുറച്ചുകാലം പത്രപ്രവർത്തകനായി ജോലിചെയ്തു. ഇപ്പോൾ സൗദി അറേബ്യയിൽനിന്ന് പ്രസിദ്ധീകരിക്കുന്ന *മലയാളംന്യൂസ്* പത്രത്തിന്റെ തിരുവനന്തപുരത്തെ റിപ്പോർട്ടർ. 1987 ൽ നൂറനാട് പരിസ്ഥിതി പ്രവർത്തനങ്ങൾക്കായി 'ഗ്രാമശ്രീ' എന്ന സംഘടന സ്ഥാപിച്ചു. എം പി മന്മഥനോടൊപ്പം മദ്യനിരോധനസമരങ്ങളിൽ പ്രവർത്തിച്ചിട്ടുണ്ട്.

തൈക്കാവിലെ ഉറുമ്പുകൾ, ഗച്ഛാമി, കായിത, തൈക്കാവിലെ പുരാണം (നോവലുകൾ), *തൂവൽക്കുപ്പായക്കാർ, വീട്ടുവളപ്പിലെ പക്ഷികൾ, കുട്ടികളും കിളികളും, കേരളത്തിലെ 21 പക്ഷികൾ, നമ്മുടെ വന്യജീവികൾ* (പക്ഷിപുസ്തകങ്ങൾ), *നാട്ടുമാമ്പഴം* (സ്മരണ), *പുഴ വെറും ജലമല്ല* (ലേഖനസമാഹാരം), *പരിസ്ഥിതിയുടെ രാഷ്ട്രീയം* (എഡിറ്റർ) എന്നീ പുസ്തകങ്ങൾ പ്രസിദ്ധീകരിച്ചിട്ടുണ്ട്.

കൈരളി ടിവിക്കുവേണ്ടി സംസ്ഥാനത്തിനകത്തും പുറത്തും സഞ്ചരിച്ച് പക്ഷികളെക്കുറിച്ച് *കിളിവാതിൽ* എന്ന പേരിൽ നൂറിലധികം വരുന്ന എപ്പിസോഡുകളുടെ രചനയും സംവിധാനവും നിർവഹിച്ചു. വന്യജീവികളെക്കുറിച്ച് 25 എപ്പിസോഡുകൾ എടുത്തു. കിളിവാതിൽ, സൗണ്ട് ഓഫ് നേച്ചർ എന്ന ഡോക്യുമെന്ററികൾക്ക് സംസ്ഥാന സർക്കാരിന്റെ ഏറ്റവും നല്ല ഡോക്യുമെന്ററി സംവിധായകനുള്ള സ്പെഷ്യൽ ജൂറി അവാർഡും ഏറ്റവും നല്ല സംവിധായകനുള്ള അറ്റ്ലസ് ഫിലിം ക്രിട്ടിക്സ് അവാർഡ് 2010, 2011 വർഷങ്ങളിലും ലഭിച്ചു. *ദി ബേർഡ് മാൻ* തിരുവനന്തപുരം അന്താരാഷ്ട്ര ഡോക്യുമെന്ററി ഫെസ്റ്റിവലിൽ മത്സരവിഭാഗത്തിൽ പ്രദർശിപ്പിച്ചു.

ഭാര്യ : പ്രിയ

മക്കൾ: അമൽ, അഖില

ഉള്ളടക്കം

അവതാരിക
ഡോ. കെ എസ് രവികുമാർ 7
ആമുഖം 13
നാട്ടുമരംകൊത്തി 21
രമണിക്കൊക്ക് 25
ഉപ്പുപ്പൻ 28
വയൽക്കണ്ണൻ 31
ചരൽകോഴി 33
കൊമ്പൻ താറാവ് 35
വർണ്ണക്കൊറ്റികൾ 38
കൊറ്റികൾ 42
വാനമ്പാടി 47
പവിഴക്കാലി 51
മയിൽ 56
കായലാറ്റ 60
പെലിക്കൻ 63
കരണ്ടിക്കൊക്ക് 66
നീർനാര 68
തിത്തിരിപ്പക്ഷികൾ 70
അരിവാൾ കൊക്കനുകൾ 73
മാക്കാച്ചിക്കാട 76
വൻവാത്ത 79
കോഴിവേഴാമ്പൽ 82
ആറ്റുമണൽക്കോഴി 85
വെള്ളക്കൊക്കൻ കുളക്കോഴി 87
കൽമണ്ണാത്തികൾ 90
പാണ്ടൻ വേഴാമ്പൽ 93
ബുൾബുൾ 97
നീലക്കോഴി 100
തേൻകിളികൾ 102
വാലൻ എരണ്ട 104
അരിപ്രാവും ഓമനപ്രാവും 106
ആൽക്കിളി 109
മൈനകൾ 111
കാടുമുഴക്കി 113
കോഴിക്കാട 115
ചുട്ടിയാറ്റ 117
കാട്ടുകോഴി 119
അങ്ങാടിക്കുരുവി 121
മണ്ണാത്തിപ്പുള്ള് 124
തുന്നാരൻ 127
ചേരക്കോഴികൾ 130
അമ്പലപ്രാവ് 135
പാതിരാക്കൊക്ക് 139
നീർക്കാക്ക 143
തൂക്കണാംകുരുവി 147
കുയിൽ 152
ചിലപ്പൻ കിളികൾ 156
ഓലേഞ്ഞാലി 159
നാട്ടു മൈനകൾ 161
തത്തകൾ 164
പൊൻമാനുകൾ 167
പരുന്ത് 170
കാക്ക 174
ഉപ്പൻ 180
കുളക്കൊക്ക് 183
കളർ ചിത്രങ്ങൾ 185

അവതാരിക

ഡോ. കെ എസ് രവികുമാർ

ഇന്നലെ (ജൂൺ 5) ലോകപരിസ്ഥിതി ദിനമായിരുന്നു. സി റഹിം എഴുതിയ *ദക്ഷിണേന്ത്യയിലെ പക്ഷികൾ* വായിക്കാനിടകിട്ടിയതും ഇന്നലെ. ഇന്നുരാവിലെ *ദേശാഭിമാനി* പത്രത്തിൽ ഒരു വാർത്ത കണ്ടു. നമ്മുടെ കടകമ്പോളങ്ങളുടെ പരിസരങ്ങളിലെല്ലാം ചിലച്ചും പാറിക്കളിച്ചും നടന്നിരുന്ന അങ്ങാടിക്കുരുവികളിൽ എൺപതുശതമാനവും ഇല്ലാതെയായിരിക്കുന്നു എന്നാണ് ആ വാർത്ത പറഞ്ഞത്. ഓരോ പരിസ്ഥിതിദിനവും കൂടുതൽ കൂടുതൽ പരിസ്ഥിതി വിനാശത്തിന്റെയും ജീവജാലങ്ങളുടെ വംശനാശത്തിന്റെയും വിവരങ്ങൾ നൽകിക്കൊണ്ടു കടന്നുപോകുന്നു. ഈ അവസ്ഥയിലാണ് ഇന്ന് നാം എത്തിയിരിക്കുന്നത്.

പ്രകൃതിധ്വംസനം ഏറെ നടക്കുന്ന ഒരിടമാണ് കേരളം. കുന്നുകളെല്ലാം ഇടിച്ചുനിരത്തുകയും തണ്ണീർത്തടങ്ങൾ മണ്ണിട്ട് നികത്തുകയും ചെയ്ത് ഭൂമിയിൽ സ്ഥിതിസമത്വം വരുത്താനുള്ള ശ്രമത്തിലാണ് നാം. നമ്മുടെകാലത്തിന്റെ പ്രതിരൂപാത്മകബിംബമായി ജെ സി ബി എന്ന വിധ്വംസകയന്ത്രം മാറിയിരിക്കുന്നു. കൂടുതൽ ഭൗതിക സൗകര്യങ്ങൾക്കും കൂടുതൽ ധനസമൃദ്ധിക്കുംവേണ്ടി പ്രകൃതിയെ അന്ധവും ക്രൂരവുമായി ചൂഷണം ചെയ്തുകൊണ്ടിരിക്കുകയാണ് നാം. ഭൂപ്രകൃതിയിലും കാലാവസ്ഥയിലും ജീവിവർഗ്ഗങ്ങളിലും ദൂരവ്യാപകമായ മാറ്റങ്ങൾ വരുത്തിക്കൊണ്ടിരിക്കുന്ന തരത്തിലുള്ള കൈയേറ്റങ്ങളാണ് മനുഷ്യൻ പ്രകൃതിയിൽ നടത്തിക്കൊണ്ടിരിക്കുന്നത്. കേരളത്തിന്റെ സമ്പന്നമായ ജൈവവൈവിധ്യ (Bio-diversity)വും പ്രകൃതിഭംഗിയും നഷ്ടമായിക്കൊണ്ടിരിക്കുകയാണ്. അതിജീവനശേഷി കുറഞ്ഞ ജീവജാലങ്ങളെയാണ് ഇത് കൂടുതൽ ബാധിക്കുന്നത്. പലയിടങ്ങളിലും വൻതോതിലുള്ള വ്യവസായവൽക്കരണമാണ് ഇതിനുകാരണമെങ്കിലും കേരളത്തിൽ ഭൂമികയ്യേറ്റം പോലെയുള്ള പ്രവർത്തനങ്ങളാണ് മുഖ്യം. ഈ അവസ്ഥ ഒരു 'നിശ്ശബ്ദ

വസന്ത' (Silent Spring)ത്തിലേക്ക് നമ്മെയും നയിക്കുന്നു. കിളികൾ പാടാത്ത പൂക്കാലമായിരുന്നു അമേരിക്കയിൽ പരിസ്ഥിതിവിനാശത്തിന്റെ ആദ്യത്തെ അടയാളം. ഇവിടെ നമുക്കും കിളികൾ അടയാളങ്ങൾ തരുന്നു.

ലോകത്തുണ്ടായിരുന്ന പക്ഷിയിനങ്ങളിൽ മൂന്നിലൊന്ന് പൂർണ്ണമായി വംശനാശം വന്നു എന്നാണ് IUCN (International Union for Conservation of Nature) റിപ്പോർട്ട് പറയുന്നത്. അവരുടെ 2008 ലെ 'റെഡ്‌ലിസ്റ്റ്' പ്രകാരം ലോകത്ത് ഇന്ന് ഏറ്റവും വംശനാശഭീഷണി നേരിടുന്ന പക്ഷിയിനങ്ങൾ ഇന്ത്യയിലാണുള്ളത്. ഈ ഒരവസ്ഥ സൃഷ്ടിക്കുന്നതിൽ പല ഘടകങ്ങളും പങ്കുവഹിക്കുന്നുണ്ട്. മലകളും കുന്നുകളും ഇടിച്ചുനിരത്തുന്നതും തണ്ണീർത്തടങ്ങളും ചതുപ്പുകളും തൂർക്കുന്നതും കണ്ടൽക്കാടുകളും കുറ്റിക്കാടുകളും പുൽത്തടങ്ങളും വെളുപ്പിക്കുന്നതുമൊക്കെ കിളികളുടെ സ്വാഭാവികമായ ആവാസസ്ഥാനങ്ങളെ ഇല്ലാതാക്കുന്നു. പഴയ രീതിയിൽ ആരൂഢവും കൂരയുമുള്ള കെട്ടിടങ്ങളുടെ സ്ഥാനത്ത് കോൺക്രീറ്റ് നിർമ്മിതികൾ ഉയരുന്നത് അങ്ങാടിക്കുരുവികളെപ്പോലെയുള്ള ചിലതരം പക്ഷികളുടെ നാശത്തിനിടയാക്കുന്നു. വിവേചനമില്ലാത്ത കീടനാശിനികളുടെയും രാസവളങ്ങളുടെയും ഉപയോഗം പക്ഷിവിനാശത്തിന്റെ മറ്റൊരു കാരണമാണ്.

ഇത്തരം ഒരവസ്ഥയിൽ, പ്രകൃതിയെക്കുറിച്ചും ചുറ്റുപാടുമുള്ള ജീവജാലങ്ങളെക്കുറിച്ചുമുള്ള അവബോധം വർദ്ധിപ്പിക്കുവാൻ ഏറെ പ്രയോജനപ്പെടുന്ന ഹോബിയാണ് പക്ഷിനിരീക്ഷണം. പക്ഷികളുടെ വൈവിധ്യത്തെയും അവയിലോരോന്നിന്റെയും പെരുമാറ്റത്തെയും ജീവിവർഗ്ഗപരമായ പ്രത്യേകതകളെയും അറിയുന്നതിന്റെ ആഹ്ലാദം അനുപമമാണ്.

അതിനുമപ്പുറം പക്ഷിനിരീക്ഷണം മനുഷ്യന് ഇതരജീവജാലങ്ങളുമായും പ്രകൃതിയുമായുമുള്ള ബന്ധവും അറിവും അനുഭവാനുഭൂതികളും വർദ്ധിപ്പിക്കാൻ ഉതകും. പഴയ ഗ്രാമീണസമൂഹത്തിൽ സഹജവും സ്വാഭാവികവുമായിരുന്ന അറിവും അനുഭവവുമായിരുന്നു അത്. പ്രകൃതിയിലെ ജീവജാലങ്ങളുടെ പരസ്പരാശ്രിതമായ നിലനിൽപ്പിനെക്കുറിച്ചുള്ള ഉൾക്കാഴ്ച ലഭിക്കാനും പക്ഷിനിരീക്ഷണം സഹായിക്കും. അതിലേക്ക് ആകൃഷ്ടനായിക്കഴിഞ്ഞാൽ, എന്തു ബുദ്ധിമുട്ടുകൾ സഹിച്ചും പക്ഷിസങ്കേതങ്ങൾ കണ്ടെത്താനും പക്ഷിയുടെ പെരുമാറ്റങ്ങൾ ക്ഷമയോടെ നിരീക്ഷിക്കാനുമുള്ള താൽപ്പര്യം വളരും. ആ ബുദ്ധിമുട്ടുകൾക്കപ്പുറം പക്ഷിനിരീക്ഷകനെ കാത്തിരിക്കുന്ന അറിവുകളുടെയും അനുഭവങ്ങളുടെയും ആഹ്ലാദം വിലപ്പെട്ടതാണ്. ഒപ്പം പ്രകൃതിയോടും ജീവിലോകത്തോടുമുള്ള ഒരു സവിശേഷമായ ആത്മബന്ധം അയാളിൽ വളരുകയും ചെയ്യും.

പക്ഷിനിരീക്ഷണത്തിന്റെ കൗതുകങ്ങളിലേക്കും അഹ്ലാദങ്ങളിലേക്കും വായനക്കാരെ കൂട്ടിക്കൊണ്ടുപോകുന്ന പുസ്തകമാണിത്. മലയാളത്തിലെ വ്യത്യസ്തമായ ഒരു ചാനൽപരിപാടിയായ *കിളിവാതിൽ* എന്ന പരമ്പരയ്ക്കുവേണ്ടി പക്ഷികളുടെ ജീവിതം ഷൂട്ട് ചെയ്യാൻ പല

യിടത്തും പോയതിന്റെ അനുഭവക്കുറിപ്പുകൾ എന്ന നിലയിൽ എഴുതി യിട്ടുള്ളതാണ് ഇതിലെ ഖണ്ഡങ്ങൾ. ആ നിലയിൽ ഈ പുസ്തക ത്തിലെ കുറിപ്പുകളെ യാത്രാനുഭവമെന്നോ പക്ഷിനിരീക്ഷകന്റെ അനു ഭവക്കുറിപ്പുകൾ എന്നോ വിളിക്കാം. ആത്മനിഷ്ഠമായ സ്വഛന്ദോപന്യാ സത്തിന്റെ സ്വാഭാവികതയോടെ അനുഭവങ്ങളും നിരീക്ഷണങ്ങളും പക്ഷി കളെക്കുറിച്ചുള്ള കഥകളും ശൈലികളും സാംസ്കാരികവിചാരങ്ങളും പരിസ്ഥിതിചിന്തയും ശാസ്ത്രീയവിവരങ്ങളും ഒക്കെ വിലയിക്കുന്ന ഒരാ ഖ്യാനരീതിയാണ് ഈ പുസ്തകത്തിന്റേത്. ഈ ഘടകങ്ങളെല്ലാം കൂടി ച്ചേർന്ന് രൂപപ്പെടുന്ന തനിമയാർന്ന അനന്യഘടനയാണ് പക്ഷിനിരീ ക്ഷണസംബന്ധമായ മറ്റു പുസ്തകങ്ങളിൽനിന്ന് റഹിമിന്റെ ഈ പുസ്ത കത്തെ / പുസ്തകങ്ങളെ വ്യത്യസ്തമാക്കുന്നത്.

മയിലിനെക്കുറിച്ച് പറയുമ്പോൾ ഇന്ത്യൻപാരമ്പര്യത്തിൽ മയിൽ എന്ന പക്ഷിക്കുള്ള പ്രാധാന്യത്തിന്റെ പലതലങ്ങളും ഗ്രന്ഥകാരൻ സ്പർശിക്കുന്നു; പുരാണത്തിലെയും ചരിത്രത്തിലെയും ഏടുകൾ മറി ക്കുന്നു. ശ്രീകൃഷ്ണനും മുരുകനും കടന്നുവരുന്നു. അശോകചക്രവർത്തി യുടെയും ഷാജഹാൻചക്രവർത്തിയുടെയും മയിലുകളോടുള്ള ആഭി മുഖ്യം എടുത്തുപറയുന്നു. സൗന്ദര്യാരാധകനായിരുന്ന ഷാജഹാൻ താജ്മഹൽ മാത്രമല്ല, മയൂരസിംഹാസനവും പണിയിച്ചു എന്ന ചരിത്ര വസ്തുത നമ്മെ ഓർമ്മിപ്പിക്കുന്നു. മുഗൾചക്രവർത്തിമാരുടെ ശക്തി ക്ഷയിച്ചതോടെ മയൂരസിംഹാസനം ഇംഗ്ലീഷുകാർ തട്ടിയെടുത്ത് ഇംഗ്ല ണ്ടിലേക്കു കൊണ്ടുപോകും വഴി കപ്പൽ തകർന്ന് അത് ആഴിയുടെ അടി ത്തട്ടിലെവിടെയോ ആണ്ടുപോയി. ഇത്തരം കൗതുകകരമായ വിവരങ്ങൾ സമന്വയിപ്പിച്ചുകൊണ്ട് മുന്നേറുന്ന ആഖ്യാനം പുസ്തകത്തിന് വായനാ സുഖവും ബഹുസ്വരതയും നൽകുന്നു.

പലപ്പോഴും ഇതിലെ വിവരണങ്ങൾക്ക് സാംസ്കാരിക സ്മൃതിപ്രവാ ഹത്തിന്റെ സ്വഭാവം കൈവരുന്നുണ്ട്. ജീവിതരീതിയിൽ വന്ന മാറ്റങ്ങളു ടെയും മനുഷ്യബന്ധങ്ങളിലും മനുഷ്യനും പ്രകൃതിയുമായുള്ള ബന്ധ ങ്ങളിലും വന്ന പരിവർത്തനങ്ങളുടെയും തലങ്ങളെക്കുറിച്ച് ഗൃഹാതുര മായ നിരീക്ഷണങ്ങൾ പലതും ഇതിൽ മിന്നിമറയുന്നു. നാട്ടുമരംകൊ ത്തികളെക്കുറിച്ചു പറഞ്ഞുവന്നപ്പോൾ അവയുടെ സവിശേഷരീതിയി ലുള്ള ശബ്ദത്തെക്കുറിച്ച് വിവരിച്ചുകൊണ്ട് ഗ്രന്ഥകാരൻ ഇങ്ങനെ എഴു തുന്നു:

> മരത്തിൽ ഒരു മരംകൊത്തിയിരിക്കുന്നതു കണ്ടാൽ നമ്മൾ അതിനെ ഒന്നു നോക്കുകയേ വേണ്ടൂ. അതുടൻ മരത്തിന്റെ എതിർഭാഗത്തേക്ക് മറയും. നമ്മൾ അവിടെ ചെന്നു നോക്കിയാൽ നേരെ എതിർഭാഗത്തേക്ക് മാറിക്കളയും. ഇങ്ങനെ മരംകൊത്തി കളുമായി ഒളിച്ചിരിപ്പുകളി നടത്തുന്നത് എന്റെ കുട്ടിക്കാല വിനോ ദങ്ങളിലൊന്നായിരുന്നു. എന്റെ കളിക്കൂട്ടുകാരായ നാട്ടുമരം കൊത്തികളോട് എനിക്ക് ഒരു പ്രത്യേക വാത്സല്യമുണ്ട്. നാട്ടു

മരംകൊത്തികളുടെ ഉച്ചത്തിലുള്ള ക്ളെർ... ക്ളെർ... ക്ളെർ... എന്നിങ്ങനെയുള്ള ശബ്ദം കേൾക്കുമ്പോഴൊക്ക നമ്മുടെ നാട്ടിൽ മുമ്പ് മംഗളകർമ്മങ്ങളിലും മറ്റും സ്ത്രീകൾ മുഴക്കിയിരുന്ന കുരവയാണെനിക്കോർമ്മ വരുക. കൈവിരലുകളിലൊന്ന് വായിൽ തിരുകി നാക്കു ചലിപ്പിച്ചാണ് കുരവ ഉതിർക്കുക. കല്യാണത്തിന് താലികെട്ടുമ്പോൾ ഇത്തരത്തിൽ കുരവ ഉയർന്നിരുന്നത് ഇന്നൊരോർമ്മ മാത്രമായി മാറിയിട്ടുണ്ട്. ഇത്തരത്തിലുള്ള സാംസ്കാരിക ചിഹ്നങ്ങളൊക്കെ നമ്മുടെ ജീവിതത്തിൽനിന്ന് പടിയിറങ്ങുകയാണ്. ഒരൊറ്റ സംസ്കാരമായി ലോകം മുഴുവൻ മാറിക്കൊണ്ടിരിക്കുകയാണെന്ന് ഞാൻ ഭയപ്പെടുന്നു. ഈ കുരവയിടീൽ നമ്മുടെ നാട്ടിൽ മാത്രമേയുള്ളൂവെന്നാണ് ഞാൻ കരുതിയിരുന്നത്. എന്നാൽ ചില അറേബ്യൻ സിനിമകൾ കാണാനിടയായപ്പോൾ അവിടെയും സ്ത്രീകൾ കുരവ ഉതിർക്കുന്നതു കാണുകയുണ്ടായി. ഒരുപക്ഷെ കുരവയിടീൽ ലോകത്തിന്റെ എല്ലാ ഭാഗത്തും നിലനിന്നിരിക്കാം. കുറഞ്ഞപക്ഷം ഏഷ്യൻ രാജ്യങ്ങളിലെങ്കിലും ഉണ്ടായിരുന്നിരിക്കണം. നമ്മുടെ വീട്ടുവളപ്പിലെ മരങ്ങളിൽ വന്നിരുന്നു കുരവയിടുന്ന നാട്ടുമരംകൊത്തികളെ ശ്രദ്ധിച്ചിട്ടില്ലാത്തവർ കുറവായിരിക്കും. വീട്ടിനു മുകളിലൂടെ നാട്ടുമരംകൊത്തികൾ ചിലച്ചുകൊണ്ട് പറന്നുപോയാൽ വീട്ടിൽ ശണ്ഠയുണ്ടാകുമെന്നൊരു വിശ്വാസം നാട്ടിൽ പ്രചരിച്ചിട്ടുണ്ട്.

ഈ ഭാഗം റഹിമിന്റെ എഴുത്തുരീതിയുടെ മിക്കവാറും എല്ലാ സ്വഭാവത്തെയും വ്യക്തമാക്കുന്നുണ്ട്.

പൊതുവെ മലയാളിക്കുള്ള ഒരു സ്വഭാവം തന്റെ ചുറ്റുമുള്ള സ്വാഭാവികമായ ചെറിയ കാര്യങ്ങളെ കാണാതെ അകലങ്ങളിലുള്ള വലിയ കാര്യങ്ങളെക്കുറിച്ച് പറഞ്ഞുകൊണ്ടിരിക്കും എന്നതാണ്. ലോകചരിത്രവും യൂറോപ്യൻചരിത്രവും ഒക്കെ പഠിക്കുകയും അവനവൻ കഴിയുന്ന സ്ഥലത്തിന്റെ പ്രാദേശികചരിത്രവും പ്രത്യേകതകളും കണ്ടില്ലെന്നു നടിക്കുകയും ചെയ്യുന്നവനാണവൻ. വീട്ടുമുറ്റത്തിന്റെ അരികുകളിൽ തനിയെ പൊടിച്ചുവരുന്ന തുമ്പയും പൂവാംകുരുന്നലുമൊന്നും കാണാതിരിക്കുകയും മറുനാടൻ ചെടികളെ ചട്ടിയിൽ താലോലിച്ചു വളർത്തുകയും ചെയ്യും. ഈ മനോഭാവത്തിന്റെ മറ്റൊരു മുഖമാണ് ചുറ്റുപാടുമുള്ള പക്ഷികളുടെയും മറ്റു ജീവജാലങ്ങളുടെയും നേരെ നാം പുലർത്തുന്നത്. കേരളത്തിന്റെ പ്രകൃതിയിൽ ഒരുപാട് ജൈവവൈവിധ്യമുണ്ട്. കാടും മലയും തണ്ണീരിടങ്ങളും സമൃദ്ധമായ മഴയും വെയിലും ഒക്കെക്കൂടി അതിന് അനുഗുണമായ പ്രകൃതിയുടെ സഹജാവസ്ഥ ഇവിടെയുണ്ട്. എന്നാൽ അത് സംരക്ഷിക്കാനോ തിരിച്ചറിയാനോ ഉള്ള കാര്യമായ ശ്രമമൊന്നും നാം നടത്താറില്ല എന്നതാണ് സത്യം. പ്രകടമായ വിമർശനത്തിന്റെ സ്വരത്തിലല്ലെങ്കിലും ഈ യാഥാർഥ്യങ്ങൾ വായനക്കാ

രുടെ ശ്രദ്ധയിൽപ്പെടുത്താൻ കഴിയുന്ന എഴുത്താണ് റഹിമിന്റേത്. ഇത്തരം കാര്യങ്ങളിൽ നാം പുച്ഛത്തോടെ കാണുന്ന തമിഴ്നാട്ടിലെ സാധാരണക്കാർപോലും പുലർത്തുന്ന താൽപ്പര്യം ഗ്രന്ഥകാരൻ എടുത്തുപറയുന്നു.

കേരളത്തിന്റെ ഭൂപ്രകൃതിയിൽ മനുഷ്യൻ നടത്തുന്ന ധ്വംസനത്തിന്റെ ഫലമായി നമ്മുടെ പ്രകൃതിയിലും കാലാവസ്ഥയിലും വരുന്ന മാറ്റത്തിന്റെ തെളിവുകൾ പക്ഷികളെ മുൻനിറുത്തി റഹിം എടുത്തുകാട്ടുന്നു. പൊതുവെ വരണ്ട പ്രദേശങ്ങളിൽ മണലിൽ കൂടുകൂട്ടുന്ന പവിഴക്കാലി കൊക്കുകളെക്കുറിച്ചെഴുതുമ്പോൾ റഹിം ഇങ്ങനെ കൂട്ടിച്ചേർക്കുന്നു: "കേരളത്തിൽ പവിഴക്കാലികൾ കൂടൊരുക്കിത്തുടങ്ങിയത് ആശങ്കയോടെയാണ് പല പ്രകൃതിനിരീക്ഷകരും കാണുന്നത്. നമ്മുടെ നാട്ടിൽ ചൂട് വർധിച്ചുവരുന്നതിന്റെ തെളിവാണത്." ഇത്തരത്തിൽ പക്ഷികൾ നൽകുന്ന മറ്റൊരു സൂചന, റഹിമിന്റെ നാടായ നൂറനാട്ടും മറ്റും സ്ഥിരമായി വിരുന്നുവന്നിരുന്ന ദേശാടനകൊക്കുകളുടെയും മറ്റും തിരോധാനമാണ്. ഇവയൊക്കെ കാലത്തിന്റെ ദിശാസൂചികൾപോലെ, നിശ്ശബ്ദസൂചനകളായി നമ്മുടെ മുൻപിലുണ്ട് എന്ന് ഓർമിപ്പിക്കുകകൂടി ചെയ്യുന്നുണ്ട് ഈ പുസ്തകം.

കിട്ടിയപാടേ, ഒന്നു മറിച്ചുനോക്കാം അല്ലെങ്കിൽ കുറച്ചുഭാഗം വായിക്കാം എന്നുകരുതി കയ്യിലെടുത്ത പുസ്തകം മുഴുവൻ ഞാൻ ഒറ്റയിരിപ്പിൽ വായിച്ചുതീർത്തു. അത്രമാത്രം വായനാസുഖമുള്ള, വായനക്കാരനെ കൂടെക്കൊണ്ടുപോകുന്ന പുസ്തകമാണിത്. *തൈക്കാവിലെ ഉറുമ്പുകൾ* എന്ന ആദ്യനോവലിലൂടെ മലയാള നോവൽ രംഗത്ത് വിനീതമെങ്കിലും തന്റേതായ ചെറിയ ഒരിടം കണ്ടെത്തിയ എഴുത്തുകാരനാണ് റഹിം. ഭാഷയിലും ഭാവത്തിലും പ്രാദേശികസ്വത്വത്തിന്റെ തനിമയുറ്റ ആവിഷ്കാരം നിർവഹിച്ചതിലൂടെയാണ് അത് സാധ്യമായത്. നാട്ടുതനിമകളെ, അതിന്റെ സഹജപദാവലിയിലൂടെ ആർജവത്തോടെ അവതരിപ്പിക്കുന്ന ആ രചനാരീതിയുടെ മികവുകൾ ഈ പക്ഷിനിരീക്ഷണഗ്രന്ഥത്തിന്റെ ആഖ്യാനത്തിലും ഊഷ്മളമായി അനുഭവപ്പെടും. മലയാളത്തിൽ കുറ്റിയറ്റുപോകുന്ന രമ്യോപന്യാസങ്ങളുടെ മട്ടിലുള്ള സ്വതന്ത്രരചനകളുടെ സ്വഭാവം പുലർത്തുന്നവയാണ് ഈ പക്ഷിനിരീക്ഷണക്കുറിപ്പുകൾ. ഹൃദയംകൊണ്ട് സംവദിക്കുന്ന ഈ പുസ്തകം പക്ഷിസ്നേഹികൾക്കും സാഹിത്യപ്രേമികൾക്കും ഒരുപോലെ ഇഷ്ടമാകും എന്നു ഞാൻ പ്രതീക്ഷിക്കുന്നു. പ്രകൃതിയെയും ജീവിതത്തെയും കൂടുതൽ ആഴത്തിൽ അറിയുന്ന മിഴിവുള്ള പുസ്തകങ്ങൾ എഴുതാൻ റഹിമിനു കഴിയും എന്നെനിക്കുറപ്പുണ്ട്. കാലം അത് തെളിയിക്കുന്നത് കാണാൻ കാത്തിരിക്കാം.

ജൂൺ 6, 2008
തിരുവനന്തപുരം

ആമുഖം

***തൈ**ക്കാവിലെ ഉറുമ്പുകൾ* എന്ന നോവൽ *കലാകൗമുദി*യിൽ പ്രസിദ്ധീകരിച്ച കാലത്ത് കുറച്ചു സുഹൃത്തുക്കൾ വന്ന് കുട്ടികളുടെ ഒരു സാഹിത്യക്യാമ്പിലേക്ക് എന്നെ ക്ഷണിച്ചു. കുട്ടികളുമായി ഇടപഴകുന്നത് എനിക്ക് ഏറെ ഇഷ്ടമുള്ള കാര്യമാണ്. അറിയാതെതന്നെ നമ്മളപ്പോൾ കുട്ടികളായി മാറും. നമ്മളിൽനിന്ന് ചോർന്നുപൊയ്ക്കൊണ്ടിരിക്കുന്ന നിഷ്കളങ്കത വീണ്ടും 'ചാർജ്' ചെയ്യപ്പെടുന്നത് ഇത്തരം സന്ദർഭങ്ങളിലാണെന്നാണ് എന്റെ വിശ്വാസം. അതുകൊണ്ടുതന്നെ കുട്ടികളുമായി സാഹിത്യത്തെക്കുറിച്ചു സംസാരിക്കാമെന്ന് ഞാനേറ്റു.

നല്ല ചുറുചുറുക്കുള്ള മിടുക്കന്മാരും മിടുക്കികളുമായ കുട്ടികളാണ് സാഹിത്യക്യാമ്പിൽ ഉണ്ടായിരുന്നത്. സാഹിത്യത്തെക്കുറിച്ച് പലരും പല ചോദ്യവും ചോദിച്ചു. ഞാനൊരു സാഹിത്യവിദ്യാർത്ഥിയല്ലാതിരുന്നതുകൊണ്ട് എല്ലാത്തിനും കൃത്യമായി എനിക്ക് ഉത്തരം പറയാനായില്ല. എങ്കിലും ഒരുവിധം കാര്യങ്ങളൊക്കെ പറഞ്ഞൊപ്പിച്ചു. അപ്പോൾ ഒരു മിടുക്കൻ എണീറ്റു ചോദിച്ചു: "താങ്കൾ എന്തിനാണ് എഴുതുന്നത്?" അപ്രതീക്ഷിതമായ ഈ ചോദ്യത്തിനു മുമ്പിൽ ഞാനൊന്നു പകച്ചു. ഇതിനു മുമ്പ് ഞാനെന്തിനാണ് എഴുതുന്നതെന്ന് ഞാൻ കാര്യമായി ആലോചിച്ചിരുന്നില്ല. ഞാൻ പല ഉത്തരവും മനസിൽ പറഞ്ഞുനോക്കി. എന്നാൽ അതൊന്നും എനിക്കു തൃപ്തിതന്നില്ല. ഒടുക്കം ഞാൻ പറഞ്ഞു, "ഞാൻ എഴുതുന്നത് എനിക്കുവേണ്ടിതന്നെയാണ്. എന്റെ മനസിനെ തൃപ്തിപ്പെടുത്താൻ." പക്ഷിനിരീക്ഷണം എന്തിന്? എന്നു ചോദിക്കുമ്പോഴും ഇതേ ഉത്തരമേ എനിക്ക് പറയാനുള്ളു. സ്വന്തം മനസിന്റെ സന്തോഷത്തിനുവേണ്ടിതന്നെയാണ് പക്ഷിനിരീക്ഷണം.

സ്വയം ആസ്വദിക്കാൻ കഴിഞ്ഞാൽ മാത്രമേ ജീവിതകാലം മുഴുവൻ കൊണ്ടുനടക്കാവുന്ന ഒരു വിനോദമായി പക്ഷിനിരീക്ഷണത്തെ കൊണ്ടു

നടക്കാനാവൂ. മനസിന് ഉല്ലാസവും ആഹ്ലാദവും പകർന്നുതരുന്ന ഒരു വിനോദമാണ് പക്ഷിനിരീക്ഷണമെന്നതിൽ സംശയമില്ല. യാതൊരു ചില വുമില്ലാതെ പട്ടണത്തിൽ കഴിയുന്നവർക്കുകൂടി കൊണ്ടുനടക്കാവുന്ന ഒരു വിനോദമാണിത്. പേരയും ചാമ്പയും ഓമയുമൊക്കെയുള്ള ഏതുപറ മ്പിലും കുറഞ്ഞത് അൻപതുതരത്തിലുള്ള പക്ഷികളെങ്കിലും വന്നുപോ കുന്നുണ്ടാവും. അതുകൊണ്ട് നിരീക്ഷിക്കാൻ പക്ഷികളില്ലെന്ന വ്യാകു ലത ആർക്കും വേണ്ട. നമ്മൾ ചെവിയൊന്നു വട്ടംപിടിച്ചാൽ തന്നെ എവി ടെനിന്നെങ്കിലും ഒന്നുരണ്ടു പക്ഷികളുടെയെങ്കിലും ശബ്ദം കേൾക്കാ തിരിക്കില്ല.

കാക്കകളുടെ ശബ്ദംകൊണ്ടു മുഖരിതമാണ് നമ്മുടെ അന്തരീക്ഷ മെന്ന് എനിക്ക് തോന്നിയിട്ടുണ്ട്. അടുക്കളവാതിൽക്കൽ എപ്പോഴും ഒരു കാക്കസാന്നിധ്യമുണ്ടാകും. പ്രത്യേകിച്ചും ഗ്രാമങ്ങളിൽ. മുരിങ്ങക്കൊ മ്പിലോ വാഴത്തണ്ടിലോ ഇരുന്നു കാ കായെന്നതു കരയുന്നുണ്ടാകും. അടുക്കളയിൽനിന്നു വല്ല ആഹാരപദാർഥങ്ങളുമടങ്ങിയ വസ്തുക്കൾ പുറ ത്തേക്കുകളയാൻ വരുമ്പോൾ കാക്കകൾ അവിടെ ഉടൻ പറന്നെത്തും. കയ്യിൽ കിട്ടുന്നതെന്തും തിന്നുന്ന സ്വഭാവക്കാരാണ് കാക്കകൾ. ഒരു പക്ഷെ നമ്മൾ പക്ഷികളെ അറിഞ്ഞു തുടങ്ങുന്നതുതന്നെ കാക്കകളിൽ നിന്നാവും. മനുഷ്യരുള്ളിടത്തൊക്കെ കാക്കകളെ കാണാം. മനുഷ്യരെ ചുറ്റിപ്പറ്റിക്കഴിയുന്ന പക്ഷികളിൽ പ്രധാനിയാണ് കാക്കകൾ. എന്നാൽ കൊടൈക്കനാൽപോലെയുള്ള മനുഷ്യവാസമുള്ള കുന്നിൻപ്രദേശങ്ങ ളിലും ലക്ഷദ്വീപുപോലെയുള്ള പ്രദേശങ്ങളിലും കാക്കകളെ കാണാറി ല്ലെന്നത് അദ്ഭുതകരമാണ്. ഇതെന്തുകൊണ്ടാണെന്ന് കൂടുതൽ അന്വേ ഷണം നടത്തേണ്ടതാണ്. പക്ഷിനിരീക്ഷണത്തിൽ കമ്പമേറുന്നതോടെ ഇത്തരം 'അന്വേഷണത്വര' നമ്മളിൽ താനേ ഉണ്ടായിക്കൊള്ളും. മനു ഷ്യരോട് അടുത്തിടപഴകുന്ന ഈ കാക്കകളാണ് പക്ഷികളുടെ പരിണാ മശ്രേണിയിൽ ഏറ്റവും മുമ്പനെന്നാണ് ചില പ്രകൃതിശാസ്ത്രജ്ഞരുടെ അഭിപ്രായം. ബുദ്ധിശക്തിയിലും കാക്കകൾ തന്നെയാണത്രെ മുന്നിൽ. പരിണാമശ്രേണിയിലെ ഏറ്റവും താഴേത്തട്ടിൽ മുങ്ങാംകോഴികളാ ണെന്നും പറയുന്നു. എന്തായാലും കാക്കകളുടെ കാര്യത്തിൽ ചില ശാസ്ത്രജ്ഞർക്കെങ്കിലും അഭിപ്രായവ്യത്യാസമുണ്ട്. വളരെ സങ്കീർണ മായ സ്വഭാവത്തോടുകൂടി കൂടൊരുക്കുന്ന ചിലയിനം കുരുവികളാണ് പരിണാമശ്രേണിയിലെ ഏറ്റവും മുകളിലെന്നാണ് അവരുടെ അഭിപ്രാ യം. തൂക്കണാംകുരുവികളും മറ്റും കൂട് ഒരുക്കുന്നതു കാണുമ്പോൾ നമ്മൾ അക്ഷരാർത്ഥത്തിൽ ഇത് സമ്മതിച്ചുപോകും.

ഇന്ത്യയിൽ ഏതാണ്ട് 1200 ഗണത്തിൽപ്പെട്ട പക്ഷികളുണ്ട്. കേരള ത്തിൽ 500നും 600നും ഇടയിൽ പക്ഷിജാതികളുണ്ട്. ഓരോ ജാതി പക്ഷി കളെയും അടുത്തു പരിചയപ്പെടുമ്പോൾ ഒന്ന് മറ്റൊന്നിൽനിന്ന് ഏറെ വ്യത്യസ്തരാണെന്ന് നമുക്ക് ബോധ്യപ്പെടും. കൂടൊരുക്കുന്ന കാര്യത്തി ലും ആഹരിക്കുന്ന കാര്യത്തിലും പറക്കുന്ന കാര്യത്തിലും കുടുംബജീ

വിതത്തിലുമൊക്കെ തനതായ വ്യക്തിത്വം പുലർത്തുന്നവയാണ് ഒട്ടുമിക്ക പക്ഷികളും. പക്ഷികളുടെ ജീവിതം ആരെയും വിസ്മയിപ്പിക്കുന്നതാണ്. ഈ വിസ്മയമാണ് പക്ഷിനിരീക്ഷണത്തിന്റെ കാതൽ. എത്ര നിരീക്ഷിച്ചാലും ഒരു പക്ഷിയേയും നമുക്ക് പൂർണമായി അറിയാനാവില്ല. അതു തങ്ങളുടെ മാന്ത്രികത്തൂവലുകൾ വീശി നമ്മളെ ഭ്രമിപ്പിച്ചുകൊണ്ടേയിരിക്കും. പക്ഷികളെ നോക്കിത്തുടങ്ങുമ്പോൾ നമ്മൾ അറിയാതെ ഈ പ്രകൃതിയിലെ എണ്ണിയാലൊടുങ്ങാത്ത മറ്റ് ജീവിവർഗങ്ങളെയും നോക്കിത്തുടങ്ങും. പ്രകൃതിയെന്ന അനന്തവിസ്മയത്തിലേക്കുള്ള 'കിളിവാതിലാണ്' പക്ഷിനിരീക്ഷണം നമ്മുടെ മുമ്പിലേക്ക് തുറന്നിടുന്നത്. പ്രകൃതിയെ അറിയുന്നതിലൂടെ നമ്മൾ നമ്മെത്തന്നെയാണ് അറിയുന്നത് എന്ന കാര്യം നമ്മളെ വല്ലാതെ ആനന്ദിപ്പിക്കും.

പതിനായിരക്കണക്കിന് പക്ഷികളിവിടെയുണ്ട്. ഇതിനെയൊക്കെ എങ്ങനെയാണ് തിരിച്ചറിയുക? എങ്ങനെ പേരിടുന്നു. ന്യായമായും ഉയരാവുന്ന ചോദ്യമാണിത്. പ്രാചീനകാലം മുതൽതന്നെ വിവിധ ഭാഷയിലുള്ളവർ ഓരോരോ പേര് പക്ഷികൾക്കിട്ടിരുന്നു. എന്നാൽ വിവിധ ജാതി പക്ഷികളെ വ്യത്യസ്തഗോത്രങ്ങളായും മറ്റും തിരിച്ചു പേരിടാൻ തുടങ്ങിയത് അരിസ്റ്റോട്ടിലാണെന്നാണ് കരുതപ്പെടുന്നത്. അരിസ്റ്റോട്ടിൽ നല്ലൊരു പക്ഷിനിരീക്ഷകൻ കൂടിയായിരുന്നു. വസന്തകാലത്തും മറ്റും സാധാരണ കണ്ടുവരാറുള്ള പക്ഷികൾ ശൈത്യകാലത്ത് എവിടെപ്പോയാണ് ഒളിക്കുന്നതെന്ന് അദ്ദേഹം ആശ്ചര്യപ്പെട്ടിരുന്നു! ശൈത്യകാലത്ത് ചില മത്സ്യങ്ങളും മറ്റും സുഷുപ്താവസ്ഥയിൽ കഴിയുകയും അനുയോജ്യമായ കാലം പിറക്കുന്നതോടെ സുഷുപ്താവസ്ഥ വിട്ടുണർന്ന് പുറത്തുവരുകയും ചെയ്യുന്നത് അദ്ദേഹത്തിന് അറിയാമായിരുന്നു. പക്ഷികളും ഇത്തരത്തിൽ ഏതെങ്കിലും മഞ്ഞുമലകളിൽ സുഷുപ്തിയിൽ കഴിയുകയായിരിക്കാമെന്നാണ് അരിസ്റ്റോട്ടിലും കരുതിയത്. എന്നാൽ പിന്നീട് പലരും നടത്തിയ പഠനങ്ങളിലാണ് പക്ഷികൾക്ക് ദേശാന്തരഗമനം എന്ന സ്വഭാവമുണ്ടെന്ന് വെളിവായത്. പക്ഷികളെ വിവിധ വകുപ്പുകളിലായി തിരിച്ചു പേരിടാൻ തുടങ്ങിയത് അരിസ്റ്റോട്ടിലാണെങ്കിലും ഇന്ന് അംഗീകരിച്ചിരിക്കുന്ന തരത്തിൽ കൂടുതൽ ശാസ്ത്രീയമായ വർഗീകരണം നടത്തിയത് സ്വീഡൻകാരനായ ലിനവുസ് (Linnaeus) എന്ന പ്രകൃതിശാസ്ത്രജ്ഞനാണ്. പക്ഷികളെയാകെ 27 മുഖ്യഗോത്ര (orders) ങ്ങളിലാക്കി അദ്ദേഹം തരംതിരിച്ചു. പക്ഷികളുടെ ആവാസവ്യവസ്ഥയും ജീവിതരീതിയും രൂപഘടനയും മറ്റും നോക്കിയാണ് ഇത്തരത്തിൽ വർഗീകരണം നടത്തിയിരിക്കുന്നത്.

വെള്ളത്തിൽ കഴിയുന്നവയും മരത്തിൽ കഴിയുന്നവയുമായി നിരവധി പക്ഷികളുണ്ട്. താറാവ്, എരണ്ടകൾ, അരയന്നങ്ങൾ തുടങ്ങിയവ മിക്കപ്പോഴും വെള്ളത്തിൽ കഴിയുന്നവരാണ്. ഇവരെയെല്ലാം ആൻസെറിഫോർമസ് (Anseriformes) എന്ന കക്ഷ്യയിൽ ഉൾപ്പെടുത്തിയിരിക്കുന്നു. ചതുപ്പിലും വെള്ളക്കെട്ടിനരികിലും മറ്റും കഴിയുന്നവരാണ് കുളക്കൊ

ക്കുകൾ. ഇവരെ സിക്കോണി ഫോർമസ് (Ciconiformes) എന്ന വിഭാഗത്തിൽ ഉൾപ്പെടുത്തിയിരിക്കുന്നു. താറാവിന്റെ ഇനത്തിൽപ്പെട്ട പക്ഷികൾ വെള്ളത്തിൽ നീന്തിക്കഴിയുന്നവരാണ്. എന്നാൽ കുളക്കൊക്കുകൾ വെള്ളത്തിലിറങ്ങി നീന്താറില്ല. രണ്ടു വിഭാഗക്കാരും മിക്കപ്പോഴും ജലത്തെ ചുറ്റിപ്പറ്റിയാണ് ജീവിക്കുന്നത്. ഇത്തരം സൂക്ഷ്മവ്യത്യാസങ്ങൾകൂടി പരിഗണിച്ചാണ് പക്ഷികളുടെ വർഗീകരണം അദ്ദേഹം നടത്തിയത്.

27 മുഖ്യഗോത്രങ്ങളായി തിരിച്ചിരിക്കുന്ന പക്ഷികളെ വീണ്ടും കുടുംബങ്ങളായി തിരിച്ചിട്ടുണ്ട് (Families). മരങ്ങളെ ചുറ്റിപ്പറ്റി കഴിയുന്നവരും കൂടുകൂട്ടുന്നവരുമായ പക്ഷികളെ പാസറി ഫോർമസ് (Passeriformes) എന്ന മുഖ്യഗോത്ര (Order) ത്തിലാണ് ഉൾപ്പെടുത്തിയിരിക്കുന്നത്. ആഹാരരീതികൾ, രൂപഘടനയിലെ വ്യത്യാസങ്ങൾ തുടങ്ങിയവ പരിഗണിച്ച് ഈ വിഭാഗത്തിലെ പക്ഷികളെ 40 കുടുംബങ്ങളാക്കി മാറ്റിയിരിക്കുന്നു.

കാക്കയും കുരുവിയും ഒരേ മുഖ്യഗോത്രത്തിൽപ്പെട്ടതാണെങ്കിലും വ്യത്യസ്തകുടുംബക്കാരാണ്. ഒരു കുടുംബത്തിൽപ്പെട്ട പക്ഷികളെതന്നെ വിവിധ ജീനസു (Genus) കളാക്കി മാറ്റിയിരിക്കുന്നു. കാക്ക വിഭാഗക്കാരെയെല്ലാം ഒരേ ജീനസുകളാണ് കണക്കാക്കുന്നത്. കോർവസ് (Corvus) എന്നാണിവയുടെ ജീനസ് പേര്. ജീനസിനെ വീണ്ടും ജാതികളാക്കി (Species) തിരിച്ചിരിക്കുന്നു. പരസ്പരം ഇണചേരുന്നവയെയാണ് ഒരു ജാതിയിൽപ്പെട്ട പക്ഷികളായി കണക്കാക്കുന്നത്. നിറത്തിലും രൂപത്തിലും സംസാരിക്കുന്ന ഭാഷയിലുമൊക്കെ വ്യത്യാസങ്ങൾ ഉണ്ടെങ്കിലും മനുഷ്യരെല്ലാം ഒരേ ജാതിയിൽ (Species)പെട്ടവരാണ്. പക്ഷികളുടെ വർഗീകരണത്തിൽ മലങ്കുയിലുകളെയെല്ലാം ഒരു ജാതിയിലും നാടൻകുയിലുകളെയെല്ലാം മറ്റൊരു ജാതിയിലും ഉൾപ്പെടുത്തിയിരിക്കുന്നു. ജാതികളെ (Species) വീണ്ടും വംശങ്ങളായും (Races) വിഭജിക്കാറുണ്ടെങ്കിലും പക്ഷികളുടെ വിഭജനത്തിലെ അന്തിമഘടകം ജാതിയാണ് കരുതപ്പെടുന്നത്. ഭൂമിയിൽ 8650 ജാതിയിൽപ്പെട്ട പക്ഷികളുണ്ടെന്നാണ് കണക്കാക്കപ്പെട്ടിരിക്കുന്നത്. ഇന്ത്യയിൽ 20 ഗോത്രത്തിൽപ്പെട്ട 70 കുടുംബക്കാരായ 1200 ജാതിയിലുള്ള പക്ഷികളുണ്ട്. ഒരു പക്ഷിയുടെ ശാസ്ത്രീയ നാമം അതിന്റെ ജീനസിനെയും ജാതിയെയും സൂചിപ്പിക്കുന്നു. നമ്മുടെ നാട്ടിൽ കണ്ടുവരാറുള്ള കാക്കകളാണ് പേനകാക്കയും ബലികാക്കയും. ഇവർ ഒരേ ജീനസിൽപ്പെട്ടതും രണ്ടു ജാതിയിൽപ്പെട്ടവരുമാണ്.

പേനകാക്ക (House crow) യുടെ ശാസ്ത്രീയനാമം Corvus splendeus. Corvus ജീനസ് പേര്. Splendeus ജാതി. ഈ വാക്കുകളുടെ അർത്ഥം സുന്ദരനായ കാക്ക എന്നാണ്. ഈ പേര് മറ്റൊരു ജാതി പക്ഷിക്കും നൽകില്ല. അതുകൊണ്ട് ലോകത്തെവിടെയുമുള്ള ഒരാളിനും പേനകാക്കയുടെ ശാസ്ത്രീയനാമം പറഞ്ഞാൽ അത് ഏതു പക്ഷിയാണെന്ന് തിരിച്ചറിയാനാവും. ബലികാക്ക (Jungle crow) യുടെ ശാസ്ത്രീയനാമം Corvus Macrohynchos എന്നാണ്. നോക്കുക പേനകാക്കയും ബലികാ

ക്കയും 'Corvus' എന്ന ജീനസിൽപ്പെട്ട പക്ഷികളാണെന്ന് വ്യക്തമല്ലേ? ലാറ്റിൻ, ഗ്രീക്ക് തുടങ്ങിയ ഭാഷകളിലാണ് സാധാരണ ശാസ്ത്രീയനാമങ്ങൾ എഴുതുന്നത്, കേരളത്തിൽ ധാരാളം പക്ഷികളുണ്ടെങ്കിലും ഇവയ്ക്കെല്ലാം മലയാളത്തിൽ പേരുണ്ടായിരുന്നില്ല. ഓരോ പക്ഷിജാതിക്കാരെയും സൂക്ഷ്മമായി ശ്രദ്ധിച്ച് അവയ്ക്ക് പേരിടുന്ന സ്വഭാവമൊന്നും നമ്മുടെ പൂർവികർക്കുണ്ടായിരുന്നില്ല. എന്നാൽ നമ്മുടെ അയൽസംസ്ഥാനമായ തമിഴ്നാടിന്റെ സ്ഥിതിയതല്ല. അവിടെയുള്ള പക്ഷികളിൽ മിക്കതിനും അവർ പേരു നൽകിയിട്ടുണ്ട്. തമിഴുമായി തട്ടിച്ചുനോക്കുമ്പോൾ മലയാളഭാഷ വളരെ ചെറുപ്പമാണെന്നതും ഇതിനൊരു കാരണമാകാം. എന്തായാലും നമ്മുടെ പക്ഷികൾക്ക് മലയാളത്തിൽ പേരുനൽകുന്നതിൽ പക്ഷിനിരീക്ഷകർ നൽകിയ സേവനം ഏറെ മഹത്തരമാണ്. *കേരളത്തിലെ പക്ഷികൾ* എഴുതിയ പ്രമുഖ പക്ഷിനിരീക്ഷകനായ കെ കെ നീലകണ്ഠൻ (ഇന്ദുചൂഡൻ) ഇക്കാര്യത്തിൽ ചെയ്ത സേവനം പ്രത്യേകം സ്മരണീയമാണ്.

പക്ഷികളുടെ ദേശാടനസ്വഭാവത്തെക്കുറിച്ച് കുട്ടിക്കാലത്തുതന്നെ ബോധ്യപ്പെടാൻ എനിക്കവസരം ലഭിച്ചിട്ടുണ്ട്. നൂറനാട്ടെ ഞങ്ങളുടെ വീട്ടിൽനിന്ന് ഒരു വിളിപ്പാടകലെയുള്ള മരങ്ങളിൽ മേടം–ഇടവമാസക്കാലത്ത് (മെയ്–ജൂൺ) എല്ലാ കൊല്ലവും മുറതെറ്റാതെ നൂറുകണക്കിന് പക്ഷികൾ കൂടൊരുക്കാനെത്തുമായിരുന്നു. പാറജംഗ്ഷൻ മുതൽ നൂറനാട് ജംഗ്ഷൻവരെയുള്ള റോഡരികിലുള്ള കൂറ്റൻമാവിലും ആഞ്ഞിലിയിലുമൊക്കെയാണ് പക്ഷികൾ കൂടൊരുക്കിയിരുന്നത്. വെള്ളരിപ്പക്ഷികളും നീർകാക്കകളും ചേരക്കോഴികളും പാതിരാകൊക്കുകളുമൊക്കെയുണ്ടായിരിക്കും. ഒന്നുംരണ്ടും കൂടുകളല്ല നൂറുകണക്കിന് കൂടുകളാണ് മരങ്ങളിൽ ഉണ്ടായിരുന്നത്. ഏതു പക്ഷിപ്രേമിയേയും ആഹ്ലാദിപ്പിക്കുന്ന കാഴ്ചയായിരുന്നത്. തുലാം–വൃശ്ചികമാസത്തോടെ (ഒക്ടോബർ–നവംബർ) പക്ഷികൾ പൂർണ്ണമായും കൂടൊഴിയുകയും ചെയ്യും. പിന്നീടുള്ള കാലത്ത് ഈ പക്ഷികളുടെ പൊടിപോലും കാണാനാവില്ല. എല്ലാ വർഷവും മുറതെറ്റാതെ ഈ പക്ഷികൾ ഞങ്ങളുടെ ഗ്രാമത്തിലേക്ക് എവിടെ നിന്നാണ് വരുന്നതെന്ന് കുട്ടിക്കാലത്ത് ഞാനദ്ഭുതപ്പെട്ടിട്ടുണ്ട്. അതും ഒരേ മരത്തിൽത്തന്നെ അവ കൂടൊരുക്കുന്നു. കനാലിനരികിലും മറ്റും മരങ്ങൾ ഉണ്ടെങ്കിലും അവിടെങ്ങും പക്ഷികൾ കൂടൊരുക്കിയിരുന്നില്ല. അതുപോലെ വിസ്തൃതമായ കരിങ്ങാലിപുഞ്ചയുടെ ഓരത്തും നീർപ്പക്ഷികൾ കൂടൊരുക്കി കണ്ടിട്ടില്ല. പോലീസ് സ്റ്റേഷൻ പരിസരത്തായാണ് പക്ഷികൾ കൂടൊരുക്കിയിരുന്നത്. നാട്ടുകാരും മറ്റും ശല്യം ചെയ്യാതിരിക്കാൻ പോലീസുകാരുടെ കാവലിൽ വന്നു കൂടൊരുക്കുകയാണീ പക്ഷികളെന്ന് വെറുതെ ഞങ്ങൾ പറയുമായിരുന്നു. ആദ്യകാലങ്ങളിൽ ചിലർ വന്ന് പക്ഷികളെ വേട്ടയാടിയിരുന്നു. അന്തിച്ചന്തയിൽ ചിലർ നീർകാക്കകളെയും മറ്റും പിടിച്ചുകൊണ്ടു വന്ന് വിൽക്കാൻ വച്ചിരുന്നതും ഓർക്കുന്നു. എന്നാൽ 'ഗ്രാമശ്രീ' എന്ന പേരിൽ പ്രകൃതിസംരക്ഷണസം

ഘടനയുണ്ടാക്കി ഞങ്ങൾ പക്ഷിവേട്ട തടഞ്ഞു. റോഡരികിലെ മരങ്ങൾ മുറിച്ചതും മറ്റു പല കാരണങ്ങൾകൊണ്ടും പക്ഷികളിൽ മഹാഭൂരിപക്ഷവും ഞങ്ങളുടെ ഗ്രാമത്തിലേക്കിപ്പോൾ വരാറില്ല. എന്നാൽ 2010-ൽ നൂറനാട്ടിനു സമീപമുള്ള ആദിക്കാട്ട് കുളങ്ങരയിലെ ഒരു വീട്ടുവളപ്പിൽ 150-ഓളം ചേരക്കോഴികളെ കാണാനായി. ഞങ്ങൾ നടത്തിയ പക്ഷി സർവ്വേയിൽ കേരളത്തിൽ 1500-ലധികം ചേരക്കോഴികൾ ഉണ്ടെന്ന് മനസ്സിലായിട്ടുണ്ട്. നെൽക്കൃഷിയും മറ്റുമില്ലാത്ത സാഹചര്യത്തിൽ നമ്മുടെ തണ്ണീർത്തടങ്ങൾ ചേരക്കോഴികൾക്ക് പറ്റിയ സാഹചര്യമൊരുക്കുന്നതുകൊണ്ടാകാം ലോകത്തിലെ പ്രധാന ചേരക്കോഴിത്താവളങ്ങളിലൊന്നായി കേരളം മാറുന്നതെന്നുവേണം അനുമാനിക്കാൻ. ലോകത്ത് 4000-ത്തോളം ചേരക്കോഴികൾ മാത്രമാണുള്ളതെന്നാണ് ചില പക്ഷി സർവ്വേകൾ പറയുന്നത്. പക്ഷികൾ പതിറ്റാണ്ടുകളായി ഞങ്ങളുടെ ഗ്രാമത്തിൽ വന്നുപോയെങ്കിലും ഇന്നും ഈ പക്ഷികൾ എവിടെ നിന്നാണ് കൂട്ടത്തോടെ കൂടുകൂട്ടാനായി എന്റെ ഗ്രാമത്തിലെത്തിയതെന്ന ചോദ്യത്തിന് വ്യക്തമായൊരു ഉത്തരം എനിക്കു പറയാനാവുന്നില്ല. പക്ഷികളിൽ താൽപ്പര്യമുള്ളവർ ഇന്ന് ഏറെയുണ്ടെങ്കിലും ഇത്തരം കാര്യങ്ങൾ കണ്ടെത്താൻ ശാസ്ത്രീയമാർഗങ്ങളിലൂടെ നമുക്കു കഴിയുന്നില്ലെന്നത് ഖേദകരമാണ്. എന്തായാലും പക്ഷികളുടെ ദേശാടനസ്വഭാവത്തെക്കുറിച്ചൊക്കെ ധാരാളം കാര്യങ്ങൾ ശാസ്ത്രലോകം വെളിപ്പെടുത്തിക്കഴിഞ്ഞു. ലോകമെമ്പാടുമുള്ള പ്രകൃതി ശാസ്ത്രജ്ഞർ പക്ഷികളെ സൂക്ഷ്മതയോടെ നിരീക്ഷിക്കുന്നതിന്റെ ഫലമായാണ് ഈ അറിവുകൾ നമുക്ക് ലഭിക്കുന്നത്. ഇതിനായി വിവിധ പ്രകൃതി പഠനസ്ഥാപനങ്ങളും പ്രവർത്തിച്ചു വരുന്നുണ്ട്. ഇത്തരത്തിൽ പ്രവർത്തിക്കുന്ന നമ്മുടെ രാജ്യത്തിലെ ഒരു പ്രമുഖ സ്ഥാപനമാണ് 'ബോംബെ നാച്യുറൽ ഹിസ്റ്ററി സൊസൈറ്റി'. ഇന്ത്യൻ പക്ഷിനിരീക്ഷകരുടെ ഗുരുവായി കരുതപ്പെടുന്ന സലിം അലി ഈ സ്ഥാപനത്തിന്റെ സാരഥികളിലൊരാളായിരുന്നു.

ഉഷ്ണരക്തമുള്ള ജീവികളിൽപ്പെട്ടതാണ് പക്ഷികൾ. നട്ടെല്ലുള്ള ജീവികളെ ഉഷ്ണരക്തമുള്ളവയെന്നും ശീതരക്തമുള്ളവയെന്നും രണ്ടായി തിരിക്കും. പക്ഷികളെപ്പോലെ മനുഷ്യരും ഉഷ്ണരക്തമുള്ള ജീവികളാണ്. മത്സ്യവും തവളയുമൊക്കെ ശീതരക്തമുള്ളവയാണ്. സമീപാന്തരീക്ഷത്തിലെ ഊഷ്മാവിനനുസരിച്ച് ശരീരോഷ്മാവ് ക്രമപ്പെടുത്താൻ കഴിവുള്ള ജീവികളാണ് ശീതരക്തമുള്ളവർ. അതുകൊണ്ട് എത്ര തണുപ്പുവന്നാലും ചൂടുവന്നാലും ശീതരക്തമുള്ള ജീവികൾ അതിജീവിച്ചുകൊള്ളും. എന്നാൽ ഉഷ്ണരക്തമുള്ള ജീവികളുടെ കാര്യമതല്ല. ശരീരോഷ്മാവ് സ്ഥിരമാക്കി സൂക്ഷിക്കുന്നവരാണവർ. കടുത്ത ശൈത്യം വന്നാൽ ഉഷ്ണരക്തമുള്ള ജീവികൾക്ക് താങ്ങാനാവുകയില്ല. ഓടി രക്ഷപ്പെടുകയേ മാർഗമുള്ളു. ഇക്കാരണങ്ങളാലാണ് പക്ഷികൾ ദേശാടനം നടത്തുന്നത്. അതിശൈത്യത്തിൽനിന്ന് രക്ഷപ്പെടാൻ കൂടുതൽ അനുയോജ്യമായ സ്ഥലത്ത് എത്തി കാലം കഴിക്കുന്നു. ഭൂമിയുടെ വടക്കു

നിന്ന് തെക്കോട്ടും നേരെ തിരിച്ചും ഇങ്ങനെ പക്ഷികൾ ദേശാടനം നടത്തുന്നുണ്ട്. പക്ഷികൾക്ക് ദേശാടനസ്വഭാവമുള്ളതുകൊണ്ട് ഏതുകാലത്തും സുഖകരമായ കാലാവസ്ഥയിൽ കഴിയാൻ കഴിയുന്നു. ഉത്തരാർദ്ധഗോളത്തിൽനിന്ന് ദക്ഷിണാർദ്ധഗോളത്തിലേക്കും നേരെ തിരിച്ചും ദേശാടനം നടത്തുന്ന പക്ഷികളാണ് ആർട്ടിക് ടേൺ. ഏറ്റവും വലിയ ദേശാടകൻ ആർട്ടിക് ടേണാണെന്നാണ് കരുതപ്പെടുന്നത്.

ഏതാണ്ട് 22000 മൈൽ ഓരോ വർഷവും ഈ പക്ഷികൾ സഞ്ചരിക്കുന്നു. എന്നാൽ മലമുകളിൽനിന്ന് മലയടിവാരത്തിലേക്കും തിരിച്ച് മലമുകളിലേക്കും ദേശാടനം നടത്തുന്ന പക്ഷികളും കൂട്ടത്തിലുണ്ട്. ദിശ തെറ്റാതെ ഈ പക്ഷികൾ എങ്ങനെ ദേശാടനം നടത്തുന്നു. ദേശാടനകാലമായെന്ന് അവ എങ്ങനെ അറിയുന്നു തുടങ്ങിയ കാര്യങ്ങൾ ഇന്നും ശാസ്ത്രലോകത്തിന് കണ്ടെത്താനായിട്ടില്ല. ദേശാടനസ്വഭാവം പക്ഷികളിൽ മാത്രമല്ല. ചിത്രശലഭങ്ങൾ, ചിലയിനം മത്സ്യങ്ങൾ എന്നിവയ്ക്കുമുണ്ട്. മത്സ്യങ്ങളും മറ്റും മുട്ടയിടാൻ അനുയോജ്യമായ സ്ഥലംതേടിയാണ് ദേശാടനം നടത്തുന്നതെന്നുമാത്രം. ഇങ്ങനെ എന്തെല്ലാം അദ്ഭുതങ്ങളാണെന്നോ ഓരോ ജീവിയേയും ചുറ്റിപ്പറ്റിയുള്ളത്. ഇതൊക്കെ അന്വേഷിച്ച് കണ്ടെത്തുക രസകരമല്ലേ.

തമിഴ്നാട്ടിലെ പക്ഷികളെ അടുത്തറിയാനുള്ള ഓരോ യാത്രയും അവിടത്തെ ഉൾനാടൻ ഗ്രാമപ്രകൃതിയും മനുഷ്യജീവിതവും കൂടി അടുത്തറിയാനുള്ള യാത്രകളായിരുന്നു. അപ്രതീക്ഷിതമായാണ് കൂന്തംകുളം പക്ഷിസങ്കേതത്തിലേക്ക് പോകുന്നത്. കൂന്തംകുളത്ത് പക്ഷികളെത്തിയതായി പത്രത്തിൽ വാർത്ത കണ്ടു. തിരുവനന്തപുരത്തുനിന്ന് വളരെ ദൂരയല്ല കൂന്തംകുളം. എങ്കിൽ ഒരു ദിവസത്തെ യാത്ര അവിടേക്കാകാമെന്നു കരുതി. ഞങ്ങളുടെ ആദ്യയാത്ര ഒരു മെയ് മാസത്തിലായിരുന്നുവെന്നാണെന്റെ ഓർമ. കടുത്ത ചൂടിലാണ് അവിടെ ചെന്നിറങ്ങിയത്. ആദ്യ ദർശനത്തിൽത്തന്നെ വർണക്കൊറ്റികളും പെലിക്കനുകളും കൂടൊരുക്കുന്ന കൂന്തംകുളം ഒരക്ഷയഖനിയായി തോന്നി. നീർപ്പക്ഷികളിലായിരുന്നു ഞങ്ങളുടെ നോട്ടം. എന്നാൽ അതിനപ്പുറത്ത് തമിഴ്നാട് മണ്ണിൽ മറഞ്ഞിരിക്കുന്ന അപൂർവപക്ഷികളെക്കുറിച്ചു യാതൊരറിവും അപ്പോഴെനിക്കുണ്ടായിരുന്നില്ല. ആ പക്ഷികളെ കാട്ടിത്തന്നത് കൂന്തംകുളത്തെ ബേർഡ്വാച്ചർ ബാൽപാണ്ഡ്യനാണ്. കൂന്തംകുളത്ത് ചെന്നില്ലായിരുന്നുവെങ്കിൽ *കിളിവാതിൽ* പരിപാടി നൂറ്റിഒന്ന് എപ്പിസോഡിൽ എത്തില്ലായിരുന്നു. കേരളത്തിലെമ്പാടും പക്ഷികളുണ്ടെങ്കിലും അവയെ ക്യാമറയിൽ പകർത്തുക വളരെ ദുഷ്കരമാണ്. പച്ചിലപ്പടർപ്പുകൾക്കുള്ളിലേക്കവ മറഞ്ഞുകളയും. തട്ടേക്കാട് പക്ഷിസങ്കേതത്തിൽപ്പോലും ഇതാണവസ്ഥ. എന്നാൽ തമിഴ്നാട്ടിൽ തുറന്ന ഭൂപ്രകൃതിയാണുള്ളത്. ഒരർഥത്തിൽ പക്ഷികൾക്ക് ജീവിക്കാൻ അനുയോജ്യമായ പ്രകൃതി തമിഴ്നാടാണ്.

യാത്രയിൽ തമിഴ്നാട്ടിലെ പ്രഭാതങ്ങളും സായംസന്ധ്യകളും ആസ്വദിക്കാനവസരം ലഭിച്ചു. ഏറ്റവും സുന്ദരമായ മഴവില്ലുകൾ ഞാൻ കാണു

ന്നത് തമിഴ്നാട്ടിൽ വച്ചാണ്. കേരളത്തിൽ നമുക്ക് ആകാശക്കീറുകൾ മാത്രമേ കാണാൻ കഴിയുകയുള്ളൂ. ആകാശത്തിന്റെ പ്രൗഢഗംഭീരമായ അനന്തവിസ്മയം ആസ്വദിക്കാൻ തമിഴ്നാട്ടിൽ കഴിയും. നീലമലകൾക്കു മുകളിലേക്ക് ഒഴുകിയിറങ്ങുന്ന മഴവിൽ വർണക്കൂട്ടുകൾ അഭൗമമായ ഒരനുഭൂതിയാണ് നമ്മിൽ കോരിനിറയ്ക്കുക. കാട്ടുവാത്ത കൂട്ടങ്ങളും നീർനാര കൂട്ടങ്ങളും പാറിപ്പറക്കുന്നതും വിസ്മയക്കാഴ്ച തന്നെ. നീർനാരകളുടെ കൂട്ടം എത്തുന്നത് പെരുംകുളത്താണ്. അവിടെയും പലപ്രാവശ്യം സന്ദർശിച്ചു. തമിഴ്നാട്ടിലെ യാത്രക്കിടയിലാണ് ക്രയിനിനെ കാണാനായത്. കൊമ്പൻ താറാവ് കൂന്തംകുളത്ത് കൂടൊരുക്കുന്നുണ്ടെന്ന് ആദ്യമായി കണ്ടെത്താൻ കഴിഞ്ഞത് *കിളിവാതിൽ* പരിപാടിയുടെ ധന്യതയാണ്. മയിൽക്കൂട്ടങ്ങളെ കണ്ടു. അവയുടെ പ്രണയനൃത്തവും ക്യാമറയിൽ പകർത്തി. പവിഴക്കാലികളുടെ മുട്ട വിരിഞ്ഞുവരുന്നത് ഞങ്ങൾക്ക് കാണാനായി. പുഴയോരത്ത് അവയുടെ നിരവധി കൂടുകൾ കണ്ടു. അതിലൊരു മുട്ട ഞങ്ങൾ വരുന്നതും കാത്ത് വിരിയാൻ തയാറെടുത്തു നിൽക്കുകയായിരുന്നു! വളരെ ലളിതമായ സൗകര്യങ്ങളുമായാണ് ഞങ്ങൾ പക്ഷികളെ തേടിയിറങ്ങുന്നത്. പരിമിതികൾക്കകത്തു നിന്നാണെങ്കിലും *കിളിവാതിലി*ന് മികച്ച നിലവാരം പുലർത്താനായെന്ന് ആത്മവിശ്വാസത്തോടെ പറയാനാവും.

കിളിവാതിൽ പരിപാടിയുടെ ആദ്യ എപ്പിസോഡുകളിലെ അനുഭവങ്ങൾ *കേരളത്തിലെ 21 പക്ഷികൾ* എന്ന പേരിൽ പുസ്തകമാക്കിയിരുന്നു. തമിഴ്നാടിന്റെ തെക്കൻ ജില്ലകളിലൂടെയുള്ള യാത്രാനുഭവങ്ങളും കേരളത്തിലെ 21 പക്ഷികളും ചേർത്താണ് *ദക്ഷിണേന്ത്യയിലെ പക്ഷികളുടെ* മൂന്നാം പതിപ്പ് തയ്യാറാക്കിയിരിക്കുന്നത്. ധാരാളംപേരോട് എനിക്ക് നന്ദി പറയാനുണ്ട്. കൈരളി ടിവിക്ക് നേതൃത്വം നൽകുന്നവർ, ക്രൂവിലെ അംഗങ്ങൾ, എഡിറ്റർമാർ, ശബ്ദം നൽകിയവർ, പക്ഷിനിരീക്ഷണ സുഹൃത്തുക്കൾ തുടങ്ങി ധാരാളം പേർ. *ദക്ഷിണേന്ത്യയിലെ പക്ഷികൾ* എന്ന പുസ്തകം മുഴുവൻ ക്ഷമയോടെ വായിക്കുകയും അവതാരിക എഴുതി അനുഗ്രഹിക്കുകയും ചെയ്ത ഡോ. കെ എസ് രവികുമാർ സാറിനോടുള്ള കടപ്പാട് നിസീമമാണ്. കവർ ചിത്രം തന്ന പ്രകൃതി ഫോട്ടോഗ്രാഫർ എൻ എ നസീർ, ഫോട്ടോഗ്രാഫർമാരായ സുരേഷ് സൂര്യശ്രീ, അമിതാഭ്ബച്ചൻ, പക്ഷിനിരീക്ഷകനായ പി കെ ഉത്തമൻ, ഇത് പുസ്തകരൂപത്തിലാക്കിയ ചിന്തയുടെ പ്രവർത്തകർ തുടങ്ങിയവരോട് നന്ദിയുണ്ട്. *കിളിവാതിൽ* പരിപാടിയുടെ വിജയത്തിനായി പ്രവർത്തിച്ച സുമനസ്സുകൾക്കായി ഈ ഗ്രന്ഥം സമർപ്പിച്ചുകൊള്ളുന്നു.

എല്ലാവർക്കും നന്മയുണ്ടാകട്ടെയെന്ന പ്രാർഥനയോടെ...

സി റഹിം

1

നാട്ടുമരംകൊത്തി

ഓരോ നാടിനും ഓരോ രുചിയുണ്ട്. ഈ കൊച്ചു കേരളത്തിലെ തന്നെ രുചിവൈവിധ്യം നമ്മെ അദ്ഭുതപ്പെടുത്തും. വടക്കേ മലബാറിലെ രുചിയല്ല തൃശൂർക്കാരുടേത്. പാലക്കാടൻ രുചിയുടെ തനിമ വേറെയാണ്. മധ്യതിരുവിതാംകൂറിന്റെ രുചി മറ്റൊന്നാണ്. തെക്കൻ തിരുവിതാംകൂറിന്റെ രുചി ഇതിൽ നിന്നെല്ലാം ഭിന്നമാണ്. ഭക്ഷണങ്ങളുടെ കൂട്ടിലും ശീലങ്ങളിലുമെല്ലാം ഈ വൈവിധ്യം കാണാം. കുറച്ചുകൂടെ സൂക്ഷ്മമായി പറഞ്ഞാൽ ഓരോ വീടിനും തനതായ ഭക്ഷണശീലവും രുചിയുമുണ്ടെന്നു കാണാം. നമ്മുടെ വീട്ടിൽ ഉണ്ടാക്കുന്ന സാമ്പാറിനും അടുത്തവീട്ടിലുണ്ടാക്കുന്ന സാമ്പാറിനും ഭിന്നരുചിയായിരിക്കും. പലപ്പോഴും ഒരേ സാധനങ്ങൾകൊണ്ടു തന്നെയാണ് രണ്ടു വീട്ടുകാരും സാമ്പാറുണ്ടാക്കുന്നതെങ്കിലും! തമിഴ്നാട്ടിലെ ഭക്ഷണശീലങ്ങളോട് എനിക്കത്ര അടുപ്പമില്ല. കഴിവതും മലയാളികളുടെ ഹോട്ടൽ തേടിപ്പിടിച്ചുപോയി ഉണ്ണുന്നതാണ് ശീലം. എന്നാൽ തമിഴ്നാട്ടിലെ ഊണിനോടുള്ള എന്റെ ധാരണ അപ്പാടെ മാറ്റിമറിച്ചത് മൊനുഞ്ചപ്പെട്ടിയിലുള്ള ഒരു ചെറിയ ഹോട്ടലിലെ ഊണാണ്. മൊനുഞ്ചപ്പെട്ടി പോസ്റ്റ് ഓഫീസിനു സമീപം അച്ഛനും അമ്മയും മകനും ചേർന്ന് നടത്തുന്ന ഒരുമുറി ഹോട്ടൽ. തമിഴ് പിള്ളമാരാണ്. അവിടുത്തെ ഭക്ഷണത്തിന്റെ രുചി തമിഴ്നാട്ടിലെ രുചിഭേദങ്ങളെക്കുറിച്ച് ചിന്തിക്കാൻ എന്നെ പ്രേരിപ്പിച്ചു. ഈ ചെറിയ ഹോട്ടലിലെ അവിയലായാലും തീയ്യലായാലും എന്തിന് മോരുപോലും അതീവസ്വാദുള്ളതാണ്. പക്ഷികളെ തേടിയുള്ള ഞങ്ങളുടെ യാത്രകളിൽ കഴിവതും മൊനുഞ്ചപ്പെട്ടിയിലെത്തി ഉച്ച ഊണെന്നത് നിർബ്ബന്ധമായി. തമിഴ്നാടിനെ കൂടുതൽ അറിയുംതോറും നമ്മളവരെ കൂടുതൽ സ്നേഹിച്ചുപോകും. തമിഴർ രണ്ടാംതരക്കാരാണെന്ന ഒരു തെറ്റായ ധാരണ മലയാളികളായ നമ്മൾ വച്ചുപുലർത്തുന്നുണ്ട്. 'പാണ്ടികളെന്ന' വിളിതന്നെ ഒരു പുച്ഛരസത്തോ

ടെയാണ്. എന്നാൽ പ്രാചീനമായ ഈ സംസ്കൃതിക്ക് പകരം നിൽക്കാൻ ഇളംതലമുറക്കാരായ നമുക്കാവില്ലെന്ന് തമിഴ്നാട്ടിലേക്ക് കണ്ണുതുറന്നുവയ്ക്കുന്ന ആരും സമ്മതിച്ചു പോകും.

സെപ്തംബറിൽ ഞങ്ങൾ കൂന്തംകുളത്തെത്തിയത് വലിയ പ്രതീക്ഷകൂടാതെയാണ്. ഇക്കാലത്ത് നീർപ്പക്ഷികളെല്ലാം കൂടൊഴിഞ്ഞിരിക്കും. മറ്റ് പക്ഷികളെ കണ്ടെത്തിയാൽ ത്തന്നെ അതിനെ ക്യാമറയിൽ പകർത്തുക ബുദ്ധിമുട്ടാണ്. കൂടുണ്ടെങ്കിൽ അതിനരികിൽ തമ്പടിച്ചാൽ എപ്പോഴെങ്കിലും പക്ഷിയവിടെ വരുമെന്നുറപ്പിക്കാം. മറ്റ് പക്ഷികളുടെ കാര്യമങ്ങനെയല്ലല്ലോ. ഏതുനിമിഷവും അതു പറന്നകന്നുകളയും. സെപ്തംബറിൽ കൂന്തംകുളത്തെ തടാകം വറ്റിവരണ്ടിരിക്കും. ബാബുൾ മരങ്ങൾ നിറംമങ്ങി നിൽപ്പുണ്ടാവും. എങ്കിലും വലിയ മൈതാനംപോലെ കിടക്കുന്ന ചിറയിൽ കണ്ണെത്താദൂരത്ത് നിരനിരയായി നിൽക്കുന്ന ബാബുൾമരങ്ങൾ ഒരു പ്രത്യേക അനുഭവമാണ് നമ്മിൽ കോരിനിറയ്ക്കുക. വിജനമായ ആ പ്രദേശത്തുകൂടി ഒറ്റയ്ക്കു നടന്നുനീങ്ങുമ്പോൾ വല്ലാത്തൊരേകാന്തത നമ്മെ വന്നുപൊതിയും. ഇക്കാലത്ത് ബാബുൾമരങ്ങളിൽ നാട്ടുമരംകൊത്തി കൂടൊരുക്കുക പതിവാണ്. അവയുടെ ഒരു പ്രത്യേക തരത്തിലുള്ള കരച്ചിൽ കൂടിയാവുമ്പോൾ അവാച്യമായൊരനുഭൂതി തരംഗങ്ങൾ നമ്മിൽ വന്നുനിറയും. പ്രാചീനതയുടെ വിരൽസ്പർശം. സെപ്തംബറിലെ യാത്ര വെറുതെയായില്ല. ബാബുൾമരങ്ങളിലൊന്നിൽ നാട്ടുമരംകൊത്തി കൂടുകൾ കാണാനായി. കടുകട്ടിയായ ബാബുൾ മരത്തിന്റെ തടി തുരന്നു ഭംഗിയുള്ള കൂട് നിർമ്മിച്ച നാട്ടുമരംകൊത്തികളെ മനസാ നമിച്ചു. പ്രകൃതിയെന്ന മഹാവിസ്മയത്തിനു മുമ്പിൽ വിനയാന്വിതനാവാൻ ഇത്തരം ദൃശ്യങ്ങൾ നമ്മെ പ്രേരിപ്പിക്കുന്നു.

സഞ്ജീവെന്ന പുതിയ ക്യാമറാമാനായിരുന്നു എന്നോടൊപ്പമുണ്ടായിരുന്നത്. ബാബുൾമരങ്ങൾക്കിടയിൽ ഒരു മറയൊരുക്കി ക്യാമറാമാനെ അതിനുള്ളിലാക്കി. ഞാൻ കുറച്ചകലെയായി ഒരു മരത്തിനു മറഞ്ഞിരുന്നു. പ്രതീക്ഷിച്ചതുപോലെ നാട്ടുമരംകൊത്തി അതിന്റെ എല്ലാ സൗന്ദര്യവും പ്രദർശിപ്പിച്ചുകൊണ്ട് കൂട്ടിനരികിലെത്തി. അഭിമാനിയായ ഈ

തറവാടിയെ പണ്ടേ എനിക്കിഷ്ടമാണ്. ഒരു രാജകലയുള്ള പക്ഷിയാണിതെന്നാണ് എന്റെ അഭിപ്രായം. സ്വർണ്ണച്ചായം തേച്ചുപിടിപ്പിച്ചതുപോലെയുള്ള പുറംമേനി. ഇളംവെയിൽ കായുമ്പോൾ സുവർണ്ണപ്രഭ ഈ പക്ഷിക്കു ചുറ്റും പരക്കുന്നതുകാണാം. പിടലി കറുപ്പാണ്. തലയിൽ ചുവന്ന തൊപ്പി ധരിച്ചിട്ടുണ്ട്. തുർക്കി രാജകുമാരനെയാണത് ഓർമ്മിപ്പിക്കുക. ചുവന്ന തലയുടെ മുകൾഭാഗവും കറുപ്പാണ്. എന്നാൽ പൂവനിൽനിന്ന് ചില്ലറ വ്യത്യാസം പിടയ്ക്കു കാണാം. പിടയ്ക്ക് തലയുടെ പിൻപകുതിയും ശിഖയും മാത്രമേ ചുകപ്പുള്ളു. ആണും പെണ്ണും സുന്ദരനും സുന്ദരിയുമാണെന്നതിൽ യാതൊരു സംശയവും വേണ്ട.

നാട്ടുമരംകൊത്തികളുടെ വാൽ മറ്റ് പക്ഷികളിൽനിന്ന് വ്യത്യസ്തമാണ്. കണ്ടാൽ മുറ്റമടിച്ച് മുറ്റമടിച്ച് തേഞ്ഞുപോയ ഒരു ചൂലുപോലെയിരിക്കും. ഈ കുറ്റിവാൽ കുത്തനെയുള്ള മരങ്ങളിൽ അള്ളിപ്പിടിച്ചു കയറാൻ ഈ പക്ഷികൾക്ക് ഏറെ സഹായകരമാണ്. Kerala Golden Backed Wood pecker എന്നാണിതിന്റെ ഇംഗ്ലീഷ് പേർ. ഒരു മലയാളിബന്ധം ഈ പേരിൽത്തന്നെയുണ്ടെങ്കിലും ഇതിന്റെ കൂടും മറ്റും കണ്ടെത്തി ഷൂട്ടു ചെയ്തത് തമിഴ്നാട്ടിൽ വച്ചാണ്. പലപ്പോഴും നമ്മുടെ കാട്ടിലും മറ്റും കയറി പക്ഷികളെ ഷൂട്ടുചെയ്യുന്നതിന് വനംവകുപ്പ് പൊതുവെ അനുവദിക്കാറില്ല. ഓരോരോ കാരണം പറഞ്ഞ് നിരുത്സാഹപ്പെടുത്തും. കാട്ടിൽ കയറി ഷൂട്ടുചെയ്യുന്നതിന് കനത്ത ഫീസും ഈടാക്കും. വിദ്യാഭ്യാസപരമായ പരിപാടിക്കെങ്കിലും ഇതിൽ ഇളവ് അനുവദിക്കേണ്ടതാണ്. എന്നാൽ നമ്മുടെ വനംവകുപ്പിനെ അപേക്ഷിച്ച് തമിഴ്നാട്ടിലെ വനംവകുപ്പധികൃതർ ഇക്കാര്യത്തിൽ ഏറെ പ്രോത്സാഹനം നൽകുന്നുവെന്നത് അഭിമാനകരമാണ്. (ഫ്രോഗ് മൗത്തിനെയും മറ്റും ഷൂട്ടുചെയ്യുന്നതിന് നമ്മുടെ വനംവകുപ്പ് ഉദ്യോഗസ്ഥർ അനുമതി നൽകിയെന്നത് നന്ദിപൂർവ്വം ഓർക്കുന്നു). മണിക്കൂറുകളോളം ബാബുൾ മരങ്ങൾക്കിടയിലിരുന്നതിനു ഫലംകിട്ടി. ധാരാളം നല്ല ദൃശ്യങ്ങൾ പകർത്താനായി. ഇതിനിടയിൽ ക്യാമറയിൽ ടേപ്പ് തീർന്നുപോയി. ഞാൻ ടേപ്പ് എടുക്കാനായി മരങ്ങൾക്കിടയിൽനിന്ന് പുറത്തേക്കിറങ്ങിയപ്പോൾ ഒരു പട്ടി എന്റടുത്തേക്കോടിവന്നത് നെഞ്ചിടിപ്പോടെ മാത്രമേ ഓർക്കാനാവൂ. പട്ടി ആക്രമിക്കാൻ വന്നാൽ നേരിടുക മാത്രമേ വഴിയുണ്ടായിരുന്നുള്ളു. വെപ്രാളപ്പെട്ട് ഒരു കല്ല് പരതി കണ്ടെത്തിയപ്പോഴാണ് ഒരാശ്വാസമുണ്ടായത്. എന്തായാലും പട്ടി ആക്രമിക്കാനൊന്നും നിൽക്കാതെ അതിന്റെ പാട്ടിനുപോയി.

നാട്ടുമരംകൊത്തിയുടെ കുഞ്ഞിനെ ഞാനടുത്തു പരിചയപ്പെടുന്നത് നൂറനാട്ടെ എന്റെ കുടുംബവീടിനടുത്തുള്ള ഒരു വീട്ടിൽ വച്ചാണ്. അവർക്കൊരു മരംകൊത്തി കുഞ്ഞിനെ കിട്ടി. ഞാനതിനെ കയ്യിലെടുത്തു പരിശോധിച്ചു. പറക്കമുറ്റാത്ത ഒരു പാവം കുഞ്ഞ്. കൂടെക്കൂടെയതു നാക്കു നീട്ടുന്നുണ്ടായിരുന്നു. ചേര നാക്ക് നീട്ടുംപോലെ. കുഴൽപോലെ നീണ്ട ഈ നാക്കുകൾ കൊണ്ടാണ് ചെറിയ സുഷിരങ്ങളിൽനിന്ന് ചെറുജീവികളെ ഇതു പിടിച്ചെടുക്കുന്നതെന്ന് എനിക്കു മനസിലായി. മരംകൊത്തി കുഞ്ഞിനെ പുറത്തിറക്കിവിട്ടാൽ കാക്ക കൊത്തിത്തിന്നുമെന്ന ഭയത്തിൽ

ഒരു കൂട്ടിലിട്ട് മുറ്റത്ത് തൂക്കി. അപ്പോൾ അതിന്റെ തള്ളയും തന്തയും വന്ന് തീറ്റകൊടുക്കാൻ തുടങ്ങി. കുറച്ചുദിവസം അങ്ങനെ മരംകൊത്തി കുഞ്ഞ് മുറ്റത്തെ കൂട്ടിൽ കിടന്നു. ഒരു ദിവസം അത് അച്ഛന്റെയും അമ്മയുടെയും ഒപ്പം പറന്ന് പോകുകയും ചെയ്തു. എന്തായാലും മരംകൊത്തികളെ നിരീക്ഷിക്കുക രസമുള്ള കാര്യമാണ്. മരത്തിൽ ഒരു മരംകൊത്തിയിരിക്കുന്നതു കണ്ടാൽ നമ്മൾ അതിനെ ഒന്നു നോക്കുകയേ വേണ്ടു. അതുടൻ മരത്തിന്റെ എതിർഭാഗത്തേക്ക് മറയും. നമ്മൾ അവിടെ ചെന്നു നോക്കിയാൽ നേരെ എതിർഭാഗത്തേക്ക് മാറിക്കളയും. ഇങ്ങനെ മരംകൊത്തികളുമായി ഒളിച്ചിരിപ്പുകളി നടത്തുന്നത് എന്റെ കുട്ടിക്കാല വിനോദങ്ങളിലൊന്നായിരുന്നു.

എന്റെ കളിക്കൂട്ടുകാരായ നാട്ടുമരംകൊത്തികളോട് എനിക്ക് ഒരു പ്രത്യേക വാത്സല്യമുണ്ട്. നാട്ടുമരംകൊത്തികളുടെ ഉച്ചത്തിലുള്ള ക്ളെർ... ക്ളെർ... ക്ളെർ... എന്നിങ്ങനെയുള്ള ശബ്ദം കേൾക്കുമ്പോഴൊക്ക നമ്മുടെ നാട്ടിൽ മുമ്പ് മംഗളകർമ്മങ്ങളിലും മറ്റും സ്ത്രീകൾ മുഴക്കിയിരുന്ന കുരവയാണെനിക്കോർമ്മ വരുക. കൈവിരലുകളിലൊന്ന് വായിൽ തിരുകി നാക്കു ചലിപ്പിച്ചാണ് കുരവ ഉതിർക്കുക. കല്യാണത്തിന് താലികെട്ടുമ്പോൾ ഇത്തരത്തിൽ കുരവ ഉയർന്നിരുന്നതു ഇന്നൊരോർമ്മ മാത്രമായി മാറിയിട്ടുണ്ട്. ഇത്തരത്തിലുള്ള സാംസ്കാരിക ചിഹ്നങ്ങളൊക്കെ നമ്മുടെ ജീവിതത്തിൽനിന്ന് പടിയിറങ്ങുകയാണ്. ഒരൊറ്റ സംസ്കാരമായി ലോകം മുഴുവൻ മാറിക്കൊണ്ടിരിക്കുകയാണെന്ന് ഞാൻ ഭയപ്പെടുന്നു. ഈ കുരവയിടീൽ നമ്മുടെ നാട്ടിൽ മാത്രമേയുള്ളൂവെന്നാണ് ഞാൻ കരുതിയിരുന്നത്. എന്നാൽ ചില അറേബ്യൻ സിനിമകൾ കാണാനിടയായപ്പോൾ അവിടെയും സ്ത്രീകൾ കുരവ ഉതിർക്കുന്നതു കാണുകയുണ്ടായി. ഒരുപക്ഷെ കുരവയിടീൽ ലോകത്തിന്റെ എല്ലാ ഭാഗത്തും നിലനിന്നിരിക്കാം. കുറഞ്ഞപക്ഷം ഏഷ്യൻ രാജ്യങ്ങളിലെങ്കിലും ഉണ്ടായിരുന്നിരിക്കണം. നമ്മുടെ വീട്ടുവളപ്പിലെ മരങ്ങളിൽ വന്നിരുന്നു കുരവയിടുന്ന നാട്ടുമരംകൊത്തികളെ ശ്രദ്ധിച്ചിട്ടില്ലാത്തവർ കുറവായിരിക്കും. വീട്ടിനു മുകളിലൂടെ നാട്ടുമരംകൊത്തികൾ ചിലച്ചുകൊണ്ട് പറന്നുപോയാൽ വീട്ടിൽ ശണ്ഠയുണ്ടാകുമെന്നൊരു വിശ്വാസം നാട്ടിൽ പ്രചരിച്ചിട്ടുണ്ട്.

2

രമണിക്കൊക്ക്

തമിഴ്നാട്ടിലെ ഏറ്റവും സുന്ദരമായ കാലം ഡിസംബർ – ജനുവരി മാസങ്ങളാണെന്നാണെനിക്കു തോന്നുന്നത്. അന്തരീക്ഷത്തിന് ആകപ്പാടെ ഒരു കുളിർമ്മയുണ്ടാകും. മഴക്കാലം ഏതാണ്ടവസാനിക്കുന്ന കാലമായതിനാൽ തണ്ണീർത്തടങ്ങളെല്ലാം നിറഞ്ഞുകിടപ്പുണ്ടാവും. മരങ്ങളെല്ലാം തളിരണിഞ്ഞ് കണ്ണിനഴകായി നിൽപ്പുണ്ടാകും. വരണ്ടുകിടന്ന പാടങ്ങളെല്ലാം ഉഴുതുമറിച്ച് കൃഷിയിറക്കിയിട്ടുണ്ടാവും. എന്തിന് ഇവിടുത്തെ മനുഷ്യർക്കുപോലും ഒരു പ്രത്യേക ചന്തംവരുന്ന കാലമാണിത്. തമിഴ്നാട്ടിൽ ദേശാടനപ്പക്ഷികളുടെ കൂട്ടം വന്നിറങ്ങുന്നതും ഇക്കാലത്താണ്. ദേശാടനപ്പക്ഷികളെത്തേടി തമിഴ്നാട്ടിന്റെ ഊടുവഴികളിലൂടെ ഞാനേറെ സഞ്ചരിച്ചിട്ടുണ്ട്. എന്റെ സഞ്ചാരം കൂടുതലും തമിഴ്നാടിന്റെ തെക്കൻ ജില്ലകളിൽ ആയിരുന്നുവെന്നു മാത്രം. തമിഴ്നാട്ടിലെ നിഷ്കളങ്കമായ ഗ്രാമീണജീവിതം എന്നെ ഏറെ ആകർഷിച്ചിട്ടുണ്ട്. ഒരുപക്ഷെ കേരളത്തിനു കൈമോശം വന്ന ഒരു ഗ്രാമ്യജീവിതം തമിഴ്നാട്ടിലൂടെയുള്ള യാത്രകളിലാണ് ഞാൻ കണ്ടെടുക്കുന്നത്. ഹാഫ്സാരി ചുറ്റിയ തമിഴ്പെൺകുട്ടികൾ പത്തുമുപ്പതുവർഷം മുമ്പുള്ള കേരളീയ ഗ്രാമങ്ങളുടെ ഗൃഹാതുരത്വമുള്ള ഒരോർമ്മയാണ് കോരിനിറയ്ക്കുക. ഹാഫ്സാരി ചുറ്റിയ പെൺകുട്ടികളെ ഇന്ന് കേരളത്തിന്റെ ഏതെങ്കിലും കോണിൽ കാണാൻ കഴിയുമോയെന്നെനിക്കറിയില്ല. എന്തായാലും ഡിസംബർ–ജനുവരി മാസങ്ങളിൽ തമിഴ് കുഗ്രാമങ്ങളിലൂടെയുള്ള യാത്രകൾ കുളിർമ്മയുള്ള ഒരനുഭവമായിരിക്കുമെന്നതിൽ സംശയമില്ല.

ഡിസംബറിന്റെ സൗന്ദര്യം നുണഞ്ഞ് ഞങ്ങൾ തമിഴ്നാട്ടിലെ ഉൾനാടൻ പ്രദേശങ്ങളിലൂടെ സഞ്ചരിക്കുകയാണ്. കോടൻകുളം ഭാഗത്ത് ധാരാളം തലവരയൻ വാത്തകൾ എത്തിയിട്ടുണ്ടെന്നറിഞ്ഞാണ് യാത്ര. മഴ കുറവായിരുന്നതിനാൽ തടാകത്തിന്റെ ഒരു ഭാഗത്തുമാത്രം കുറച്ചു

വെള്ളം കെട്ടിക്കിടപ്പുണ്ട്. ആയിരക്കണക്കിന് ഏക്കർ വരുന്ന മറ്റു ഭാഗങ്ങളെല്ലാം വരണ്ടു മരുഭൂമിപോലെ കിടക്കുകയാണ്. വിജനമായ ആ പ്രദേശത്തുകൂടി വണ്ടി ഓടിക്കൊണ്ടിരുന്നു. കന്നുകാലികളെ മേച്ചുകൊണ്ട് ചിലർ വിദൂരതയിലൂടെ സഞ്ചരിക്കുന്നുണ്ട്. പ്രതീക്ഷിച്ചതുപോലെ തലവരയൻ വാത്തകളുടെ ഒരു വൻസംഘം തടാകക്കരയിൽ വിശ്രമിക്കുന്നതു കണ്ടു. വാത്തക്കൂട്ടങ്ങൾ നിലത്തു മുളച്ചുനിൽക്കുന്ന ചെറുപുല്ലുകൾ കൊത്തിത്തിന്ന് നടന്നുനീങ്ങുന്ന കാഴ്ച അപൂർവ്വമായൊരനുഭവമാണ്. ഇത്രയധികം തലവരയൻ വാത്തകളെ അടുത്തുകാണാൻ കഴിയുകയെന്നതുതന്നെ മഹാഭാഗ്യമാണ്. തലവരയൻ വാത്തകളെ കണ്ടുകണ്ടുപോകുന്നതിനിടയിൽ വണ്ടി ചെളിയിൽ പുതഞ്ഞു. ഭയാശങ്കയോടെ ഞങ്ങൾ ചാടി ഇറങ്ങി. നോക്കെത്താദൂരം വിജനമായ പ്രദേശമാണ്. ഒന്നു വെള്ളം കുടിക്കണമെങ്കിൽ പത്തുകിലോമീറ്ററെങ്കിലും കുറഞ്ഞതവിടെ നിന്ന് സഞ്ചരിക്കേണ്ടി വരും. മുമ്പൊരിക്കൽ ഇവിടെയെത്തിയപ്പോഴും വണ്ടി ഇതുപോലെ പുതഞ്ഞത് ഞാനോർത്തു. എന്തായാലും എല്ലാവരുംകൂടി ഒത്തുപിടിച്ച് വണ്ടി കരയ്ക്കു കയറ്റി. പിന്നെ വളരെ സൂക്ഷ്മതയോടെയാണ് വണ്ടി ഓടിച്ചത്. സുരക്ഷിതമായ സ്ഥാനത്ത് വണ്ടി നിർത്തിയിട്ടശേഷം നടക്കുകയായിരുന്നു.

ആയിരക്കണക്കിന് വരുന്ന തലവരയൻ വാത്തകൾക്കൊപ്പം ഒരപൂർവ്വ വിരുന്നുകാരനെ ഞങ്ങൾക്ക് കാണാനായി. ഡിമോയ്സെൽ ക്രയിൻ (രമണികൊക്ക്). എനിക്കാഹ്ലാദം അടക്കാനായില്ല. മാധ്യമപ്രവർത്തകർക്കായി സർക്കാർ സംഘടിപ്പിച്ച ഒരു യാത്രയുടെ ഭാഗമായി രാജസ്ഥാനിലെ ഭരത്പൂർ പക്ഷിസങ്കേതത്തിൽ ഒന്നിറങ്ങാൻ എനിക്കവസരം ലഭിച്ചിരുന്നു. എന്നാൽ കൂടെയുള്ള സുഹൃത്തുക്കൾക്ക് പക്ഷികളിൽ താല്പര്യമില്ലാതിരുന്നതിനാൽ പക്ഷികളെ കണ്ടുവരാൻ അവർ കുറച്ചുസമയം മാത്രമെ എനിക്ക് അനുവദിച്ചുള്ളു. ഇതിനിടയിൽ ക്രയിനുകളെ കാണാൻ എനിക്കു കഴിഞ്ഞില്ല. വിവിധ ജാതി ക്രയിനുകൾ വിരുന്നിനെത്തുന്ന ഇന്ത്യയിലെ പ്രശസ്തമായ ഭരത്പൂർ പക്ഷിസങ്കേതത്തിലെത്തിയിട്ടും ക്രയിനുകളിൽ ഒന്നിനെപ്പോലും കാണാൻ കഴിഞ്ഞില്ലല്ലോ എന്ന ദുഃഖത്തോടെയാണ് ഞാനവിടെ നിന്നു മടങ്ങിയത്. എന്നാൽ അപ്രതീക്ഷിതമായി തമിഴ്നാട്ടിലെ ഈ കോടൻകുളത്ത് ഡിമോയ്സെൽ ക്രയിൻ വന്നു നിൽക്കുന്നു. എനിക്കാഹ്ലാദം അടക്കാനായില്ല. ഞാൻ ബൈനോകുലറുമായി മതിയാവോളം അതിനെ നോക്കിക്കണ്ടു. Sx ക്യാമറയുമായി ഉണ്ണിയും തന്റെ ജോലിതുടങ്ങി. ഒരൊറ്റപക്ഷി മാത്രമേ ഉണ്ടായിരുന്നുള്ളൂവെന്നതിനാൽ സുരക്ഷിതമായൊരകലം പാലിച്ചാണ് ഞങ്ങൾ നിന്നത്.

ഡിമോയ്സെൽക്രയിനിനെ ആകെപ്പാടെ ഒന്നു നോക്കിയപ്പോൾ ഹാഫ്സാരി ചുറ്റിയ ഗ്രാമീണപെൺകൊടിയെയാണെനിക്കോർമ്മ വന്നത്. മാറിലൂടെ തലയിലേക്ക് ഒരു കറുത്ത സാരിചുറ്റിയിരിക്കുന്നു. ബാക്കി ഭാഗങ്ങളെല്ലാം ചാരനിറമാണ്. തലയിലെ വെള്ളത്തൂവലുകൾ ഒരു

ആഢ്യത്വം ഈ പക്ഷിക്ക് നൽകുന്നുണ്ട്. സാരസക്രയിനുകളുമായി താരതമ്യം ചെയ്യുമ്പോൾ ചെറിയ പക്ഷിയാണിത്. എന്നാൽ നമ്മുടെ മറ്റ് കൊക്ക് വർഗ്ഗക്കാരുമായി നോക്കുമ്പോൾ ഏറ്റവും തലയെടുപ്പുള്ള പക്ഷി ഇതാവും. സാരസക്രയിനുകളെപ്പോലെ ചുവന്ന കഴുത്തോ കാലുകളോ ഇവയ്ക്കില്ല. ഇരുണ്ടകാലുകളാണ്. ഡിമോയ്സെൽ ക്രയിനിന് മലയാളത്തിൽ രമണികൊക്കെന്ന് പേർ ചൊല്ലി വിളിക്കാറുണ്ട്. എന്തായാലും ചാരക്കറുമ്പൻകൊക്ക് എന്നിവയെ വിളിക്കാനാണെനിക്കിഷ്ടം. ആദികാവ്യം പിറക്കുന്നതിനു കാരണം ക്രയിനുകളാണല്ലോ എന്നു ഞാനോർത്തു. ക്രയിനുകളുടെ കുടുംബജീവിതം വളരെ മാതൃകാപരമാണ്. പ്രണയം തെല്ലും ചോരാതെ ഒരു ജീവിതകാലം മുഴുവൻ ഒരിണയോടൊപ്പം കഴിയുന്ന പക്ഷികളാണിത്. ഇതിലൊന്നിനെ അമ്പെയ്തു വീഴ്ത്തിയ കാട്ടാളനോടാണ് ആദികവി വാല്മീകി പറഞ്ഞത്.

"മാനിഷാദഃ പ്രതിഷ്ഠാംത്വം-
മഗമഃ ശാശ്വതിസമാഃ
യത്ക്രൗഞ്ചമിഥുനാദേക-
മവധീഃ കാമമോഹിതം!".

ക്രയിനുകളുടെ എണ്ണം ലോകമെമ്പാടും കുറഞ്ഞുവരുകയാണ്. ക്രയിനുകളുടെ വംശവർദ്ധനവിനായി അമേരിക്ക ആസ്ഥാനമായി ഒരു ക്രയിൻ ഫൗണ്ടേഷൻ പ്രവർത്തിക്കുന്നുണ്ട്. ഒരിക്കൽ ഇവിടെ അടവച്ചിറക്കിയ ക്രയിൻകുഞ്ഞുങ്ങളെ കാണാൻ അന്ന് പ്രധാനമന്ത്രിയായിരുന്ന ഇന്ദിരാഗാന്ധി അവിടെ സന്ദർശിക്കുകയുണ്ടായി. അവരുടെ സന്ദർശനത്തിന്റെ ഓർമ്മയ്ക്കായി ആ ക്രയിൻ കുഞ്ഞുങ്ങൾക്ക് ഗാന്ധിയെന്നു നാമകരണം ചെയ്തിരുന്നു. എന്തായാലും ക്രയിനുകൾ വിരുന്നിനെത്തുന്ന രാജ്യങ്ങളിൽ ഒന്നാണ് ഇന്ത്യയെന്നതിൽ നമുക്കഭിമാനിക്കാം.

3

ഉപ്പൂപ്പൻ

കുട്ടിക്കാലത്തുതന്നെ എന്നെ അദ്ഭുതപ്പെടുത്തിയ പക്ഷിയാണ് ഉപ്പൂപ്പൻ. സുന്ദരമായ കിരീടവും അഴകാർന്ന ശരീരപ്രകൃതിയുമുള്ള പക്ഷിയാണിത്. പള്ളിമുക്കം ക്ഷേത്രപരിസരത്തുവച്ചാണീ പക്ഷിയെ ഞാനാദ്യമായി കാണുന്നത്. കറ്റമെതിക്കുന്ന കളത്തിൽ ചിതറിവീണു കിടക്കുന്ന നെൽമണികൾക്കിടയിൽ എന്തോ കൊത്തിപ്പെറുക്കുകയായി രുന്നു. ആദ്യകാഴ്ചയിൽത്തന്നെ ആളെയെനിക്കിഷ്ടപ്പെട്ടു. പിന്നെ പല പ്രാവശ്യം ഞാനീ പക്ഷിയെ കണ്ടിട്ടുണ്ട്. ഉപ്പൂപ്പൻ പക്ഷിയെകുറിച്ച് മറ്റു ള്ളവരോട് പറയുമ്പോൾ അവർ 'ഉപ്പൻ' പക്ഷിയാണോയെന്നാണ് ചോദി ക്കുക. പക്ഷിയുടെ രൂപവും ഭാവവുമൊക്കെ വിശദീകരിക്കുമ്പോൾ അത് മരംകൊത്തിയായിരിക്കും എന്നാവും കമന്റ്. പലരും ഈ പക്ഷിയെ കാര്യമായി ശ്രദ്ധിക്കുന്നില്ലെന്ന് എനിക്ക് തോന്നിയിട്ടുണ്ട്. എന്നാൽ ഈജി പ്ത്, പേർഷ്യ, അറേബ്യ തുടങ്ങിയ രാജ്യങ്ങളിൽ ഉപ്പൂപ്പനുകളെ ചുറ്റി പ്പറ്റി ധാരാളം കഥകൾ പ്രചരിച്ചിട്ടുണ്ട്. അവിടത്തുകാർ ഈ പക്ഷിയെ കാര്യമായി ശ്രദ്ധിക്കുന്നുവെന്നതിന്റെ തെളിവാണീ കഥകൾ.

ഇവിടെ പല പക്ഷികളെക്കുറിച്ചും ധാരാളം കഥകൾ മെന ഞ്ഞെടുത്തിട്ടുള്ള നമ്മുടെ പൂർവ്വികർ ഉപ്പൂപ്പനെക്കുറിച്ച് വല്ല കഥയും ഉണ്ടാക്കിയിട്ടുണ്ടോ എന്നെനിക്കറിയില്ല. പൊന്നാനിയിൽ ഉപ്പൂപ്പനെ 'പുതി യാപ്ലാപക്ഷി'യെന്നു വിളിച്ചു കേൾക്കാറുണ്ട്. പുതിയാപ്ലയെപ്പോലെ തല പ്പാവ് ചൂടി ഒരുങ്ങി നടക്കുന്നതിനാലാവണം ഈ പേരുവീഴാൻ കാര ണം. ഈജിപ്തിലെ പുരാതന ഗുഹകളിൽ ഉപ്പൂപ്പൻപക്ഷിയുടെ ചിത്ര ങ്ങൾ വരച്ചുവച്ചിരിക്കുന്നതു കാണാം. മൂവായിരത്തിലധികം വർഷത്തെ പഴക്കമെങ്കിലും ഈ ചിത്രങ്ങൾക്കുണ്ടാവും. പ്രാചീനകാലത്തുതന്നെ അവിടത്തുകാർ ഈ പക്ഷിയെ ശ്രദ്ധിച്ചിരുന്നുവെന്നതിന്റെ തെളി വാണിത്. അതുപോലെ പേർഷ്യയിലും മറ്റും 'ഷാസുലൈമാൻ' എന്നാണീ പക്ഷിയെ വിളിക്കുക. ഉപ്പൂപ്പന് സുന്ദരമായ കിരീടം നൽകി

യത് പ്രവാചകനായിരുന്ന സുലൈമാൻ രാജാവായിരുന്നുവെന്നാണ് അവരുടെ വിശ്വാസം.

ഒരിക്കൽ സുലൈമാൻ നബി ആകാശസഞ്ചാരം നടത്തുകയായിരുന്നു. സൂര്യൻ, ഉച്ചാവസ്ഥയിലായിരുന്നു. കടുത്ത ചൂട് അദ്ദേഹത്തിന് അസഹ്യമായി തോന്നി. അപ്പോൾ അതുവഴി കഴുകന്മാരുടെ നേതാവ് പറന്നുപോകുന്നതു കണ്ടു. സുലൈമാൻ നബി അതിനെ വിളിച്ച് തന്റെ തലമുകളിൽ തണൽ ഏകാൻ ആവശ്യപ്പെട്ടു. എന്നാൽ കഴുകൻ അതു ചെവിക്കൊണ്ടില്ല. ക്ഷുഭിതനായ സുലൈമാൻ കഴുകന്റെ കഴുത്തിലെ രോമങ്ങൾ കൊഴിഞ്ഞുപോകട്ടെയെന്നു പറഞ്ഞു. സൂര്യന്റെ ചൂട് കഴുകനും ഒന്നറിയട്ടെ എന്നായിരുന്നു അദ്ദേഹത്തിന്റെ ലക്ഷ്യം. സുലൈമാൻ നബി പറഞ്ഞതുപോലെ കഴുകന്റെ കഴുത്തിലെ രോമങ്ങൾ കൊഴിഞ്ഞുപോയി. ഉപ്പൂപ്പനുകളുടെ നേതാവ് അതുവഴി പറക്കുന്നത് അദ്ദേഹത്തിന്റെ ശ്രദ്ധയിൽപ്പെട്ടു. തനിക്കിത്തിരി തണൽ ഏകാമോ എന്ന് സുലൈമാൻ ചോദിച്ചു. ഉപ്പൂപ്പൻ അതനുസരിച്ചു. ഇതിൽ സന്തോഷവാനായ സുലൈമാൻ നബി ഉപ്പൂപ്പന് എന്തുവേണമെന്ന് ചോദിച്ചു. ഉപ്പൂപ്പൻപക്ഷി മറ്റു സുഹൃത്തുക്കളുമായി ആലോചിച്ച് തങ്ങൾക്ക് ഒരു സുവർണ്ണകിരീടം സമ്മാനിക്കണമെന്നും അതു തലമുറകളായി ധരിക്കാൻ അവകാശം തരണമെന്നും അഭ്യർത്ഥിച്ചു. ഉപ്പൂപ്പന്റെയാവശ്യം കേട്ട സുലൈമാൻ നബി സുവർണ്ണകിരീടം വേണമോയെന്ന് ഒന്നുകൂടി ആലോചിച്ചുവരാൻ ഉപ്പൂപ്പനോടു പറഞ്ഞു. ഉപ്പൂപ്പനുകൾ കൂടിയാലോചിച്ച് അതേ ആവശ്യംതന്നെ വീണ്ടും ഉന്നയിച്ചു. ഉപ്പൂപ്പനുകൾ ആവശ്യപ്പെട്ടതുപോലെ സ്വർണ്ണകിരീടം ലഭിച്ചു. എന്നാൽ ഈ സ്വർണ്ണകിരീടം അവരുടെ ജീവന് ഭീഷണിയായിത്തീർന്നു. മനുഷ്യർ ഉപ്പൂപ്പനുകളെ കൊന്ന് സ്വർണ്ണകിരീടം കൈക്കലാക്കാൻ തുടങ്ങി. ലോകത്ത് ഉപ്പൂപ്പനുകളുടെ എണ്ണം കുറഞ്ഞുവന്നു. അവയ്ക്കു പുറത്തിറങ്ങി നടക്കാൻ കഴിയാതെയായി. ഒടുക്കം ഉപ്പൂപ്പനുകളുടെ നേതാവ് സുലൈമാൻ നബിയെ ചെന്നുകണ്ട് സങ്കടം ഉണർത്തിച്ചു. സ്വർണ്ണകിരീടം തൂവലുകളായി മാറട്ടെയെന്ന് അദ്ദേഹം പറഞ്ഞു. അങ്ങനെയാണ് ഉപ്പൂപ്പനുകളുടെ തലയിൽ ഭംഗിയുള്ള തൂവലുകൾ ഉണ്ടായതെന്നാണ് കഥ. എന്തായാലും വിശറിപോലെ നിവർക്കുകയും മടക്കുകയും ഒക്കെ ചെയ്യാവുന്ന ഉപ്പൂപ്പനുകളുടെ തലപ്പാവ് വളരെ മനോഹാരിത അവയ്ക്ക് നൽകുന്നുണ്ട്. മിക്കപ്പോഴും തലപ്പാവ് പൂട്ടിയാണ് നടക്കുക. എന്നാൽ ജാഗ്രതയോടെ നോക്കുമ്പോൾ അവ വിശറിപോലെ തലപ്പാവ് വിരിച്ചിരിക്കും. അപ്പോൾ ഈ പക്ഷിയെ കണ്ടാൽ ഏതോ ആദിവാസിമൂപ്പനാണെന്നു തോന്നാം. ഉപ്പൂപ്പനുകൾ രാജാവായിരുന്നുവെന്നും ഏതോ ശാപം മൂലം പക്ഷിയായി മാറിയതാണെന്നുമൊരു കഥ യൂറോപ്പിൽ പ്രചരിച്ചിട്ടുണ്ട്.

ഉപ്പൂപ്പനുകളെ വളരെ അടുത്തു നിരീക്ഷിക്കാൻ എനിക്കവസരം ലഭിച്ചിട്ടുണ്ട്. അതിന്റെ പല കൂടുകളും ഞാൻ കണ്ടിട്ടുണ്ട്. കൂന്തംകുളം പക്ഷിസങ്കേതത്തിനരികിലായി കൃഷിക്ക് വെള്ളമടിക്കാനായി ആഴമേറിയ ഒരു കിണർ കുത്തിയിട്ടുണ്ട്. ഈ കിണറിന്റെ പൊത്തിൽ എല്ലാ വർഷവും ഉപ്പൂപ്പനുകൾ കൂടൊരുക്കാറുണ്ട്. എന്നാൽ എനിക്കവയെ വളരെ അടുത്തു നിരീക്ഷിക്കാൻ കഴിഞ്ഞത് കൂന്തംകുളം തടാകത്തിനു മുന്നിൽ കെട്ടിയി

രിക്കുന്ന കരിങ്കൽച്ചിറയിൽ അവ കൂടൊരുക്കിയപ്പോഴാണ്. വാച്ച് ടവറിനോടു ചേർന്ന കരിങ്കൽഭിത്തിയിൽ ഒരു പുനമുണ്ട്. അതിലായിരുന്നു കൂട്. വളരെ ശ്രമപ്പെട്ടുമാത്രമേ പിടയ്ക്ക് ആ കൂട്ടിനുള്ളിലേക്ക് കടക്കാൻ കഴിയുമായിരുന്നുള്ളു. ഉപ്പൂപ്പൻ കൂടിനരികിലേക്ക് വരുന്നതും കാത്ത് ഞങ്ങൾ അതിരാവിലെതന്നെ കൂട്ടിനരികിൽ തമ്പടിച്ചു.

പൂവനും പിടയും പറമ്പിൽ തീറ്റതേടി നടന്നശേഷം പൂവൻ പിടയെ കൂട്ടിലേക്ക് യാത്രയാക്കുന്ന രംഗം ആരുടെയും കരളലിയിക്കുന്നതാണ്. നിലത്തോടുചേർന്ന് ഒരു ചെറുകവാടം മാത്രമുള്ള കൂട്ടിലേക്ക് കയറിപ്പോകുന്ന പിട ഭാഗ്യമുണ്ടെങ്കിൽ മാത്രമേ തിരിച്ചുവരുകയുള്ളു. ചിലപ്പോൾ പാമ്പുകൾ ഈ കൂട് കണ്ടെത്തിയാൽ തള്ളയേയും കുഞ്ഞുങ്ങളേയും അതു വകവരുത്തും. ശത്രുക്കൾ കൂട് കണ്ടെത്തിയാൽ ഒരുതരത്തിലും തള്ളപക്ഷിക്കും കുഞ്ഞുങ്ങൾക്കും രക്ഷപ്പെടാനാവില്ലെന്നതാണ് നേര്. അതിനാൽ ഒരുതരത്തിലുള്ള അവസാന വിടപറയൽപോലെയാണ് ഓരോ തവണയും പിട കൂട്ടിനുള്ളിലേക്ക് കയറിപ്പോകുന്നത്. പൂവനും പിടയും വികാരവായ്പോടെ സ്നേഹപ്രകടനങ്ങൾ നടത്തിയശേഷം പൂവൻ പിടയ്ക്ക് അവസാനമായി ഒരു തുണ്ട് ഭക്ഷണപദാർത്ഥം വായ്ക്കുള്ളിലേക്ക് തിരുകിക്കൊടുക്കും. അതു വാങ്ങിക്കഴിച്ചശേഷം തന്റെ പ്രിയതമനെ സ്നേഹാർദ്രമായി ഒന്നുനോക്കും. ആ നോട്ടം താങ്ങാനാവാതെ പൂവൻ വെപ്രാളപ്പെട്ട് അങ്ങോട്ടുമിങ്ങോട്ടും നടക്കും. കൂടിന്റെ വാതിലിന് മുമ്പിൽ വന്ന് പിട ഒരുനിമിഷം നിശ്ശബ്ദമായി നിൽക്കും. പിന്നെ എന്തുംവരട്ടെയെന്ന ആത്മധൈര്യത്തോടെ കൂട്ടിനുള്ളിലേക്ക് കയറും. ഞങ്ങൾ നോക്കുമ്പോൾ പിട കൂട്ടിനുള്ളിലേക്ക് കയറാനുള്ള ആദ്യശ്രമം പരാജയപ്പെടുന്നതാണ് കണ്ടത്. പിന്നെ വർദ്ധിതവീര്യത്തോടെ ശരീരം പരമാവധി ചെറുതാക്കി അത് കൂട്ടിനുള്ളിലേക്ക് നുഴഞ്ഞ് കയറിപ്പോയി. നിമിഷങ്ങൾക്കുള്ളിൽ പൂവൻ എവിടെനിന്നോ തീറ്റയുമായി വന്ന് വാതിലിൽ മുട്ടി. പിട കൂട്ടിനുള്ളിൽനിന്ന് കൊക്ക് നീട്ടിക്കൊടുത്തപ്പോഴാണ് അതിന് ശ്വാസം നേരെവീണത്. മൂന്ന് മിനിറ്റിൽ ഒരുതവണയെന്ന കണക്കിൽ പൂവൻ തീറ്റയുമായി വന്നുപോയിക്കൊണ്ടിരുന്നു.

അടയിരിക്കാൻ പോകുന്ന പിടയ്ക്ക് ഇത്തരത്തിൽ സ്നേഹവായ്പോടെ ആഹാരമൂട്ടുന്ന പതിവ് വേഴാമ്പൽപക്ഷികളുടെയിടയിലുമുണ്ട്. വേഴാമ്പൽപിട കൂട്ടിനുള്ളിൽ കയറിയാൽ പിന്നെ കുഞ്ഞുങ്ങളുമായി മാത്രമെ പുറത്തു വരുകയുള്ളു. അപകടകരമായ അടയിരിപ്പാണ് വേഴാമ്പലുകളുടേതും. വളരെ ഉല്ലാസവാന്മാരായി കാണുന്ന ഈ പക്ഷികൾ ഓരോ ദിവസവും കഴിച്ചുകൂട്ടുന്നത് എത്രമാത്രം അപകടംപിടിച്ചതും ത്യാഗനിർഭരവുമായ സാഹചര്യങ്ങളിലൂടെയാണെന്ന് പലരും ഓർക്കാറില്ല. മനുഷ്യർ മാത്രമാണ് എല്ലാ ദുഃഖങ്ങളും സഹിക്കുന്നതെന്നാണ് നമ്മുടെ വിചാരം. എന്നാൽ അത് ശരിയല്ലെന്ന് പക്ഷികളെ കുറച്ചുനേരം നിരീക്ഷിച്ചാൽത്തന്നെ നമുക്ക് ബോധ്യമാകും. ഉപ്പൂപ്പനുകളുടെ ചുണ്ടുകൾ കണ്ടാൽ പഴയകാലത്ത് ഉപയോഗിച്ചിരുന്ന നഖംവെട്ടിപോലിരിക്കും. വടക്കേ ഇന്ത്യയിൽ ഈ പക്ഷിയെ ബർബർ പെണ്ണ് (അയമ്പാട്ടി) എന്നും വിളിക്കാറുണ്ട്. HOOPOE എന്നാണ് ഉപ്പൂപ്പന്റെ ഇംഗ്ലീഷ്പേര്.

4

വയൽക്കണ്ണൻ

വയൽക്കണ്ണൻപക്ഷിയെ തേടിയുള്ള യാത്ര രസകരമായൊരനുഭവമായിരുന്നു. കൂന്തംകുളം പക്ഷിസങ്കേതത്തിൽനിന്ന് കുറ്റിക്കാടും പുൽമേടും നിറഞ്ഞ വിജനമായ പ്രദേശത്തുകൂടി വണ്ടിയോടിച്ചശേഷം കരിവേല (ബാബുൾ) മരങ്ങൾ നിറഞ്ഞ ഒരു പ്രദേശത്ത് എത്തിച്ചേർന്നു. ചുറ്റും വിജനമായ പുൽമേടുകൾ കാണാം. പടിഞ്ഞാറ് നീലമലകൾ തലയുയർത്തി നിൽക്കുന്നു. അന്തിപ്പൊൻവെട്ടം മലനിരകളെ കുങ്കുമമണിയിച്ചിട്ടുണ്ട്. ഞങ്ങൾ വളരെ സൂക്ഷ്മതയോടെ കരിവേലക്കാടുകൾക്കിടയിലൂടെ നടന്നു. നല്ല മുൾമരങ്ങളാണ് ചുറ്റും. ദേഹത്ത് ഉരസിയാൽ തൊലിപൊളിയും. പലപ്രാവശ്യം കരിവേലത്തിന്റെ ലാളന എനിക്ക് മുമ്പ് ഏൽക്കേണ്ടിവന്നിട്ടുള്ളതിനാൽ വളരെ ശ്രദ്ധയോടെയാണ് നടന്നത്. ഞങ്ങളുടെ കാൽപ്പെരുമാറ്റം കേട്ട് പുൽമേട്ടിൽനിന്ന് എന്തോ ഓടിയകലുന്ന ശബ്ദം കേൾക്കാം. ഞാൻ ചെവി വട്ടംപിടിച്ചു. കാട്ടുമുയലുകളാണ്. കാട്ടുമുയലുകൾ ചാടിനടക്കുന്ന പുൽമേട്ടിലൂടെ ഞങ്ങൾ നടന്നു. അവിടെ നരികളുണ്ടെന്ന് കൂട്ടത്തിലാരോ പറഞ്ഞത് മനസ്സിൽ നേരിയ ഭയം നുരയിടുന്നതിനു കാരണമായി.

കരിവേല മരങ്ങൾക്കിടയിൽ വെറുംനിലത്ത് ഒരുപക്ഷിക്കൂട് ഞങ്ങൾക്ക് കാണാനായി. കുറച്ച് മരത്തൊലികൾക്കും കല്ലുകൾക്കും ഇടയിൽ രണ്ടുമൂന്നു മുട്ടകൾ. പുള്ളികുത്തിയ മുട്ടകൾ കാണാൻ നല്ല അഴകുണ്ട്. വയൽക്കണ്ണൻ പക്ഷികളുടെ കൂടാണതെന്ന് ഞങ്ങളുറപ്പിച്ചു. വയൽക്കണ്ണന്റെ കൂട് കണ്ടെത്തിയ സ്ഥിതിക്ക് പക്ഷിയെ തേടിയായി പിന്നെ യാത്ര. പ്രതീക്ഷിച്ചതുപോലെ കുറ്റിക്കാട്ടിൽ രണ്ട് വയൽക്കണ്ണനുകളെ കണ്ടു. പൂവനും പിടയും ആയിരിക്കണം. ഞങ്ങളുടെ ചലനങ്ങൾ തിരിച്ചറിഞ്ഞ വയൽക്കണ്ണനുകൾ തലകുമ്പിട്ട് വേഗത്തിൽ നടന്നു മറഞ്ഞു. ഞങ്ങൾ മുൾമരച്ചുവട്ടിൽ ബൈനോക്കുലറുമായി വയൽക്കണ്ണനെ കാത്തിരുന്നു. ഒരു മരത്തിന്റെ മറവിൽ മൂവിംഗ് ക്യാമറ ഒരുക്കിവച്ചു.

വയൽക്കണ്ണനുകൾ അവിടവിടെ വന്നു തലകാണിച്ച് നിലത്തമർന്നിരിപ്പായി. നരച്ച പുല്ലുകൾക്കിടയിൽ നിശ്ചലരായി നിൽക്കുന്ന വയൽക്കണ്ണനുകളെ നന്നായി ക്യാമറയിൽ പകർത്തുക ബുദ്ധിമുട്ടാണ്. പ്രകൃതിയുമായി ഏതാണ്ട് യോജിച്ച നിറമാണിവയ്ക്ക്. അതുകൊണ്ടുതന്നെ പക്ഷിയെ പുല്ലുകളിൽനിന്ന് തിരിച്ചറിയുക പ്രയാസമുള്ള കാര്യമാണ്. ഞങ്ങളുടെ സാന്നിദ്ധ്യം തിരിച്ചറിഞ്ഞതിനാലാവാം മുട്ടയ്ക്കരികിലേക്ക് വരാൻ അത് ഏറെ മടിച്ചു. എന്തായാലും പിട മുട്ടയ്ക്കടയിരിക്കാൻ വരാതിരിക്കില്ല. അതുകൊണ്ട് മുട്ടയ്ക്കടുത്തായി ഒരു 'ഹൈഡ്' തീർത്ത് അതിൽ ഇരുന്നാൽ വയൽക്കണ്ണനെ നന്നായി കാണാനാകുമെന്ന് ഞങ്ങളുറച്ചു. അതിനായി ഒരു 'ഹൈഡ്' ഒരുക്കി ക്യാമറാമാൻ അതിനുള്ളിൽ ഇരിപ്പായി. മണിക്കൂറുകൾ പലതു കഴിഞ്ഞിട്ടും വയൽക്കണ്ണൻ മുട്ടയ്ക്കടയിരിക്കാനായെത്തിയില്ല. അതു കാട്ടിൽ ഒളിച്ചു കളിക്കുകയാണ്. പടിഞ്ഞാറൻ മാനത്ത് സൂര്യൻ അണഞ്ഞുവരുകയാണ്. പകൽ ഇതിനെ ഷൂട്ടുചെയ്യാൻ കഴിഞ്ഞില്ലെങ്കിൽ ബുദ്ധിമുട്ടാകും. അതുകൊണ്ട് വയൽക്കണ്ണൻ മുട്ടയ്ക്കടയിരിക്കാൻ വരണേയെന്ന പ്രാർത്ഥനയോടെയാണ് ഞങ്ങളവിടെയിരുന്നത്. പക്ഷെ പ്രർത്ഥനയ്ക്ക് ഫലംകണ്ടില്ല. രാത്രിയായാൽ പിന്നെ വയൽക്കണ്ണനെ അടുത്തു കിട്ടില്ല. രാത്രിഞ്ചരനായ പക്ഷിയാണിത്. അതിനാൽ കിട്ടിയ അവസരം പ്രയോജനപ്പെടുത്തുക മാത്രമേ തങ്ങളുടെ മുന്നിൽ മാർഗ്ഗമുണ്ടായിരുന്നുള്ളു. മുൾക്കാടുകൾക്കിടയിലൂടെ വാഹനം ഓടിച്ച് അതിലിരുന്ന് കുറച്ചുഷോട്ടുകൾ എടുത്തു തൃപ്തിപ്പെടേണ്ടിവന്നു. എങ്കിലും വയൽക്കണ്ണന്റെ കൂടും മറ്റും കാണാനായതിൽ മനസ്സ് സന്തോഷിച്ചു.

വയൽക്കണ്ണനുകൾ കേരളത്തിലും ധാരാളമായി എത്താറുണ്ട്. എന്റെ വീടിനടുത്തുള്ള തത്തംപുന്ന വയൽവഴി ഞാൻ നടക്കാനിറങ്ങുമ്പോൾ വയൽക്കണ്ണനെ മുമ്പ് പലപ്രാവശ്യം കണ്ടിട്ടുണ്ട്. കൊയ്ത്തുകഴിഞ്ഞ് പാടങ്ങൾ തരിശിട്ടിരിക്കുന്ന കാലത്താണവ വയലിൽനിന്ന് തുറിച്ചുനോക്കുന്നത്. കച്ചിക്കുറ്റികൾക്കിടയിൽ നിൽക്കുന്ന വയൽക്കണ്ണനുകളെ തിരിച്ചറിയുകതന്നെ ബുദ്ധിമുട്ടാണ്. എങ്കിലും ഇവയുടെ തിളങ്ങുന്ന കണ്ണുകൾ ആരെയും ആകർഷിക്കുന്നതാണ്. അസാധാരണമായി വലുപ്പമുള്ളതാണിവയുടെ കണ്ണുകൾ. കൃഷ്ണമണിക്കു ചുറ്റും നല്ല മഞ്ഞനിറമുണ്ടാകും. തവിട്ടുനിറമുള്ള തൂവലുകളിൽ നിരവധി പുള്ളികളുള്ള പക്ഷികളാണിത്. "കുർല്യ്യു", "കുർല്യ്യു" എന്നിങ്ങനെയുള്ള ശബ്ദം രാത്രികാലങ്ങളിൽ ഈ പക്ഷികൾ പുറപ്പെടുവിക്കാറുണ്ട്. ഈ ശബ്ദം കേട്ടിട്ടാവണം ഇംഗ്ലീഷുകാരിതിനെ stone curlew എന്നു വിളിക്കുന്നത്. മഞ്ഞനിറമുള്ള നീണ്ടകാലുകളാണിവയുടേത്. കാൽമുട്ടുകൾ അസാധാരണമായി തടിച്ചിരിക്കും. അതുകൊണ്ട് thick knees എന്നും ഇതിനെ പേർചൊല്ലി വിളിക്കാറുണ്ട്. ശ്രമപ്പെട്ട് വയൽക്കണ്ണനുകളുടെ കുറെ ഷോട്ടുകൾ ഞങ്ങൾ എടുത്തെങ്കിലും രാത്രിയിൽ ഉപയോഗിക്കുന്ന ഫിൽട്ടർ അറിയാതെ വീണതാവാം, ഷോട്ടുകൾ അത്ര ഭംഗിയുള്ളതായില്ല. വെളിച്ചവും കുറഞ്ഞു. എങ്കിലും വയൽക്കണ്ണൻപക്ഷികൾ വ്യത്യസ്തമായൊരനുഭവമാണ് ഞങ്ങൾക്ക് സമ്മാനിച്ചത്. പക്ഷിയെ തേടിയുള്ള യാത്രകൾ ഇങ്ങനെയാണ്. ഓരോ പക്ഷിയും പുതുമയുള്ള അനുഭവങ്ങൾ നമുക്ക് സമ്മാനിച്ചുകൊണ്ടിരിക്കും.

5

ചരൽകോഴി

തമിഴ്നാട്ടിലെ തിരുനെൽവേലി ജില്ലയിലെ വിജനമായൊരു പ്രദേശത്തുകൂടി യാത്രചെയ്യുകയാണ്. വിദൂരതയിൽ പനക്കൂട്ടങ്ങൾ കാണാം. ഈന്തപ്പനകൾ അതിരിട്ട ഏതോ മണൽക്കാട്ടിലൂടെ സഞ്ചരിക്കുന്നതുപോലെയാണെനിക്കനുഭവപ്പെട്ടത്. കേരളത്തിൽ ഇത്തരത്തിലുള്ള ഭൂപ്രകൃതി കാണാനാവുമെന്നു തോന്നുന്നില്ല. ഒരുപക്ഷെ പാലക്കാട്ടും കാസർകോട്ടും മറ്റും ഇതിനോട് സാമ്യമുള്ള ചില പ്രദേശങ്ങൾ കാണാമായിരിക്കാം. കേരളത്തിലെ പച്ചപ്പിന്റെ കുളിർമയറിയണമെങ്കിൽ ഇടയ്ക്കിടെ ഇത്തരത്തിലുള്ള പ്രദേശങ്ങളിലൂടെ യാത്ര ചെയ്യണമെന്ന് വെറുതേ ആലോചിച്ചു. ടാറിട്ടതാണെങ്കിലും വളരെ പരുക്കൻ റോഡിലൂടെയാണ് യാത്ര. റോഡിന് യാതൊരുവിധ നിരപ്പുമില്ല. കുന്നുംതടവുമായി റോഡങ്ങനെ അനന്തതയിലേക്ക് നീണ്ടുകിടക്കുന്നു. റോഡരികിൽ പനങ്കാക്കകൾ പാറിപ്പറക്കുന്നുണ്ട്. പുൽപ്പരപ്പിലൂടെ ഏതൊക്കയോ പക്ഷികൾ ഓടിയൊളിക്കുന്നതു കാണാം. തിത്തിരിപ്പക്ഷികളായിരിക്കാം. ഞങ്ങൾ വണ്ടിനിർത്തി ബൈനോക്കുലർ ഫോക്കസ് ചെയ്തു. തിത്തിരിപ്പക്ഷികളല്ല. ഇന്ത്യൻക്രോസറു (Indian Courser) കളാണ്. കേരളത്തിൽ വളരെ അപൂർവ്വമായി മാത്രം കണ്ടുവരുന്ന പക്ഷി. ഇതിന് മലയാളം പേര് കാര്യമായിട്ടുണ്ടോയെന്നെനിക്കറിയില്ല. ചരൽപ്രദേശങ്ങളിലും മറ്റും കാണുന്ന പക്ഷിയായതിനാൽ 'ചരൽപക്ഷി'യെന്നോ മറ്റോ നീലകണ്ഠൻമാഷ് പേരു നൽകിയതായി കേട്ടിട്ടുണ്ടെന്നു മാത്രം. വളരെ മനോഹരമായൊരു പക്ഷിയാണിത്. പ്രത്യേകിച്ചും ഇതിന്റെ സുറുമ എഴുതിയ കണ്ണുകൾ ആരെയും ആകർഷിക്കും. വാലിട്ട് കണ്ണെഴുതിയതുപോലെ രണ്ടു കറുപ്പും വെളുപ്പും വരകൾ കണ്ണിനു മുകളിലൂടെ കടന്നുപോകുന്നുണ്ട്. ഇന്ത്യൻ ക്രോസറുകളെ മൈക്കണ്ണിപക്ഷികളെന്നു വിളിച്ചാലോ എന്നു മനസ്സ് മോഹിച്ചു. മൈക്കണ്ണിയെന്നാൽ സുന്ദരിയെന്നു

തന്നെയാണർത്ഥം. കഴുത്തിലും മാറത്തും നല്ല തിളങ്ങുന്ന ചെമ്പിന്റെ നിറമാണ്. വാലിനടിയിൽ വെള്ള, പുറം തവിട്ടുകലർന്ന ചാരനിറം. ഇന്ത്യൻ ക്രോസറുകളെ അധികമാരും കണ്ടിരിക്കാനിടയില്ല. അതുകൊണ്ട് ഇന്നത്തെ യാത്ര ഇന്ത്യൻക്രോസറുകൾക്കു പിന്നാലെയാകട്ടെയെന്ന് തീരുമാനിച്ചു.

ഞങ്ങൾ വളരെ സൂക്ഷിച്ച് വണ്ടി പുൽമേട്ടിലേക്കിറക്കി. ട്രാക്ടറുകൾ ഓടിച്ചുപോയ ചിലവഴികൾ കാണുന്നുണ്ട്. അതുവഴിയായി യാത്ര. പിന്നീട് ആ വഴിയും വിട്ട് സ്വന്തമായ വഴിതേടി യാത്രതുടർന്നു. തിത്തിരിപ്പക്ഷികളെപോലെ നിലത്ത് ജീവിക്കുന്ന പക്ഷികളാണ് ഇന്ത്യൻ ക്രോസറുകൾ. മരക്കൊമ്പിലും മറ്റും ഇവ ഇരിക്കുന്നതു കാണാനാവില്ല. നന്നായി പറക്കാൻ കഴിവുള്ള പക്ഷികളാണിതെങ്കിലും ശത്രുക്കളെ കണ്ടാൽ ഓടിയൊളിക്കാനാണ് ആദ്യം ശ്രമിക്കുക. വളരെ വേഗത്തിൽ ഓടാൻ കഴിവുള്ള പക്ഷിയാണിത്. മനുഷ്യരെ കണ്ടാൽ വേഗത്തിൽ ഓടി മറഞ്ഞുകളയും. അതുകൊണ്ട് വാഹനത്തിലിരുന്നാണ് അവയെ അടുത്തുകാണാൻ ശ്രമിച്ചത്. വണ്ടിക്കുള്ളിൽതന്നെ ക്യാമറസെറ്റ് ചെയ്ത് കുറച്ചു ഷോട്ടുകൾ എടുക്കുകയും ചെയ്തു. ഇന്ത്യൻ ക്രോസറുകളുടെ മുട്ടയും മറ്റും കണ്ടത് മറ്റൊരു വേനൽക്കാലത്താണ്. കൂന്തംകുളത്തു നിന്ന് വളരെ ദൂരെയല്ലാതെയുള്ള ഒരു വിജനമായ പ്രദേശത്ത് ഇന്ത്യൻ ക്രോസറുകളുടെ കൂട് കണ്ടെത്തിയത് ബാൽപാണ്ഡ്യനാണ്. ഞങ്ങൾ കൂടിനരികിൽ വണ്ടിയിട്ട് അതിലിരുന്നാണ് പക്ഷിയെ നോക്കിക്കണ്ടത്. വെറും നിലത്ത് രണ്ടുമുട്ടയാണ് കിടന്നിരുന്നത്. കൊടുംചൂടുള്ള സമയത്ത് ഇന്ത്യൻ ക്രോസറുകൾ തന്റെ തൂവലുകളിൽ വെള്ളം നനച്ചു കൊണ്ടുവന്ന് മുട്ടയ്ക്ക് ഈർപ്പം നൽകാറുണ്ട്. ആ സമയം നോക്കിയാണ് ഞങ്ങൾ കാത്തിരുന്നത്. പ്രതീക്ഷിച്ചതുപോലെ പിടപ്പക്ഷി മുട്ടയ്ക്കടയിരിക്കാനെത്തി. പക്ഷെ മുട്ടയ്ക്കടുത്തായി വാഹനം കിടന്നത് അതിന്റെ ശ്രദ്ധയിൽപ്പെട്ടു. അതുകൊണ്ട് മടിച്ചു മടിച്ചാണത് കൂടിനടുത്തേക്ക് വന്നത്. ആദ്യം വണ്ടിക്കരികിലെത്തി അത് അപകടകാരിയല്ലെന്ന് ഉറപ്പുവരുത്തിയശേഷമായിരുന്നു മുട്ടയ്ക്കരികിലേക്ക് പോയത്. വണ്ടിക്കരികിൽ വന്ന് ചാഞ്ഞും ചരിഞ്ഞും ഇന്ത്യൻ ക്രോസറുകൾ നോക്കുന്ന കാഴ്ച ഒന്നു കാണേണ്ടതു തന്നെയാണ്. തല ഒരു പ്രത്യേകതരത്തിൽ തിരിച്ചും ചരിച്ചുമാണ് നോക്കുന്നത്. ഇത്തരത്തിലെന്തിനാണ് ഇന്ത്യൻ ക്രോസറുകൾ നോക്കുന്നതെന്ന് എനിക്കെത്രയാലോചിച്ചിട്ടും മനസ്സിലാവുന്നില്ല. ഇന്ത്യൻ ക്രോസറുകളുടെ മനോഹരമായ ചില ഷോട്ടുകൾ പകർത്താനായി. പ്രത്യേകിച്ചും അതിന്റെ ആവാസകേന്ദ്രവും കൂടും മുട്ടയുമൊക്കെ ലഭിച്ചതിനാൽ മികച്ച ഒരു എപ്പിസോഡായി ഇന്ത്യൻ ക്രോസറുകളെ അവതരിപ്പിക്കാനായി എന്നാണ് എന്റെ വിശ്വാസം. അസ്സാമിലൊഴിച്ച് ഇന്ത്യയുടെ മറ്റ് പല ഭാഗങ്ങളിലും ഇന്ത്യൻക്രോസറുകളെ കാണാൻ കഴിയുമെന്ന് സലിം അലിയുടെ *ഇന്ത്യൻ ബേർഡ്സിൽ* അദ്ദേഹം എഴുതിയിട്ടുണ്ട്. ചെറുപ്രാണികളും ധാന്യങ്ങളുമൊക്കെയാണ് ഇതിന്റെ ആഹാരം. Cursorius Coromandelicus എന്നാണ് ശാസ്ത്രീയനാമം.

6

കൊമ്പൻ താറാവ്

ഒരു മഴക്കാലത്ത് പക്ഷികളെ തേടി ഞങ്ങൾ തമിഴ് ഉൾഗ്രാമങ്ങളിലൂടെ സഞ്ചരിക്കുകയാണ്. ചുറ്റും ശക്തിയായി മഴപെയ്തുകൊണ്ടിരുന്നു. അതുകൊണ്ട് വണ്ടിയിൽത്തന്നെയിരുന്നു പ്രകൃതിസൗന്ദര്യവും ആസ്വദിച്ചാണ് യാത്ര. വയലേലകളിൽനിന്ന് കാലികൾ കൂട്ടമായി തങ്ങളുടെ വാസസ്ഥലങ്ങളിലേക്ക് അലസഗമനം നടത്തുന്നുണ്ട്. മഴയുടെ നരച്ച വെളുപ്പിൽ പനങ്കൂട്ടങ്ങൾ കാണാൻ നല്ല അഴകുണ്ട്. വിജനമായ പാടങ്ങൾക്കിടയിലൂടെ കുറെ ചെമ്മരിയാടുകൾ കുണുങ്ങിക്കുണുങ്ങി വരുന്നത് എന്റെ ശ്രദ്ധയിൽപ്പെട്ടു. പിന്നാലെ ഒരാട്ടിടയൻ കൈ മാറോട് ചേർത്തുകെട്ടി കുളിരുകൊണ്ടു വരുന്നു. ഇത്തരം കാഴ്ചകൾ ഇന്ന് ഗ്രാമങ്ങളിൽ അപൂർവ്വമാണല്ലോ എന്ന് ഞാനോർത്തു. നല്ല മഴപെയ്തുകൊണ്ടിരിക്കുന്നതിനാൽ പക്ഷികളെ തേടി നടക്കാനാവില്ല. ഇത്തരം സുന്ദര നിമിഷങ്ങളെങ്കിലും ആസ്വദിച്ചിരിക്കാമെന്നു കരുതി വണ്ടിനിർത്തി. ആടുകൾ പോക്കുവരവുനടത്തുന്ന നടവഴി വെള്ളിവെളിച്ചത്തിൽ തെളിഞ്ഞു കാണാം. വണ്ടിയതിനരികിലേക്ക് അടുപ്പിച്ച് ക്യാമറ ഓൺചെയ്യാൻ ഞാൻ പറഞ്ഞു. കുറച്ചു നല്ല ദൃശ്യങ്ങൾ ഇവിടെനിന്നു ലഭിക്കുമെന്നുറപ്പാണ്. മഴനനഞ്ഞ് കുതിർന്ന ആട്ടിൻപറ്റങ്ങൾ ഞങ്ങളുടെ വണ്ടിക്കു മുന്നിൽ വന്നു തിക്കിത്തിരക്കി. ചില ആടുകൾ തങ്ങളുടെ ദേഹത്ത് വന്നുവീഴുന്ന മഴത്തുള്ളികൾ കുടഞ്ഞ് തെറിപ്പിച്ച് രസിക്കുകയാണ്. കുറുമ്പൻ കുട്ടന്മാർ! കുട്ടിക്കാലത്ത് ഞങ്ങൾ പിള്ളേർ മഴയിൽ കിടന്നു കൂത്താടിയിരുന്നത് ഞാനോർത്തുപോയി. നല്ലമഴ മനുഷ്യരെ മാത്രമല്ല എല്ലാ ജീവികളെയും ആനന്ദിപ്പിക്കുന്നുണ്ട്. പക്ഷികളും മൃഗങ്ങളും ഉറുമ്പുകളും സസ്യങ്ങളുമെല്ലാം മഴ ആസ്വദിക്കുന്നുണ്ട്. പ്രതീക്ഷിച്ചതുപോലെ വളരെ നല്ല ചില ദൃശ്യങ്ങൾ ഞങ്ങൾക്കവിടെനിന്നു ലഭിച്ചു.

വെറുതെ പനങ്കൂട്ടത്തിന്റെ ഭംഗിനോക്കിയിരിക്കുമ്പോൾ മണ്ടപോയ

ഒരു പനയിൽ രണ്ടു കാട്ടുതാറാവുകൾ ഇരിക്കുന്നതു കണ്ടു. ബൈനോക്കുലറെടുത്ത് നോക്കിയപ്പോൾ മൂന്നാല് പനകളിൽ കാട്ടുതാറാവുകളുണ്ട്. ചിലത് അടയിരിക്കുന്നു! ഏതുപക്ഷിയാണതെന്ന് സൂക്ഷ്മമായി നോക്കി. കൊമ്പൻ താറാവുകൾ (Comb duck). വളരെ അപൂർവ്വപക്ഷികളാണ്. ഈ മഴക്കാലം അവയുടെ പ്രണയകാലമാണ്. പിടയും പൂവനും ശൃംഗാരലീലകളോടെ പാറിപ്പറക്കുന്നു. കാട്ടുതാറാവുകൾ ഇണകളെ തിരയുന്ന ഈ കാട്ടിടവഴി ഒരു കാല്പനിക സുന്ദരലോകമായി എനിക്ക് തോന്നി. അതാസ്വദിക്കാൻതന്നെ ഞങ്ങൾ തീരുമാനിച്ചു. മഴ വകവയ്ക്കാതെ കൊമ്പൻ താറാവുകളുടെ പിന്നാലെ ഞങ്ങൾ നടന്നു. കൊമ്പൻ താറാവുകൾ കൂന്തംകുളത്ത് കൂടൊരുക്കുന്നുണ്ടെന്ന് വളരെ അവിചാരിതമായാണ് ഞങ്ങൾ കണ്ടെത്തിയത്.

കൂന്തംകുളത്ത് പക്ഷിഗ്രാമത്തിൽ ഒരു ചായക്കടയുണ്ട്. ഒരു നാടാരുടെ ചായക്കട. ഞങ്ങൾ അവിടെയാണ് ചായകുടിക്കാറുള്ളത്. ഈ ചായക്കടയ്ക്ക് പിന്നിലായി ഒരു ചെറുകുളമുണ്ട്. മഴക്കാലത്ത് ഇതിൽ വെള്ളം നിറഞ്ഞ് കിടപ്പുണ്ടാവും. വെറുതെ ഞങ്ങൾ കുളത്തിലേക്ക് നോക്കുമ്പോൾ ഒരു കൊമ്പൻതാറാവ് അതിൽ നിൽക്കുന്നതു കണ്ടു. ഞങ്ങളെ കണ്ടതും അത് പറന്ന് കുളത്തിനെതിർവശത്ത് കാടുപിടിച്ചു കിടക്കുന്ന ഒരു ക്ഷേത്രത്തിലേക്ക് പറന്നൊളിച്ചു. ഞാനതിന്റെ പിന്നാലെ പമ്മിപ്പമ്മി ചെന്നുനോക്കി. എനിക്കെന്റെ കണ്ണുകളെ വിശ്വസിക്കാനായില്ല. അഞ്ചാറുകുഞ്ഞുങ്ങളെയും മാറോടുചേർത്ത് കൊമ്പൻ താറാവവിടെയിരിക്കുന്നു. ഞാനുടനെ ക്യാമറ റെഡിയാവാൻ നിർദ്ദേശം നൽകി. കിട്ടിയ അവസരം ക്യാമറാമാനും മുതലാക്കി. കൊമ്പൻ താറാവ് തന്റെ കുഞ്ഞുങ്ങ

ളുമായി അമ്പലത്തിൽ നിന്നിറങ്ങി റോഡിലൂടെ നടന്ന് കുളത്തിലേക്കിറങ്ങിപ്പോയി. കുഞ്ഞുങ്ങളെ വെള്ളത്തിലേക്കിറക്കിവിട്ടശേഷം തള്ളപ്പക്ഷി അടുത്ത കുറ്റിക്കാട്ടിൽ കയറി ഒളിച്ചു. കുറച്ചു സമയം കഴിഞ്ഞപ്പോൾ ആറേഴ് കുഞ്ഞുങ്ങളുമായി അതു വീണ്ടും പ്രത്യക്ഷപ്പെട്ടു. ശത്രുക്കളുടെ ആക്രമണമുണ്ടായാൽ തങ്ങളുടെ കുറച്ചു കുഞ്ഞുങ്ങളെങ്കിലും രക്ഷപ്പെടാൻവേണ്ടി പല ഭാഗങ്ങളിലായിട്ടവയെ ഒളിപ്പിച്ചിരിക്കുകയായിരുന്നുവെന്ന് എനിക്ക് മനസ്സിലായി. തന്റെ കുഞ്ഞുങ്ങളെ വളർത്തിയെടുക്കാൻവേണ്ടി ഈ പക്ഷികൾ എന്തുമാത്രം കഷ്ടപ്പെടുന്നു! കുഞ്ഞുങ്ങളുമായി വെള്ളത്തിൽ കൊമ്പൻ താറാവുകൾ നീന്തിക്കളിക്കുന്നതു നന്നായി ഞങ്ങൾക്ക് ക്യാമറയിൽ പകർത്താൻ കഴിഞ്ഞു. പക്ഷികൾക്കൊപ്പം കഴിയുന്ന ബാൽപാണ്ഡ്യനുപോലും കൊമ്പൻ താറാവുകളുടെ കുഞ്ഞുങ്ങളെ കണ്ടെത്താൻ കഴിഞ്ഞിരുന്നില്ല. അദ്ദേഹത്തിനും അത്ഭുതം! കൊമ്പൻ താറാവിനും കുഞ്ഞുങ്ങൾക്കും കൊറ്റികൾ അകമ്പടി സേവിച്ചതാണ് ഏറെ രസകരമായി എനിക്ക് തോന്നിയത്. അവയുടെ കാവൽക്കാരെ പോലെ മൂന്നാല് ചിന്നക്കൊക്കുകൾ കുഞ്ഞുങ്ങൾക്കും തള്ളയ്ക്കും രക്ഷാവലയമൊരുക്കി പിന്നാലെ നടക്കുന്നു. ഒരുപക്ഷെ പക്ഷികൾ തമ്മിലൊക്കെ ഇത്തരത്തിലുള്ള കൂട്ടായ്മകൾ നിലനിൽക്കുന്നുണ്ടാവണം. വിവിധയിനം നീർപ്പക്ഷികൾ കൂട്ടമായി ഒരു മരത്തിൽ കൂടൊരുക്കാനെത്തുന്നതും ഇത്തരം കൂട്ടായ്മയുടെ ഭാഗമാണല്ലോ?

കൊമ്പൻ താറാവുകളെ മുഴയൻ താറാവുകൾ എന്നും വിളിക്കാറുണ്ട്. എന്നാൽ കൊമ്പൻ താറാവ് എന്ന പേരാണ് കൂടുതൽ അനുയോജ്യം. കഴുത്തിൽ കറുത്തപുള്ളികളും കൊക്കിൽ ഒരു ചെറുകൊമ്പും ഉള്ള പക്ഷിയാണിതെന്ന് ഓർത്തുവച്ചാൽ മറ്റ് കാട്ടുതാറാവുകളുമായി ഇതിനെ തെറ്റുകയില്ല. പച്ചയും നീലയും കലർന്ന കറുത്തപുറമാണിതിന്റേത്. ശരീരത്തിന്റെ അടിഭാഗം വെളുത്തതാണ്. ആകെപ്പാടെ ഭംഗിയുള്ളൊരു പക്ഷിയാണ് കൊമ്പൻ താറാവുകൾ. ഈ കാട്ടുപക്ഷിയെ അടുത്തുകാണാൻ കഴിയുകയെന്നതുതന്നെ ഭാഗ്യമാണ്.

7

വർണ്ണക്കൊറ്റികൾ

കൂന്തംകുളത്തേക്ക് പക്ഷികളെ തേടിയുള്ള ഞങ്ങളുടെ ആദ്യ യാത്ര ഒരു മെയ്മാസത്തിലായിരുന്നു. മെയ്മാസം തമിഴ്നാട്ടിലും നല്ല ചൂടുള്ള കാലമാണ്. കേരളത്തിൽ ജൂൺമാസത്തോടെ കാലവർഷം എത്തുമെങ്കിലും തമിഴ്നാട്ടിൽ മഴയെത്താൻ മാസങ്ങൾ വീണ്ടും കാത്തിരിക്കണമെന്നു മാത്രം. നാഗർകോവിൽ - മധുര റൂട്ടിലൂടെയാണ് സഞ്ചാരം. പൂക്കളുടെ ഗ്രാമമായ തോവാളയിൽ ധാരാളം താമരക്കുളങ്ങളുണ്ട്. നല്ല ഭംഗിയുള്ള പ്രദേശമാണ്. അവിടത്തെ പൂപ്പാടങ്ങളിൽ ധാരാളം പക്ഷികളുണ്ട്. തെങ്ങുകളും വയലേലകളും നിറഞ്ഞ ഈ പ്രദേശം കേരളത്തോട് ഏറെ സാമ്യമുള്ളതാണ്.

വല്ല പക്ഷികളെയും കാണുന്നുണ്ടോ എന്ന ആകാംക്ഷയോടെ ഞാൻ ചുറ്റുവട്ടത്തേക്ക് കണ്ണോടിച്ചുകൊണ്ടാണ് വണ്ടിയിലിരിക്കുന്നത്.

വയലേലകളിലൂടെ ഒന്നുംരണ്ടും ഓപ്പൺ ബിൽഡ് സ്റ്റോർക്കുകൾ (Open billed stork) പാറിപ്പറക്കുന്നുണ്ട്. താമരക്കുളങ്ങളിൽ താമരക്കോഴികൾ തത്തിക്കളിക്കുന്നു. ഇവിടെ തമ്പടിച്ചു കുറച്ചു ഷോട്ടുകളെടുത്താലോ യെന്നു മനസ്സിലാലോചിച്ചു. സാധാരണ ഇത്തരം യാത്രകളിൽ പ്രത്യേക ലക്ഷ്യങ്ങൾ വയ്ക്കാറില്ല. പക്ഷികളെ സൗകര്യമായി ഷൂട്ടുചെയ്യാൻ അവ സരം ലഭിക്കുന്നിടത്ത് ഇറങ്ങുകയെന്നതാണ് രീതി. ഒട്ടുമിക്കപ്പോഴും അവി ചാരിതമായാണ് പക്ഷികൾ നമ്മുടെ മുമ്പിലെത്തുന്നതുതന്നെ. നല്ല ഭാഗ്യ മുണ്ടെങ്കിലേ പക്ഷികളുടെ നല്ലഷോട്ടുകൾ ലഭിക്കൂ. എന്നാൽ ഈ യാത്ര യിൽ കൂന്തംകുളമെന്നൊരു ലക്ഷ്യം മുന്നിലുണ്ട്.

നാഗിനേരിയിലെത്തി വണ്ടി കൂന്തംകുളം റൂട്ടിലേക്ക് കയറി. ഒരു റെയിൽവേലൈൻ ക്രോസ്ചെയ്താണ് സഞ്ചാരം. ഇവിടെ പ്രകൃതി ഏറെ മാറിയിട്ടുണ്ട്. പടിഞ്ഞാറ് സഹ്യൻ തലയുയർത്തി നിൽക്കുന്നു. നീലമാ മലകൾ കാണാൻ ഭംഗിയുണ്ട്. ആ മലനിരകൾക്കപ്പുറമാണ് കേരളം. ഇവിടെ യിരുന്ന് അപ്പുറത്തെ കാഴ്ചകളെക്കുറിച്ചാലോചിക്കാൻ ഒരു രസമുണ്ട്.

'മാമലകൾക്കപ്പുറത്ത്
മരതകപ്പട്ടുടുത്ത്
മലയാളമെന്നൊരു നാടുണ്ട്' എന്ന സിനിമാപ്പാട്ട് അറിയാതെ മൂളി പ്പോയി. വണ്ടി കുറച്ചുദൂരം ഓടിക്കാണും. റോഡരികിലെ ഒരു തടാക ത്തിൽ രണ്ടുമൂന്ന് വർണ്ണക്കൊറ്റികൾ (Painted Stork) ഇരതേടുന്നു. ഞാൻ വണ്ടി നിർത്താൻ പറഞ്ഞു. ക്രൂ സജീവമായി. വളരെ ഉത്സാഹത്തോടെ ക്യാമറയുമായി അതിനെ പിൻതുടർന്നു. ഞങ്ങൾ പക്ഷികളെ കൗതുക പൂർവ്വം ഷൂട്ടുചെയ്യുന്നത് ശ്രദ്ധിച്ചുകൊണ്ട് കുറച്ചു തമിഴ്പിള്ളേർ സൈക്കി ളിൽ അതുവഴി വരുന്നുണ്ടായിരുന്നു. അവർ ഞങ്ങളുടെ അരികിൽ വന്നു സൈക്കിൾ നിർത്തി. എന്നിട്ട് ഒരു ചെറുചിരിയോടെ പറഞ്ഞു. വെറുതെ ഈ പക്ഷികൾക്ക് പിന്നാലെ സമയംകളയണ്ട. നിങ്ങൾക്ക് പക്ഷികളെ ഷൂട്ടുചെയ്യണമെങ്കിൽ കൂന്തംകുളത്തേക്ക് പോയാൽ മതി. പിള്ളേർ പറഞ്ഞതിലും കാര്യമുണ്ട്. ഒന്നുരണ്ടു പക്ഷികൾക്കായി ഇവിടെ ചുറ്റി ത്തിരിഞ്ഞ് സമയം പാഴാക്കണ്ട. കൂന്തംകുളത്തേക്ക് പോവുകതന്നെ.

ഒരു പത്ത് കിലോമീറ്റർകൂടി വണ്ടി ഓടിയിട്ടുണ്ടാവും. ആകാശത്ത് ആയിരക്കണക്കിന് നീർപ്പക്ഷികൾ പാറിപ്പറക്കുന്നതു കാണാം. എന്റെ മനസ്സ് ആഹ്ലാദംകൊണ്ട് വല്ലാതെ തുളുമ്പിപ്പോയി. കൂന്തംകുളം ഗ്രാമത്തി ലെത്തിയപ്പോൾ എനിക്കെന്റെ കണ്ണുകളെ വിശ്വസിക്കാനായില്ല. ആ പിള്ളേർ പറഞ്ഞതെത്ര ശരി. നൂറുകണക്കിന് വർണ്ണക്കൊറ്റികൾ കയ്യെ ത്തുംദൂരത്ത് കൂടൊരുക്കിയിരിക്കുന്നു. പക്ഷിക്കൂടുകൾക്കരികിൽ പിള്ളേർ വണ്ടിയുരുട്ടി കളിക്കുന്നു. ചെറിയ ചെറിയ വീടുകൾക്കരികിലുള്ള മുൾമ രങ്ങൾ നിറയെ പക്ഷിക്കൂടുകളാണ്. പക്ഷികളും മനുഷ്യരും ഇവിടെ ഒരുമയോടെ ജീവിക്കുന്നു. പക്ഷിക്കാഷ്ഠത്തിന്റെ ഗന്ധം ചുറ്റും പരന്നി ട്ടുണ്ട്. പക്ഷികളുടെ ശബ്ദത്താൽ മുഖരിതമാണ് അന്തരീക്ഷം. പക്ഷി കൾക്കുവേണ്ടി ഈ ഗ്രാമീണർ ഏറെ ത്യാഗങ്ങൾ സഹിക്കുന്നു. ഇത്തര ത്തിലൊരു കാഴ്ച കേരളത്തിൽ നമുക്കു കാണാനാവില്ല.

നിഷ്കളങ്കരായ ഇവിടുത്തെ ഗ്രാമീണർ നൂറ്റാണ്ടുകളായി പക്ഷി കൾക്കൊപ്പമാണ് കഴിയുന്നത്. മൂന്നുനൂറ്റാണ്ടുകളായി ഈ ഗ്രാമത്തിൽ

പക്ഷികൾ എത്തുന്നുവെന്നാണ് കരുതുന്നത്. വളരെ മനോഹരമായൊരു പ്രദേശമാണിവിടം. വയലേലകളും പനന്തോട്ടങ്ങളും നിറഞ്ഞ ഗ്രാമം. വളരെക്കുറച്ചു വീടുകളേയുള്ളു. ഗ്രാമത്തിൽ നല്ല മഴ ലഭിക്കുന്നതിനും കൃഷിയിടങ്ങളിൽ നല്ല വിളവു ലഭിക്കുന്നതിനും മുറതെറ്റാതെ ഈ പക്ഷികൾ ഇവിടേക്ക് വരണമെന്ന് ഗ്രാമീണർ വിശ്വസിക്കുന്നു. കാലത്തെക്കുറിച്ചുള്ള അവരുടെ ബോധംതന്നെ ഈ പക്ഷികളുടെ വരവും പോക്കുമായി ബന്ധപ്പെട്ടാണ് കിടക്കുന്നതെന്ന് പല ഗ്രാമീണരുമായും സംസാരിച്ചപ്പോൾ എനിക്കു ബോധ്യപ്പെട്ടു.

വർണ്ണക്കൊറ്റികൾ കൂടൊരുക്കുന്നതും കുഞ്ഞിനെ തീറ്റുന്നതുമായ നിരവധി ഷോട്ടുകൾ പകർത്തി. വർണ്ണക്കൊറ്റികളെ അടുത്തു നിരീക്ഷിക്കാൻ ഏറ്റവും അനുയോജ്യമായ പ്രദേശം കൂന്തംകുളം തന്നെയാണ്. മുട്ടയിൽനിന്ന് വിരിഞ്ഞിറങ്ങിയ കുഞ്ഞുങ്ങൾ മുതൽ പറക്കമുറ്റിയ കുഞ്ഞുങ്ങൾ വരെ വിവിധ കൂടുകളിൽ കാണാം. ആകാശത്തുകൂടി ചുള്ളിക്കമ്പുകളുമായി തലങ്ങും വിലങ്ങും വർണ്ണക്കൊറ്റികൾ പാറിപ്പറക്കുന്ന കാഴ്ചയൊന്നു കാണേണ്ടതുതന്നെയാണ്. തങ്ങളുടെ കൂറ്റൻ കൊക്കുനിറയെ വെള്ളവുമായി വന്ന് കുഞ്ഞുങ്ങളുടെ വായിലേക്ക് പൈപ്പിൽനിന്ന് വെള്ളം ചീറ്റുന്നതുപോലെ വെള്ളമൊഴിച്ച് തള്ളക്കൊറ്റികൾ കൊടുക്കുന്നുണ്ട്. പിന്നീടുള്ള പല യാത്രകളിലും വർണ്ണക്കൊറ്റികൾക്കുവേണ്ടി കുറച്ചുസമയം ഞാൻ മാറ്റിവെച്ചിട്ടുണ്ട്. അവയുടെ ഓരോ ഓരോ സ്വഭാവവും നോക്കിയിരിക്കുക ബഹുരസമാണ്.

ഒരിക്കൽ വെള്ളംവറ്റിത്തുടങ്ങിയ കാലത്ത് റോഡരികിലുള്ള ഒരു ചെറുതടാകത്തിൽനിന്ന് വർണ്ണക്കൊറ്റികളുടെ കൂട്ടം വെള്ളം കോരിക്കുടിക്കുന്നതും കൊക്കിൽ ശേഖരിക്കുന്നതും നോക്കിയിരുന്നു. കാൽപ്പനിക സുന്ദരമായ നിമിഷങ്ങളാണത്. വിവിധ നിറങ്ങൾ വാരിപ്പുതച്ച 'വർണ്ണക്കൊറ്റികൾ' വെള്ളിവെയിലത്ത് കൂട്ടമായി വെള്ളം ശേഖരിക്കുന്നത് ഒരു അപൂർവ്വ ദൃശ്യവിരുന്നാണ്. അതുപോലെ പറക്കുകയെന്നത് അത്ര എളുപ്പംപിടിച്ച പണിയല്ലെന്ന് എനിക്കു ബോധ്യപ്പെട്ടതും വർണ്ണക്കൊറ്റികളെ നിരീക്ഷിച്ചപ്പോഴാണ്. പറക്കമുറ്റിയ കുഞ്ഞുങ്ങൾ ഏറെ ആയാസപ്പെട്ടാണ് പറക്കലിന്റെ ഓരോ ചുവടും പഠിക്കുന്നത്.

നമ്മുടെ കുഞ്ഞുങ്ങൾ നടക്കാൻ പഠിക്കുന്നതിലും കഠിനമാണ് പക്ഷിക്കുഞ്ഞുങ്ങൾ പറക്കാൻ പഠിക്കുന്നത്. ആദ്യം ഒരിഞ്ച് മുകളിലേക്ക് ചാടാനാണ് പക്ഷിക്കുഞ്ഞുങ്ങൾ പഠിക്കുന്നത്. മുകളിലേക്ക് ചാടി പൂർവ്വസ്ഥാനത്ത് കാലുകൾ ഉറയ്ക്കുന്നതുവരെ അതിന്റെ വെപ്രാളം ഒന്നുകാണേണ്ടതാണ്. പിന്നീട് ചിറകുവിരിച്ച് മുകളിലേക്കുള്ള ചാട്ടത്തിന്റെ ഉയരംകൂട്ടിക്കൂട്ടി കൊണ്ടുവരും. ദിവസങ്ങൾകൊണ്ടാണിതൊക്കെ സ്വായത്തമാക്കുന്നത്. പക്ഷിക്കുഞ്ഞുങ്ങളെ സംബന്ധിച്ച് ഇത് അവയുടെ ജീവൻമരണ പോരാട്ടമാണെന്നു പറയാം. മുകളിലേക്ക് ചാടാൻ പഠിച്ച കുഞ്ഞുങ്ങൾ ഒരു കമ്പിൽനിന്ന് മറ്റൊരു കമ്പിലേക്ക് ചാടാൻ പഠിക്കുന്നു. പിന്നീടത് പാറിപ്പറക്കലാവും. അതിനിടയിൽ കാൽവഴുതി നിലത്തുവീണാൽ അച്ഛനും അമ്മയും അതിനെ തിരിഞ്ഞുനോക്കില്ല. എന്നന്നേക്കുമായി അതിനെ ഉപേക്ഷിക്കുകയാണ് പതിവ്. മരച്ചില്ലയിൽനിന്ന് കാൽവഴുതി

വീഴുന്ന പക്ഷിക്കുഞ്ഞുങ്ങൾക്ക് ജീവിക്കാൻ അർഹതയില്ലെന്നാണ് പക്ഷികളുടെയിടയിലെ നിയമം.

പലപ്പോഴും താഴെവീഴുന്ന കുഞ്ഞുങ്ങളെ പട്ടികളോ പാമ്പുകളോ പിടിച്ചു തിന്നുകയാണ് പതിവ്. എന്നാൽ കൂന്തംകുളത്ത് ഇത്തരത്തിൽ ഓരോ പക്ഷിക്കാലത്തും പൊഴിഞ്ഞുവീഴുന്ന പക്ഷിക്കുഞ്ഞുങ്ങളെ എടുത്തുവളർത്താൻ ബാൽപാണ്ഡ്യനും അദ്ദേഹത്തിന്റെ ഭാര്യയുമുണ്ട്. ബാൽപാണ്ഡ്യൻ കൂന്തംകുളത്തെ ബേർഡ് വാച്ചറാണ്. തമിഴ്നാട് വനം വകുപ്പിൽനിന്ന് ചെറിയ സാമ്പത്തികസഹായം അതിനവർക്ക് ലഭിക്കുന്നുണ്ട്. കൂന്തംകുളം 'പക്ഷികളുടെ ശരണാലയം' എന്ന പേരിന് ഏറെ അർഹമാണ്. ഇവിടെ നിലത്തുവീഴുന്ന ഓരോ പക്ഷിക്കുഞ്ഞിനെയും സ്വന്തം കുഞ്ഞുങ്ങളെപ്പോലെയാണ് അവർ വളർത്തി പറക്കമുറ്റിച്ച് വിടുന്നത്. പക്ഷികളോടുള്ള അവരുടെ സ്നേഹം മാതൃകാപരമാണ്.

ഇങ്ങനെ ഓരോ സീസണിലും അൻപതിലധികം പക്ഷിക്കുഞ്ഞുങ്ങളെ അവർ പറത്തിവിടുന്നുണ്ട്. ഒരിക്കൽ ഞാനവരോട് ചോദിച്ചു. ഇങ്ങനെ വളർത്തി പറത്തിവിടുന്ന കുഞ്ഞുങ്ങൾ എപ്പോഴെങ്കിലും തിരികെ നിങ്ങളെ കാണാൻ വരുമോ? അവരുടെ ഉത്തരം എന്നെ അദ്ഭുതപ്പെടുത്തിക്കളഞ്ഞു. വളർത്തിവിട്ട പക്ഷികളിൽ ചിലതെങ്കിലും തങ്ങളുടെ വളർത്തച്ഛനെയും വളർത്തമ്മയെയും കാണാനായി വരുമത്രെ! 2005-ൽ വളർത്തിവിട്ട രണ്ടു പെലിക്കനുകൾ 2006-ൽ അവരെ തേടിവന്നത് നിറകണ്ണുകളോടെയാണ് പാണ്ഡ്യന്റെ ഭാര്യ വള്ളിത്തായ് വിവരിച്ചത്. പക്ഷികൾ ജോഡിചേർന്നാൽ വളർത്തച്ഛനേയും വളർത്തമ്മയേയും മറക്കുകയാണ് പതിവ്. അതിനു മുമ്പാണെങ്കിൽ പക്ഷികൾ ഇവരെ തേടിവരുന്നു. പക്ഷികൾക്കും മനുഷ്യർക്കുള്ളതുപോലെയുള്ള വികാരവിചാരങ്ങളെല്ലാമുണ്ട്. അവയ്ക്കും ഓർമ്മകളുണ്ട്, സ്നേഹമുണ്ട്, നന്ദിയുണ്ട്. നമ്മിൽനിന്ന് പക്ഷികളെ വേറിട്ടുകാണുന്നതു ശരിയല്ലെന്ന് എനിക്കു തോന്നിയിട്ടുണ്ട്.

ഒരു ചില്ലയിൽനിന്ന് മറ്റൊരു ചില്ലയിലേക്ക് പറക്കാൻ പഠിച്ച കുഞ്ഞുങ്ങൾ പിന്നീട് ഒരു മരത്തിൽനിന്ന് മറ്റൊരു മരത്തിലേക്ക് പറക്കാൻ പഠിക്കുന്നു. പിന്നെ ആകാശത്തിന്റെ അനന്തവിശാലതയിൽ പാറിപ്പറന്ന് പറക്കലിന്റെ എല്ലാ അടവുകളും സ്വായത്തമാക്കുന്നു. പക്ഷിസീസൺ അവസാനിക്കാറാകുമ്പോൾ ആകാശത്ത് ഇങ്ങനെ പറക്കൽ പരിശീലനങ്ങളിൽ ഏർപ്പെട്ടിരിക്കുന്ന നൂറുകണക്കിന് പക്ഷികളെ കാണാൻ കഴിയും.

വർണ്ണക്കൊറ്റികൾ പേരു സൂചിപ്പിക്കുംപോലെ വർണ്ണസുന്ദരമായ പക്ഷികളാണെങ്കിലും കുഞ്ഞുങ്ങൾക്ക് വർണ്ണഭംഗിയുണ്ടാവില്ല. വളർച്ച പൂർത്തിയാകുന്നതോടെ കുഞ്ഞുങ്ങളും അച്ഛനമ്മമാരെപ്പോലെയായിത്തീരും. വർണ്ണക്കൊറ്റികളെ പൂതക്കൊക്ക് എന്നപേരിലും അറിയപ്പെടും. Painted stork എന്നാണ് ഇംഗ്ലീഷ് പേര്. Ibis leucocephalus എന്നാണ് ശാസ്ത്രീയനാമം. ഒരു മീറ്ററോളം വലുപ്പമുള്ള പക്ഷിയാണിത്. മുഖം തൂവലില്ലാത്തതും മെഴുകിന്റെ മഞ്ഞനിറമുള്ളതുമാണ്. തടിച്ചതും മഞ്ഞനിറത്തോടുകൂടിയതുമായ ചുണ്ടിന്റെ അഗ്രഭാഗം അൽപ്പം കീഴോട്ട് വളഞ്ഞതാണ്. വാലിനറ്റത്തു കാണുന്ന ഇളംചുവപ്പുനിറത്തിലുള്ള തൂവലുകൾ വർണ്ണക്കൊറ്റികളുടെ ഭംഗികൂട്ടുന്ന ഘടകമാണ്. പക്ഷിപ്രേമികളല്ലാത്തവരെപോലും ആകർഷിക്കുന്ന പക്ഷിയാണ് വർണ്ണക്കൊറ്റികളെന്നു പറയാം.

8

കൊറ്റികൾ

പുഴകളും ചെറു അരുവികളും കുളങ്ങളും കായലുകളും നിറഞ്ഞതാണ് കേരളം. വളരെ നീണ്ട ഒരു കടൽത്തീരവും നമുക്കുണ്ട്. മഴക്കാടും കണ്ടൽക്കാടും മലകളും കുറ്റിക്കാടും നിറഞ്ഞ പ്രകൃതി ഒരനുഗ്രഹം തന്നെ. പ്രകൃതിയിലെ ഈ സവിശേഷതകൾ കൊണ്ടാവാം പക്ഷിസമ്പന്നതയിൽ കേരളം വളരെ മുമ്പിലാണ്. ഇന്ത്യയിലെ പ്രശസ്തമായ പല പക്ഷിസങ്കേതങ്ങളിൽ കാണുന്നതിലധികം ജാതി പക്ഷികളെ നമ്മുടെ കുറ്റിക്കാടുകളിൽപോലും കാണാം. കേരളം ഒന്നാകെയൊരു പക്ഷിസങ്കേതമാണെന്ന് എനിക്കു തോന്നാറുണ്ട്. കേരളക്കരയിലെ ഏതു വീട്ടുമുറ്റത്തും ദിനവും അൻപതിലധികം ജാതി പക്ഷികൾ വന്നുപോകുന്നുണ്ടാകും. ഈ ഒരു സൗഭാഗ്യം മറ്റു പല പ്രദേശങ്ങൾക്കുമില്ലെന്നതാണ് നേര്.

തമിഴ്നാട്ടിലെ ഏറെ പ്രശസ്തമായ കൂന്തംകുളം പക്ഷിസങ്കേതത്തിൽ 169 ഇനത്തിൽപ്പെട്ട പക്ഷികളാണ് എത്തുന്നത്. എന്നാൽ നമ്മുടെ തട്ടേക്കാട് പക്ഷിസങ്കേതത്തിൽ 270 ജാതി പക്ഷികൾ എത്തുന്നുണ്ട്. കേരളത്തിൽ അഞ്ഞൂറിലധികം വിവിധജാതി പക്ഷികൾ ജീവിക്കുന്നുണ്ടെന്നാണ് കണക്കാക്കപ്പെട്ടിരിക്കുന്നത്. ഇന്ത്യയിൽ ഇത് 1500ലധികം വരും. എന്തായാലും പക്ഷികളുടെ കാര്യത്തിൽ മറ്റേതൊരു രാജ്യത്തെക്കാളും നമ്മൾ പിമ്പിലല്ല. പലപ്പോഴും മുമ്പിലാണുതാനും. പ്രകൃതിയിലുള്ള വൈവിധ്യമാണ് നമ്മുടെ പക്ഷിസമ്പത്തിനാധാരം.

കേരളം ജലസമൃദ്ധമായതിനാൽ നീർപ്പക്ഷികളെ ധാരാളം ഇവിടെ കാണാൻ കഴിയും. ഇടവപ്പാതി മഴക്കാലത്ത് കേരളത്തിലെമ്പാടും ചെറു നീർപ്പക്ഷി താവളങ്ങൾ രൂപപ്പെടാറുണ്ട്. ആലപ്പുഴ ജില്ലയുടെ കിഴക്കൻപ്രദേശങ്ങളിൽ ഇത്തരത്തിൽ നിരവധി നീർപ്പക്ഷിത്താവളങ്ങൾ കാണാം. എന്നാൽ പരിസ്ഥിതിബോധം ഏറെ അവകാശപ്പെടുന്ന മലയാളികൾ

അവയെ തുരത്തുകയും ആക്രമിക്കുകയും ചെയ്യുന്നുവെന്നതാണ് നേര്. അതുകൊണ്ട് ഇത്തരം സങ്കേതങ്ങൾ വളരെവേഗം ശോഷിച്ചുപോവുകയോ നാമാവശേഷമാവുകയോ ചെയ്യുന്നു. എന്നാൽ തമിഴ്നാട്ടിലെയും കർണ്ണാടകയിലെയും മറ്റും സ്ഥിതി ഇതല്ല. അവിടുത്തെ നിരക്ഷരരെന്നു നമ്മൾ കരുതുന്ന ഗ്രാമീണർ ഇത്തരം പക്ഷിസങ്കേതങ്ങളെ പൊന്നുപോലെ സംരക്ഷിക്കുന്നു. പക്ഷികൾ കൂടൊരുക്കുന്നതിനാലാണ് നല്ല മഴ ലഭിക്കുന്നതെന്നും കൃഷി അഭിവൃദ്ധിപ്പെടുന്നതെന്നും അവർ വിശ്വസിക്കുന്നു. സഹജമായൊരു പക്ഷിപ്രേമവും പ്രകൃതിസ്നേഹവും അവിടത്തെ ഗ്രാമീണരിൽ കാണാം.

സാക്ഷരരെന്നഭിമാനിക്കുന്ന നമുക്ക് ഈ ഗുണങ്ങൾ ഇല്ലെന്നോ കുറവാണെന്നോ പറയേണ്ടിവരും. പ്രകൃതിസ്നേഹവും പരിസ്ഥിതി പ്രശ്നങ്ങളും നമുക്ക് പലപ്പോഴും ബുദ്ധിപരമായ ഒരു വ്യായാമം മാത്രമാണ്. അത് ജീവിതത്തിലേക്കും ഹൃദയത്തിലേക്കും കടക്കുന്നില്ല. ഒറ്റപ്പെട്ട അപവാദങ്ങൾ ഉണ്ടാകാം. എന്നാൽ ഭൂരിപക്ഷത്തിന്റെ സ്ഥിതിയും അങ്ങനെയാണ്. അതുകൊണ്ടാണ് നമ്മുടെ വികസനപദ്ധതികളെല്ലാം പരിസ്ഥിതി വിരുദ്ധമായി മാറുന്നത്. വയലേലകൾ നികത്തുന്നതും കുളങ്ങൾ നശിപ്പിക്കുന്നതും കായലുകൾ കയ്യേറുന്നതും കാടുകൾ വെട്ടിമാറ്റുന്നതും നമ്മെ വിഷമിപ്പിക്കുന്നില്ല. ഇതിന്റെ പരിസ്ഥിതി പ്രത്യാഘാതങ്ങളെക്കുറിച്ചു തിരിച്ചറിയുന്നവർതന്നെ തങ്ങളുടെ താൽക്കാലികനേട്ടങ്ങൾക്കായി ബുദ്ധിപരമായ സമീപനം സ്വീകരിക്കുന്നു. എന്നാൽ ബുദ്ധിമാന്മാരല്ലാത്ത അന്ധവിശ്വാസികളെന്നു മുദ്രകുത്തപ്പെടുന്നവരാണ് ഇവിടെ കാവുകൾ ഇന്നും സംരക്ഷിക്കുന്നത്. ബുദ്ധിമാന്മാർ കാവും കാടും നശിപ്പിച്ച് റബ്ബർ വച്ചിട്ടുണ്ടല്ലോ! ഇവിടെ ശാസ്ത്രത്തെക്കാൾ വിശ്വാസങ്ങൾ പലപ്പോഴും പരിസ്ഥിതി സംരക്ഷണത്തിന് കാവലാളായി മാറുന്നത് എന്നെ അദ്ഭുതപ്പെടുത്തിയിട്ടുണ്ട്. പരിസ്ഥിതിശാസ്ത്രത്തിൽ ഡോക്ടറേറ്റെടുത്ത ഒരാളെക്കാൾ ഒരു സാധാരണ മനുഷ്യന്റെ വിശ്വാസങ്ങൾ പ്രകൃതിസംരക്ഷണത്തിനു ഗുണകരമായി മാറുന്നുവെന്നത് കൗതുകകരമാണ്. ഇക്കാര്യങ്ങൾ പലപ്പോഴും എനിക്ക് നേരിട്ട് ബോധ്യപ്പെട്ടിട്ടുള്ള കാര്യമാണ്. ഇത് എന്തുകൊണ്ട് സംഭവിക്കുന്നുവെന്നതിന് പണ്ട് മേൽപ്പത്തൂരിനോട് ഗുരുവായൂരപ്പൻ പറഞ്ഞ വാക്കുകളാണ് പ്രസക്തം.മേൽപ്പത്തൂരിന്റെ പാണ്ഡിത്യത്തെക്കാൾ പൂന്താനത്തിന്റെ ഭക്തിയാണെനിക്കേറെയിഷ്ടമെന്നാണ് ഗുരുവായൂരപ്പൻ പറഞ്ഞത്. ഇത് പ്രകൃതി സംരക്ഷണകാര്യത്തിലും അർത്ഥവത്താണ്.

കേരളത്തിന്റെ വിവിധഭാഗങ്ങളിൽ രൂപപ്പെടുന്ന പക്ഷിസങ്കേതങ്ങൾ ഒന്നൊഴിയാതെ നശിപ്പിക്കപ്പെട്ടുകൊണ്ടിരിക്കുകയാണ്. പതിനായിരക്കണക്കിന് നീർപ്പക്ഷികൾ കൂടൊരുക്കിയിരുന്ന നൂറനാട്ട് ഇന്ന് പക്ഷികളെത്തുന്നില്ല. 1987-ൽ ഇവിടെയാണ് പെരുംകൊക്കും ഇടക്കൊക്കും കേരളത്തിലാദ്യമായി കൂടൊരുക്കിയിരുന്നത്. പി കെ ഉത്തമനാണത് കണ്ടെത്തിയത്. ഡോ.സലിം അലിയുടെ *ബേഡ്സ് ഓഫ് കേരള*യിലും കെ

കെ നീലകണ്ഠന്റെ *കേരളത്തിലെ പക്ഷികളി*ലും പരാമർശിക്കപ്പെടാത്ത പക്ഷികളായിരുന്നു അവ. നമ്മുടെ വയലേലകളിലും മറ്റും കാണുന്ന വെള്ളക്കൊറ്റികളിൽ അഞ്ചുജാതിക്കാരുണ്ട്. പെരുംകൊക്ക്, ഇടക്കൊക്ക്, ചിന്നക്കൊക്ക്, കാലിക്കൊക്ക്, തിരമുണ്ടി. ഇതിൽ അപൂർവ്വപക്ഷികളാണ് പെരുംക്കൊക്കും ഇടക്കൊക്കും. പേരു സൂചിപ്പിക്കുംപോലെ ഏറ്റവും വലുത് പെരുംകൊക്കാണ്. അതിന്റെ ചെറുത് ഇടക്കൊക്ക്. ഏറ്റവും ചെറുത് ചിന്നക്കൊക്ക്. കന്നുകാലികൾക്ക് പുറകെ നടക്കുന്ന കൊറ്റിയാണ് കാലിക്കൊക്ക്. ആഭരണതൂവലുകളുടെ കാര്യത്തിലും ചുണ്ടിന്റെയും കാലിന്റെയും നിറത്തിന്റെ കാര്യത്തിലും ജീവിതരീതിയുടെ കാര്യത്തിലും ഈ കൊറ്റികളൊക്കെ തമ്മിൽ വ്യത്യാസങ്ങൾ കാണാം. ചിന്നക്കൊക്കിന് പ്രജനനകാലത്ത് തലയിലൊരു കിന്നരിത്തൂവൽ കിളിക്കും. ഇടക്കൊക്കിന് മാറത്തും പുറത്തും പീലിത്തൂവലുകൾ കാണാം. പെരുംകൊക്കിന് പുറത്തു മാത്രമേ പീലിത്തൂവലുകൾ കാണുകയുള്ളു. ഇവയുടെ കഴുത്ത് മിക്കപ്പോഴും ഇംഗ്ലീഷ് അക്ഷരമാലയിലെ 'എസ്' ന്റെ ആകൃതിയിലായിരിക്കും. കാലിക്കൊക്കുകൾക്ക് പ്രത്യുല്പാദനകാലത്ത് മാറത്ത് സുവർണ തൂവലുകൾ കിളിച്ചു കിടക്കും. ഇത്രയും കാര്യങ്ങൾ ഓർത്തുവച്ചാൽ തന്നെ ഈ പക്ഷികളെ തമ്മിൽ തെറ്റുകയില്ല.

2005 ജൂണിൽ കായംകുളത്തിന് സമീപമുള്ള കറ്റാനത്തെ ഒരു സ്വകാര്യ ആശുപത്രിവളപ്പിൽ പെരുംകൊക്കും (Large Egret - Egretta alba) ഇടക്കൊക്കും (Median Egret - Egretta Intermedia) ചിന്നക്കൊക്ക് (Little Egret - Egretta gazetta) കൂടൊരുക്കുന്നതു കണ്ടു. മാവിലും വാകമരത്തിലുമായിട്ടായിരുന്നു ഇവയുടെ കൂടൊരുക്കം. ആശുപത്രികെട്ടിടത്തിന്റെ മുകളിലത്തെ നിലയിൽ കയറിയിരുന്നാൽ ഈ പക്ഷികളുടെ കൂടൊരുക്കം നന്നായി നോക്കിക്കാണാമായിരുന്നു. കൊറ്റികളുടേതായി അൻപതിലധികം കൂടുകൾ അവിടെയുണ്ടായിരുന്നു. *കിളിവാതിൽ* പരിപാടിയുടെ ആദ്യഷൂട്ട് അവിടെ നിന്നാണ് ആരംഭിച്ചത്. എഴുത്തുകാരനും മാധ്യമപ്രവർത്തകനുമായ ബാബു ഭരദ്വാജ് ചേട്ടനും ഒപ്പമുണ്ടായിരുന്നു. ഞങ്ങൾ ഏറെനേരം പക്ഷികളെ നിരീക്ഷിച്ചു. പെരുംകൊക്കിന്റെ പ്രണയലീലകളും ഇണചേരലും മറ്റും അവിടെനിന്ന് ചിത്രീകരിക്കാനായി.

മറ്റൊരിക്കൽ അവിടം സന്ദർശിച്ചപ്പോൾ ഒരു പെരുംകൊക്ക് കൂടൊരുക്കം തുടങ്ങുന്നതുമുതൽ കാണാനും ചിത്രീകരിക്കാനും കഴിഞ്ഞു. വാലാകോലാ ചുള്ളികൾ അടുക്കിയിരിക്കുന്നതായി തോന്നുന്ന കൊറ്റിക്കൂടിന്റെ നിർമ്മിതി ഏറെ പ്രയാസമുള്ള കാര്യമാണെന്ന് അന്നാണ് എനിക്കു ബോധ്യപ്പെട്ടത്. കവട്ടയുള്ള ഒരു ശിഖരം ഒടിച്ചുകൊണ്ടുവന്ന് പെരുമുണ്ടി കൂടിന്റെ അസ്ഥിവാരം ഉറപ്പിക്കാൻ ശ്രമിക്കുന്നത് ഒന്നു കാണേണ്ടതുതന്നെ. ഇലപ്പടർപ്പിനുള്ളിൽ കമ്പുവച്ച് ഉറപ്പു പരിശോധിക്കുകയും പിന്നെ കാലുകൊണ്ട് തട്ടിനോക്കുകയും ചെയ്യും. കമ്പ് ഇളകുന്നതായി ബോധ്യപ്പെട്ടാൽ അത് കൊത്തിയെടുത്ത് വീണ്ടും ഉറപ്പിക്കും.

ഇങ്ങനെ മണിക്കൂറുകളുടെ പരിശോധനഫലമായാണ് അസ്ഥിവാരം ഉറപ്പിക്കുന്നത്. ഈ അസ്ഥിവാരത്തിലാണ് മറ്റു കൊമ്പുകൾ കൊരുത്ത് കൂടു നിർമ്മിക്കുന്നത്. പൂവനും പിടയും ചേർന്നാണ് കൂട് നിർമ്മിതി. മുട്ടയിട്ട് കുഞ്ഞു വിരിഞ്ഞ് വളരുന്നതിനനുസരിച്ച് അവർക്ക് പെരുമാറാൻ ആവശ്യമായ വലുപ്പത്തിൽ കൂടിന്റെ വിസ്തൃതിയും വർദ്ധിപ്പിച്ചുകൊണ്ടിരിക്കും. ഇക്കാലത്ത് പൂവൻ കൂടെക്കൂടെ കമ്പുകൾ ഒടിച്ചുകൊണ്ട് വന്ന് പിടയെ ഏൽപ്പിക്കുകയാണ് പതിവ്. പിട കരുതലോടെ കമ്പുവാങ്ങി കൂടിന്റെ വിസ്തൃതി വർദ്ധിപ്പിക്കുന്നു. കൂടിന്റെ നിർമ്മിതിയിലും കുഞ്ഞുങ്ങളെ വളർത്തുന്നതിലും പിടയും പൂവനും ഒത്തൊരുമിച്ചാണ് പ്രവർത്തിക്കുന്നത്. ഏറെ ത്യാഗങ്ങൾ സഹിച്ചാണ് കൊറ്റി അച്ഛനും കൊറ്റി അമ്മയും തങ്ങളുടെ കുഞ്ഞുങ്ങളെ വളർത്തിയെടുക്കുന്നത്.

ഇത്തരം കാര്യങ്ങൾ നോക്കിക്കാണുന്ന ഒരാൾക്ക് ഒരു കൊറ്റിനെ പോലും ആക്രമിക്കാൻ തോന്നില്ല. ഒരുപക്ഷെ നമ്മൾ വെടിവെച്ചിടുന്ന ഒരു കൊറ്റിയെ ഒരു കുടുംബം കാത്തിരിപ്പുണ്ടാവും. കുഞ്ഞുങ്ങൾക്ക് തീറ്റതേടാനായി വന്ന കൊറ്റി തന്തയെയോ തള്ളയെയോ ആവും നമ്മൾ വെടിവെച്ചിട്ടത്. ആദ്യകാവ്യകാരന്റെ ദുഃഖം എത്ര ആഴമുള്ളതാണെന്ന് തിരിച്ചറിയാൻ ഏതെങ്കിലും ഒരുപക്ഷിയെ നിരീക്ഷിക്കുകയേ വേണ്ടൂ. 2005ലും 2006ലും ഞാൻ പലപ്രാവശ്യം കറ്റാനത്തെ ആശുപത്രിവളപ്പിൽ പക്ഷികളെ നിരീക്ഷിക്കാനായി എത്തി. അവിടെ കൂടൊരുക്കുന്ന പക്ഷികളുടെ പ്രാധാന്യത്തെക്കുറിച്ചു അധികൃതരെ ബോധ്യപ്പെടുത്തി. ആശുപത്രിയുടെ ചുമതലക്കാരനായ ഫാദർ പക്ഷിസംരക്ഷണകാര്യത്തിൽ പ്രത്യേക താൽപര്യം പ്രകടിപ്പിക്കുകയും ചെയ്തിരുന്നു. എന്നാൽ പക്ഷികളെ അവിടെനിന്നു തുരത്തണമെന്ന ഒരഭിപ്രായം ഒരു വിഭാഗം ആളുകൾക്കവിടെ ഉണ്ടായിരുന്നു. ആശുപത്രി പരിസരം മലിനമാകുന്നുവെന്നായിരുന്നു പ്രധാന പരാതി.

ഈ വർഷം ഞാനവിടെ വീണ്ടുമെത്തിയപ്പോൾ അപൂർവ്വപക്ഷികൾ കൂടൊരുക്കിയിരുന്ന മരങ്ങളെല്ലാം വെട്ടിമാറ്റിയതാണ് കണ്ടത്. ഒരുപക്ഷെ ആ ഫാദർ മരങ്ങൾക്കുവേണ്ടി വാദിച്ചിട്ടുണ്ടാവാം. എന്നാൽ ഭൂരിപക്ഷം മരംമുറിച്ചുനീക്കണമെന്നാവശ്യപ്പെട്ടപ്പോൾ അർദ്ധമനസ്സോടെ അദ്ദേഹവും സമ്മതംമൂളിയിട്ടുണ്ടാവാം. എന്തായാലും കൊറ്റികളുടെ മറ്റൊരഭയസങ്കേതംകൂടി കുറ്റിയറ്റുപോയി. ഇത് ഒറ്റപ്പെട്ട സംഭവമല്ല. കേരളത്തിലെമ്പാടും നടന്നുകൊണ്ടിരിക്കുന്ന സംഗതിയാണ്. കൊറ്റികൾ കൂടൊരുക്കുന്ന മരം മുറിക്കരുതെന്ന് നിയമമുണ്ടാകുന്നത് വിപരീതഫലമേ ചെയ്യൂ. തങ്ങൾ നട്ടുവളർത്തിയ മരത്തിന്റെ മേലുള്ള അവകാശം തങ്ങൾക്ക് നഷ്ടപ്പെടുമെന്ന ധാരണയിൽ കാലേകൂട്ടിതന്നെ മരങ്ങൾ മുറിച്ചുനീക്കാനിടയുണ്ട്. അതുകൊണ്ട് പക്ഷികൾ കൂടൊരുക്കുന്ന മരത്തിന്റെ ഉടമകൾക്ക് പാരിതോഷികം നൽകാൻ സർക്കാർ തയ്യാറായാൽ ഒരുപക്ഷെ പക്ഷികൾക്കതു ഗുണകരമായേക്കും. ഒപ്പം പക്ഷികളുടെ മാലിന്യങ്ങൾ നീക്കംചെയ്യാൻ പ്രാദേശികഭരണകൂടങ്ങൾ നടപടിയെടുക്കു

കയും വേണം. നമ്മുടെ ആസൂത്രണത്തിൽ ഇത്തരത്തിലുള്ള പക്ഷിസങ്കേതങ്ങളുടെ സംരക്ഷണത്തിനും സ്ഥാനം ലഭിക്കണം. ജൈവസമ്പത്തു പരിരക്ഷിക്കുന്നതിൽ ഇത്തരം സങ്കേതങ്ങൾ വലിയ സേവനം ചെയ്യുന്നുണ്ട്.

നമ്മുടെ ബയോഡൈവേഴ്സിറ്റി ബോർഡിനും മറ്റും ഇക്കാര്യത്തിൽ കൂടുതൽ ചെയ്യാൻ കഴിയണം. ബയോഡൈവേഴ്സിറ്റി ബോർഡ് ചെയർമാൻ ഡോ വി എസ് വിജയന്റെ ശ്രദ്ധയിൽ താനിക്കാര്യം കൊണ്ടുവന്നപ്പോൾ അദ്ദേഹം അനുഭാവപൂർവ്വം പരിഗണിക്കാമെന്ന് പറഞ്ഞു. എന്തായാലും ജൈവവൈവിധ്യസംരക്ഷണത്തിന്റെയും മറ്റുംപേരിൽ കോടികൾ നമ്മൾ ചിലവഴിക്കുന്നുണ്ടെങ്കിലും സാധാരണക്കാർക്കുകൂടി നേരിട്ട് അതിന്റെ പ്രയോജനം ലഭിക്കുംവിധം നടപടികൾ ഉണ്ടായാൽ മാത്രമേ സംരക്ഷണം അർത്ഥവത്താകൂ. ആസൂത്രണം താഴെത്തട്ടിൽ നിന്ന് തുടങ്ങുന്നത് ഇത്തരത്തിലാണ്. അല്ലാതെ കുറച്ചു പണം ജനങ്ങളുടെ മുമ്പിലേക്ക് വലിച്ചെറിഞ്ഞിട്ട് അവരുടെ ആഗ്രഹത്തിനും അത്യാഗ്രഹത്തിനും കൂട്ടുനിൽക്കലല്ല. ജനകീയാസൂത്രണം ജനങ്ങൾക്ക് നേരിട്ട് പ്രയോജനം ലഭ്യമാക്കുന്നതാവണം. ജനപങ്കാളിത്തവും വേണം. എന്നാൽ ജനങ്ങൾ കൂടിയിരുന്ന് ആലോചിച്ചതുകൊണ്ടുമാത്രം ജനകീയാസൂത്രണം ഉണ്ടാവില്ല. പലപ്പോഴും ജനവിരുദ്ധ–പരിസ്ഥിതിവിരുദ്ധ ആസൂത്രണങ്ങളാണ് ഇതിന്റെ പേരിൽ സംഭവിച്ചുകൊണ്ടിരിക്കുന്നതെന്നും കാണാം.

കേരളത്തിന്റെ വിവിധഭാഗങ്ങളിൽ മഴക്കാലത്തു രൂപപ്പെടുന്ന നീർപ്പക്ഷിത്താവളങ്ങളെക്കുറിച്ച് വ്യക്തമായൊരു സെൻസസ്പോലും നമ്മുടെ പക്കലില്ല. നീർപ്പക്ഷിത്താവളങ്ങളെക്കുറിച്ച് കണക്കെടുപ്പു നടത്തുകയും അവയുടെ സംരക്ഷണത്തിന് നടപടികളെടുക്കുകയും വേണം. എങ്കിൽ മാത്രമേ പെരുംകൊക്ക്, ഇടക്കൊക്ക്, ചിന്നക്കൊക്ക്, തിരമുണ്ടി എന്നിവയെ സംബന്ധിച്ച് വ്യക്തമായ കണക്കുകൾ ലഭിക്കൂ. മഞ്ഞവിരലുകളും കറുത്ത കാലുകളുമുള്ള പക്ഷിയാണ് ചിന്നക്കൊക്ക്. ഏതുകാലത്തും ഇതിന്റെ കൊക്കുകൾ കറുത്തതായിരിക്കും. പ്രജനനകാലത്ത് ഇവയെ മറ്റു പക്ഷികളുമായി തെറ്റുകയില്ല. ഇക്കാലത്ത് തലയിൽ ഒരു നാടത്തൂവൽ ഇതിനു കാണാം. മാറത്തും പുറത്തും മാർദ്ദവമേറിയ പീലിത്തൂവലുകളും കാണും. ഇടക്കൊക്കിന്റെ വിരലുകൾ എല്ലാ കാലത്തും കറുത്തതായിരിക്കും. കൊക്ക് മഞ്ഞയായിരിക്കും. എന്നാൽ പ്രത്യുല്പാദനകാലത്ത് കൊക്കിന്റെ നിറം കറുപ്പായിമാറും. കാലിക്കൊക്കിന് പ്രജനനകാലത്ത് തല, കഴുത്ത്, മാറിടം, പുറം എന്നിവിടങ്ങളിൽ ഇളംഓറഞ്ചുനിറമായിരിക്കും. ഈ പക്ഷിക്ക് ഏതുകാലത്തും മഞ്ഞ കൊക്കായിരിക്കും. കണങ്കാലും പാദവും ഒരേ നിറമായിരിക്കും. തിരമുണ്ടിയുടെ ഇംഗ്ലീഷ്പേർ Reef Heron എന്നാണ്. Egretta gularius എന്നാണ് ശാസ്ത്രീയ നാമം. ചിന്നക്കൊക്കിനോട് ഏറെ സാമ്യമുള്ള പക്ഷിയാണിത്. ഭൂരിപക്ഷവും ഇരുണ്ടചാരനിറക്കാരാണ്. ചിലത് വെള്ളനിറക്കാരായിരിക്കും.

9

വാനമ്പാടി

'**വാ**നമ്പാടി' പക്ഷികളെ കണ്ടിട്ടില്ലാത്തവർപോലും അതിന്റെ പേര് കേട്ടിരിക്കും. കവികളും മറ്റും ഏറെ വാഴ്ത്തിയിട്ടുള്ള പക്ഷികളാണിത്. പ്രത്യേകിച്ചും ഇംഗ്ലീഷ് കവികൾ. സുന്ദരമായി പാടാൻ കഴിവുള്ള പക്ഷികളാണിത്. എന്നാൽ നമ്മുടെ വീട്ടുമുറ്റത്തു വന്നിരുന്നു പാടാറുള്ള മണ്ണാത്തിപ്പുള്ളിനോളം വലിയ പാട്ടുകാരാണിവരെന്ന് എനിക്കു തോന്നിയിട്ടില്ല. മണ്ണാത്തിപ്പുള്ളിന്റെ പാട്ടിനെക്കുറിച്ച് വർണ്ണിക്കുന്നതിലധികം വാനമ്പാടികളുടെ പാട്ടിനെക്കുറിച്ച് നമ്മുടെ കവികൾ വർണ്ണിച്ചിട്ടുണ്ടെന്നാണെന്റെ വിചാരം. പലപ്പോഴും വാനമ്പാടികളെ കണ്ടിട്ടില്ലാത്തവർപോലും അതിന്റെ പാട്ടിനെക്കുറിച്ച് വർണ്ണിക്കുന്നു. പടിഞ്ഞാറൻ കവികളുടെ മാറ്റൊലികളായി നമ്മുടെ കവികളും മാറുന്നുവെന്നതുകൊണ്ടാണിത്. സ്വന്തം അനുഭവങ്ങളിൽനിന്ന് പലർക്കും എഴുതാൻ കഴിയുന്നില്ല. മറ്റുള്ളവർ തിന്നുന്നതു നോക്കി നമ്മളിവിടെ അയവെട്ടുകയാണ്.

വാനമ്പാടികൾ കേരളത്തിലുണ്ടെങ്കിലും അവയെ നന്നായി നിരീക്ഷിക്കുന്നതിന് തമിഴ്നാടിന്റെ കുഗ്രാമങ്ങളാണ് നല്ലത്. അവിടുള്ള പുൽമേടുകളിലും വൈദ്യുതിക്കമ്പികളിലും വാനമ്പാടികളെ ധാരാളം കാണാൻ കഴിയും. വാനമ്പാടികളുടെ കൂടുതേടി തമിഴ്നാടിന്റെ പലഭാഗങ്ങളിലും ഞാനലഞ്ഞിട്ടുണ്ട്. വളരെ രസകരമായ അനുഭവങ്ങളാണതൊക്കെ. ഒരിക്കൽ ക്യാമറയും സന്നാഹങ്ങളുമായി ഞങ്ങൾ തമിഴ്നാടിന്റെ ഉൾഗ്രാമങ്ങളിലൂടെ സഞ്ചരിക്കുകയായിരുന്നു. ഞങ്ങളോടൊപ്പം കൂന്തംകുളത്തെ ബേർഡ് വാച്ചർ ബാൽപാണ്ഡ്യനുമുണ്ട്. ഏതു പുൽപ്പരപ്പിൽനിന്നും പക്ഷിക്കൂടുകൾ കണ്ടെത്താൻ അതീവസാമർത്ഥ്യമുള്ളയാളാണ് ബാൽപാണ്ഡ്യൻ. അദ്ദേഹത്തിന്റെ ഈ കഴിവ് എന്നെ പലപ്പോഴും അദ്ഭുതപ്പെടുത്തിയിട്ടുണ്ട്. നായ്ക്കൾ മണംപിടിച്ചുപിടിച്ച് പോയി തൊണ്ടിസാധനങ്ങൾ കണ്ടെടുക്കുന്നതുപോലെയാണ് ബാൽപാണ്ഡ്യൻ

പക്ഷിക്കൂടുകൾ കണ്ടെടുക്കുന്നത്.

വണ്ടി വിജനമായ പുൽമേടുകളിലൂടെ ഏറെ ഓടി പാറക്കെട്ടും പുൽമേടുംനിറഞ്ഞ ഒരു പ്രദേശത്തുചെന്നുനിന്നു. അവിടവിടെയായി കുറച്ചു മുൾച്ചെടികൾ മാത്രമേയുള്ളു. ആകാശം അതിന്റെ എല്ലാ പ്രൗഢ ഗാംഭീര്യത്തോടെയും കാണാം. കണ്ണെത്താദൂരത്തൊന്നും മനുഷ്യനിർമ്മിതമായ യാതൊന്നും കാണാനില്ല. കനത്ത വെയിലിൽ നരച്ചപുൽമേടുകളിൽനിന്ന് ആവി പൊങ്ങുന്നുണ്ട്. നിലത്ത് അവിടവിടെ ആട്ടിൻപുഴുക്കകൾ ചിതറിക്കിടക്കുന്നു. ആട്ടിൻപുഴുക്കളിൽനിന്ന് ഇനിയും ഈർപ്പം പൂർണ്ണമായി വറ്റിയിട്ടില്ല. ഏതാനും മണിക്കൂറുകൾക്ക് മുമ്പ് ഇതുവഴി ആട്ടിൻപറ്റങ്ങൾ കടന്നുപോയെന്നുറപ്പാണ്. ഞങ്ങൾ വണ്ടിയിൽനിന്ന് പുറത്തിറങ്ങി ചുറ്റുപാടുംനോക്കി. പെട്ടെന്ന് എന്റെ സമീപത്തെ പുല്ലുകളിൽ ഒരിളക്കം. ഇത്തരം പുൽമേടുകളിൽ ധാരാളം വിഷപ്പാമ്പുകൾ ഉണ്ടാകുമെന്ന് ഞാൻ കേട്ടിട്ടുണ്ട്. തെല്ലുഭയത്തോടെ ഞാനൊരടി പിന്നോട്ട് വച്ചു. നിമിഷനേരംകൊണ്ട് ഉണക്കപ്പുല്ലുകൾക്കിടയിൽനിന്ന് ഒരു കാട്ടുമുയൽ അതിവേഗത്തിൽ പാഞ്ഞുപോയി. ഒന്നു ഭംഗിയായി കാണാൻ പോലും കഴിഞ്ഞില്ല . അത്രവേഗത്തിലാണതു പാഞ്ഞത്. ഞാൻ ചുറ്റുപാടും കണ്ണോടിച്ചു. പുൽമേട്ടിലൂടെ ഒരു നായ നാക്കും തളർത്തിയിട്ട് അണച്ചണച്ച് ഓടിവരുന്നുണ്ട്. ഈ നായയുടെ സാന്നിധ്യമാവാം മുയലിനെ ഭയപ്പെടുത്തിയതെന്ന് ഞാനൂഹിച്ചു.

ബാൽപാണ്ഡ്യൻ പുൽമേടു മുഴുവൻ അരിച്ചുപെറുക്കാൻ തുടങ്ങി. അവിടവിടെ കരിവയറൻ വാനമ്പാടികളും മറ്റും ഇരിക്കുന്നതു കാണാം. ഇന്ത്യൻ ക്രോസറുകൾ പുൽമേട്ടിലൂടെ ഓടിമറയുന്നുണ്ട്. കടുത്തചൂട് എനിക്കസഹനീയമായിതോന്നി. വെള്ളം കുടിച്ചിട്ടും ചൂടിൽ ശരീരം

വെന്തുനീറുകയാണ്. ഞാൻ ഒരു മുള്ളുചെടിയുടെ ഇത്തിരി തണൽ തേടി ച്ചെന്നു. അതിനടുത്ത് ഒരു ചെറുപാറക്കഷണം കിടപ്പുണ്ടായിരുന്നു. ഞാന തിലേക്കിരുന്നതും അത് പിളർന്ന് ഉരുണ്ടുമാറി. ഞാൻ ചരിഞ്ഞ് നില ത്തേക്ക് വീണു. നിലത്ത് ഉണങ്ങിക്കിടന്നിരുന്ന മുള്ളുകൾ എന്റെ ചന്തി യിലേക്ക് തുളഞ്ഞുകയറി. കയ്യിലും ഒന്നുരണ്ടു മുള്ളുകൾതറച്ചു. വേദ നയോടെ തണൽ പറ്റാനുള്ള മോഹം ഉപേക്ഷിച്ച് വണ്ടിക്കരികിലേക്ക് മടങ്ങി.

ബാൽപാണ്ഡ്യന് ഈ കടുത്ത ചൂടൊന്നും ഒരു പുത്തരിയായിരു ന്നില്ല. അയാൾ അവിടെ അലഞ്ഞുനടന്ന് ഒരു വാനമ്പാടിയുടെ കൂട് കണ്ടെത്തി. വെറുംനിലത്ത് ഒരു പുൽക്കൂനയിലായിരുന്നു കൂട്. കൂട്ടിൽ പുള്ളികുത്തിയ രണ്ട് മുട്ടകളും ഉണ്ടായിരുന്നു. മനുഷ്യരെ ഏറെ ഭയ മുള്ള പക്ഷികളാണ് വാനമ്പാടികൾ. അതുകൊണ്ട് അതിനെ ക്യാമറ യിൽ പകർത്തുകയെന്നത് വളരെ വിഷമം പിടിച്ച പണിയാണ്. മനുഷ്യ സാന്നിധ്യമുണ്ടെങ്കിൽ അത് കൂട്ടിനരികിലേക്ക് വരുകയേയില്ല. ഞങ്ങൾ ക്യാമറ വണ്ടിക്കുള്ളിൽ സെറ്റ്ചെയ്തു. ഞങ്ങളുടെ കയ്യിൽ Sx ക്യാമറയും PD 170ഉം ഉണ്ടായിരുന്നു. വണ്ടി കൂടിന് സമീപത്ത് സുര ക്ഷിതമായൊരകലത്തിലിട്ടു. എന്നിട്ട് അതിനുള്ളിൽ കാത്തിരുന്നു. പ്രതീ ക്ഷിച്ചതുപോലെ വാനമ്പാടിപക്ഷി കൂട്ടിനരികിലെത്തി. അതു മുട്ടയ്ക്കട യിരിക്കുന്നതും മറ്റും ക്യാമറയിൽ പകർത്താൻ കഴിഞ്ഞു. കൂട്ടിനരികിൽ വണ്ടികിടക്കുന്നത് അതിന്റെ ശ്രദ്ധയിൽപെട്ടിരുന്നു. എന്നാൽ പലപ്രാ വശ്യം വണ്ടിക്കരികിൽ വന്ന് അത് ആക്രമണകാരിയല്ലെന്ന് ഉറപ്പുവരു ത്തിയശേഷമാണ് വാനമ്പാടി തന്റെ കൂട്ടിനരികിലേക്ക് പോയത്.

പാട്ടിന് ഏറെ പേരുകേട്ട പക്ഷിയാണെങ്കിലും വാനമ്പാടികൾ നിറ സൗകുമാര്യമൊന്നുമില്ലാത്ത പക്ഷികളാണ്. കൃശഗാത്രരാണ്. അതു കൊണ്ട് തന്നെ ഇവ എളുപ്പം നമ്മുടെ ശ്രദ്ധയിൽപ്പെടണമെന്നില്ല. ഈ വാനമ്പാടികൾ പണ്ട് ഒരു കലഹത്തിന് കാരണമായത് ഞാനോർത്തു. അറേബ്യയിലാണ് സംഭവം. രണ്ടു ഗോത്രങ്ങൾ തമ്മിൽ വഴക്ക് നിലവി ലുണ്ടായിരുന്നു. ഒരിക്കൽ ഒരു ഗോത്രത്തിന്റെ പരിധിയിൽപ്പെട്ട സ്ഥലത്ത് കൂടൊരുക്കിയിരുന്ന വാനമ്പാടിയുടെ കൂട് അതുവഴി വന്ന എതിർഗോ ത്രത്തിലെ ഒരു ഒട്ടകം നശിപ്പിച്ചു. ഇതേത്തുടർന്ന് ഇരുഗോത്രങ്ങളും തമ്മിൽ ശണ്ഠമൂത്തു. ഏതാണ്ട് 40 വർഷത്തോളം ഇതേച്ചൊല്ലി ഇരു ഗോത്രങ്ങളും തമ്മിൽ കലാപം നടന്നു. നിരവധിപേർ കലാപങ്ങളിൽ മരിച്ചു.

നിലത്ത് കൂടൊരുക്കുന്ന വാനമ്പാടികളുടെ കൂടുകൾക്ക് ഇവിടെയും ആടുമാടുകൾ ശല്യമായി തീരാറുണ്ട്. തമിഴ്നാട്ടിലെ വിജനമായ ഇത്ത രത്തിലുള്ള പുൽമേടുകളിലൂടെ ആയിരക്കണക്കിന് ആടുമാടുകളെയും കൊണ്ടുപോകുന്ന ഇടയന്മാരെ കാണാം. ആടുമാടുകളുടെ ഈ സഞ്ചാര ത്തിനിടയിൽ നിലത്ത് കൂടൊരുക്കുന്ന പക്ഷികളുടെ മുട്ടകളെയും നശി പ്പിക്കും. എന്നാൽ അറേബ്യയിലേതുപോലെയുള്ള ഗോത്രങ്ങളില്ലാത്ത

തിനാൽ ഇവിടെ ഇതേച്ചൊല്ലി കലാപങ്ങൾ ഉണ്ടാകാറില്ലെന്നു മാത്രം. മുട്ടയ്ക്കടയിരിക്കുന്ന വാനമ്പാടിയുടെ ഷോട്ടുകൾ ലഭിച്ച സാഹചര്യത്തിൽ മറ്റു കൂടുകൾ വല്ലതും ഉണ്ടോയെന്ന് ഞങ്ങൾ പരിശോധന തുടങ്ങി. പുൽമേട്ടിലൂടെ ഞാൻ നടക്കുമ്പോൾ ഒരു പാറക്കുഴിയിൽനിന്ന് ചെറുഞരക്കം. ഞാനതീവശ്രദ്ധയോടെ അതിനരികിലേക്ക് ചെന്നപ്പോൾ ഒരു വാനമ്പാടി കുഞ്ഞ് പ്രാഞ്ചിപ്രാഞ്ചി പുല്ലിന്നിടയിലൂടെ നടക്കുന്നു. അതിന്റെ ചുവന്ന വായ പിളർന്ന് കരയുന്നുണ്ട്. മറ്റൊന്ന് എണീക്കാൻ പോലും കെൽപ്പാകാതെ കൂട്ടിൽ ഇരിക്കുകയാണ്. കൂട്ടിൽ വിരിയാനായി ഒരു മുട്ട കാത്തുകിടക്കുന്നു. ഇതുതന്നെ പറ്റിയ അവസരമെന്നു കണ്ട് ഞങ്ങൾ ആ ദൃശ്യങ്ങളെല്ലാം ക്യാമറയിൽ പകർത്തി. പക്ഷികളെ തൊടാതെ പ്രത്യേകം ശ്രദ്ധിച്ചു. കാരണം പക്ഷികളെ മനുഷ്യർ സ്പർശിച്ചാൽ പിന്നെ തള്ളപ്പക്ഷി അതിനെ ഉപേക്ഷിക്കുമെന്നാണ് കേട്ടിട്ടുള്ളത്. പക്ഷിനിരീക്ഷകനായ കെ കെ നീലകണ്ഠൻ (ഇന്ദുചൂഡൻ) തന്റെ അനുഭവത്തിൽനിന്ന് ഇത് ശരിവെച്ചിട്ടുമുണ്ട്.

വാനമ്പാടിയുടെ മുട്ടയേയും ചെറുകുഞ്ഞിനെയും മുതിർന്ന കുഞ്ഞിനെയും കിട്ടിയതിൽ എനിക്ക് വലിയ സന്തോഷംതോന്നി. നമ്മുടെ ആളുകളെ ഇതൊക്കെ കാണിക്കാൻ കഴിയുമല്ലോ എന്ന ആനന്ദമായിരുന്നു മനസ്സ് നിറയെ. തമിഴ്നാട്ടിലേക്കുള്ള ഓരോ യാത്രയും ഇങ്ങനെയാണ്. അപ്രതീക്ഷിതമായി പക്ഷിക്കൂടുകളും കുഞ്ഞുങ്ങളും നമ്മുടെ മുമ്പിൽ വന്നുപെടും. അതുകൊണ്ട് പക്ഷിനിരീക്ഷണത്തിന് കുറെ അനുയോജ്യമായ സ്ഥലം തമിഴ്നാട് തന്നെയാണെന്നാണ് എന്റെ അനുഭവം. നമ്മുടെ നാട്ടിൽ പക്ഷികൾ ധാരാളം ഉണ്ടെങ്കിലും മരങ്ങളുടെ സമൃദ്ധി കാരണം വളരെ വേഗം ഇലപ്പടർപ്പുകളിലതു മറഞ്ഞുകളയും. എന്നാൽ തമിഴ്നാട്ടിൽ വിസ്തൃതമായൊരു ഭൂപ്രദേശം മുഴുവൻ നമ്മുടെ കാഴ്ചവട്ടത്തുണ്ടാവും. ഇതുകൊണ്ടാണ് പക്ഷികളെത്തേടിയുള്ള യാത്രകളേറെയും തമിഴ്നാട്ടിലേക്കാക്കിയത്. അതിലെനിക്കൊരിക്കലും നിരാശപ്പെടേണ്ടി വന്നിട്ടില്ല.

10

പവിഴക്കാലി

നല്ലൊരു പ്രകൃതിനിരീക്ഷകനാകാൻ ഒരു വേട്ടക്കാരന്റെ മനസ്സ് വേണമെന്ന് എനിക്ക് തോന്നിയിട്ടുണ്ട്. എല്ലാ നല്ല വേട്ടക്കാരനും നല്ല പ്രകൃതിനിരീക്ഷകർ കൂടിയായിരുന്നു. ലോകപ്രശസ്ത പക്ഷിനിരീക്ഷകനായ സലിംഅലിയുടെ കാര്യംതന്നെയെടുത്താൽ പക്ഷിവേട്ടയിൽ തുടങ്ങിയ കമ്പമാണ് പക്ഷിനിരീക്ഷണത്തിലേക്ക് വഴിമാറിയതെന്നു കാണാം. സലിംഅലിയുടെ കുട്ടിക്കാലത്ത് പിടക്കുരുവിക്ക് കാവലിരുന്ന പൂവൻകുരുവിയെ സലിംഅലി വെടിവെച്ചിട്ടു. പെൺകുരുവി ഉടനെതന്നെ തനിക്കു കാവലിന് മറ്റൊരു ആൺകുരുവിയെ കണ്ടെത്തി. അതിനെയും സലിം അലി വെടിവെച്ചിട്ടു. പെൺകുരുവി വീണ്ടും ഒരാണിനെ തുണക്കായി കണ്ടെത്തി. ആ പക്ഷിക്കൂടിനരികിൽനിന്ന് ഇങ്ങനെ എട്ടോളം ആണിനെ വെടിവെച്ചിട്ടതായി സലിംഅലിതന്നെ രേഖപ്പെടുത്തിയിട്ടുണ്ട്. വേട്ടക്കാരുടെ പലകുറിപ്പുകളും പ്രകൃതിനിരീക്ഷണരംഗത്ത് വലിയ സംഭാവനയായി മാറാറുണ്ട്. പ്രശസ്തമായ പല വേട്ടക്കഥകളും പ്രകൃതിനിരീക്ഷണത്തെ സംബന്ധിച്ച് വലിയ ഉൾക്കാഴ്ചകൂടി നൽകുന്നവയാണ്. പ്രത്യേകിച്ചും ജിം കോർബെറ്റിന്റെ വേട്ടക്കഥകൾ വായിച്ചിട്ടുള്ളവർ ഇക്കാര്യം നൂറുവട്ടം സമ്മതിക്കുമെന്നെനിക്കുറപ്പുണ്ട്. ഹിമാലയം മേഖലയിൽ മനുഷ്യക്കുരുതി നടത്തിയിരുന്ന മോഹൻ കടുവയെ തേടിയുള്ള അദ്ദേഹത്തിന്റെ കാട്ടിലൂടെയുള്ള യാത്ര എത്രമാത്രം സൂക്ഷ്മശ്രദ്ധയോടെയായിരുന്നുവെന്നത് നമ്മെ അത്ഭുതപ്പെടുത്തും. കാട്ടിൽ ഓരോ ഇഞ്ചും അപകടം പതിയിരിക്കുന്നതിനാൽ അതീവജാഗ്രത ആവശ്യമാണ്. അദ്ദേഹത്തിന്റെ കുറിപ്പുകൾ ഇത് ശരിവയ്ക്കുന്നു. ഏകദേശം മൂന്നു മൈലോളം പാതയുടെ ഇരുവശവും വളരെ ശ്രദ്ധാപൂർവ്വം നിരീക്ഷിച്ചുകൊണ്ട് ഞാൻ നടന്നു. കടുവയ്ക്കൊരു സ്വഭാവമുണ്ട്. സ്ഥിരമായി സഞ്ചരിക്കുന്ന പാതയുടെ ഇരുവശങ്ങളിലും അവിടെയും ഇവിടെയും മാന്തി അത് ചില അട

യാളങ്ങൾ ഇട്ടുവയ്ക്കും. നാം വീട്ടിൽ വളർത്തുന്ന പൂച്ചകളും ഇങ്ങനെ മാന്താറുണ്ടല്ലോ? ഇതവയുടെ പൊതുവർഗ്ഗസ്വഭാവമായിരിക്കാം. അതെന്തായാലും ഒരു നായാട്ടുകാരനെ സംബന്ധിച്ച് ഇത്തരം പോറലുകൾ വളരെ പ്രധാനപ്പെട്ട കാര്യങ്ങളാണ്. മാന്തിയ പാടുകൾ കണ്ടാൽ അതുണ്ടാക്കിയ മൃഗം ആണോ പെണ്ണോ എന്ന് തിരിച്ചറിയാം. മൃഗം ഏതുവഴിക്കാണ് പോയത്. എപ്പോഴാണ് പോയത്. അതിന്റെ താവളം എത്രമാത്രം ദൂരെയാണ്. ഏതിനം ജീവിയെയാണത് കൊന്നത്. അടുത്തെങ്ങാനും അതൊരു മനുഷ്യനെ കൊന്നിട്ടുണ്ടോ? തുടങ്ങി വിലപ്പെട്ട പല കാര്യങ്ങളും ഈ മാന്തൽപ്പാടുകൾ പരിശോധിച്ചാൽ വിദഗ്ദ്ധനും പക്വമതിയുമായ ഒരു നായാട്ടുകാരനു മനസ്സിലാക്കാൻ കഴിയും. നരഭോജിയായ ഒരു കടുവയെ വധിക്കാൻ തുനിഞ്ഞിറങ്ങുന്ന ഒരാൾക്ക് ഈ വിവരങ്ങൾ എത്രമാത്രം വിലപ്പെട്ടതാണെന്നു പറയേണ്ടതില്ലല്ലോ! അതുപോലെതന്നെ പ്രധാനപ്പെട്ടതാണ് കടുവയുടെ കാൽപ്പാടുകളും. അവയിൽനിന്ന് അതെങ്ങോട്ടാണ് പോയത്. അതിന്റെ വയസ്സെത്ര, ആണോ പെണ്ണോ കൈകാലുകൾക്ക് എന്തെങ്കിലും വൈകല്യമുണ്ടോ എന്നു തുടങ്ങി പല വിവരങ്ങളും മനസ്സിലാക്കാം. ഒരു നായാട്ടുകാരൻ ഇതെല്ലാം കണ്ണുതുറന്നു കാണേണ്ടതാണ്.

ഒരു കടുവാവേട്ടക്കാരന്റേതുപോലെ അപകടം പിടിച്ച പണിയല്ല പക്ഷിനിരീക്ഷണമെങ്കിലും ഏറെ സൂക്ഷ്മശ്രദ്ധ ആവശ്യമുള്ള കാര്യമാണിത്. വനപ്രദേശങ്ങളിലാണ് പക്ഷിനിരീക്ഷണം നടത്തുന്നതെങ്കിൽ കൂടുതൽ ജാഗ്രത ആവശ്യമാണ്. കാടിനെക്കുറിച്ചും കാട്ടുമൃഗങ്ങളെക്കുറിച്ചും നല്ല അറിവും ഉണ്ടാകണം. അല്ലെങ്കിൽ അപകടങ്ങളിൽ ചെന്നുപെടാം. പക്ഷികളെ മാത്രം നോക്കി കാട്ടിലൂടെ അന്തംവിട്ടു നടക്കാൻ പാടില്ല. വന്യമൃഗങ്ങളുടെ സാന്നിധ്യത്തെക്കുറിച്ചുകൂടി പക്ഷിനിരീക്ഷകൻ ജാഗ്രതപുലർത്തണം. അപകടംപിടിച്ച എന്തെല്ലാം തരത്തിലുള്ള ജീവികളാണെന്നോ കാട്ടിലുള്ളത്. വിഷപ്പാമ്പുകൾ ഉണ്ടാവാം. നരിയും കടുവയും ഉണ്ടാകാം. ആനയും കാട്ടുപോത്തും കാട്ടുപന്നികളുമുണ്ടാകാം. അതുകൊണ്ട് കാട്ടിലെ ഗന്ധങ്ങളും ചലനങ്ങളും ശബ്ദങ്ങളും സൂക്ഷ്മമായി ശ്രദ്ധിച്ചുവേണം ഓരോ ഇഞ്ചും നീങ്ങാൻ.

ഞങ്ങൾ തമിഴ്നാട്ടിലെ ഉൾഗ്രാമങ്ങളിലൂടെ സഞ്ചരിക്കുകയായിരുന്നു. ഒരു ജൂൺമാസത്തിലാണ് യാത്ര. ജൂൺമാസം തമിഴ്നാടിന്റെ തെക്കൻജില്ലകളിൽ നല്ല വേനൽക്കാലമാണ്. തടാകങ്ങൾ മിക്കതും വറ്റുന്ന കാലമാണിത്. ഞങ്ങൾ ഒരു തടാകക്കരയിലൂടെ സഞ്ചരിക്കുമ്പോൾ നൂറുകണക്കിന് പെയിന്റഡ് സ്റ്റോർക്കുകളും പെലിക്കനുകളും ആകാശത്തു വട്ടമിട്ടുപറക്കുന്നതു കണ്ടു. വളരെ മനോഹരമായൊരു കാഴ്ചയായിരുന്നത്. വണ്ടിനിർത്തി ബൈനോക്കുലറെടുത്ത് ഞാനാ മനോഹരമായ കാഴ്ച ആസ്വദിച്ചു. ആകാശത്തു വട്ടമിട്ടു പറന്നിരുന്ന പക്ഷിക്കൂട്ടം ഭൂമിയിലേക്കിറങ്ങാൻ തുടങ്ങി. ആകാശത്തുനിന്ന് ഭൂമിയിലേക്ക് പക്ഷികളുടെ ആ ഒഴുക്ക് ആരുടേയും മനംകുളിർപ്പിക്കുന്ന ദൃശ്യമാണ്.

ഞങ്ങളുടെ സമീപത്തുള്ള ഒരു തടാകത്തിലേക്കാണവ കൂട്ടമായി ഒഴുകിയിറങ്ങിയത്. തടാകത്തിന്റെ ഒരുഭാഗത്തു മാത്രമേ കുറച്ചു വെള്ളമുണ്ടായിരുന്നുള്ളു. അവിടെ നൂറുകണക്കിനു പെലിക്കനുകളും പെയിന്റഡ് സ്റ്റോർക്കുകളും മീനുകൾക്കായി ഉന്തും തള്ളും നടത്തുന്നതുകാണാം.

പക്ഷിക്കൂട്ടങ്ങളുടെ ഉരുണ്ടുപിരണ്ടുള്ള കളികൾ നോക്കിനിൽക്കുമ്പോൾ പവിഴക്കാലിയുടെ അസാധാരണ ശബ്ദത്തിലുള്ള ഒരു കരച്ചിൽ കാതിൽ വന്നുതൊട്ടു. ഒന്നുരണ്ടു പവിഴക്കാലികൾ ആകാശത്തു വെപ്രാളപ്പെട്ടു പാറിപ്പറക്കുന്നു. കൂടെക്കൂടെ അവ കരയുന്നുണ്ട്. തടാകക്കരയിൽ ആട്ടിൻപറ്റങ്ങൾ മേയുന്നതു കാണാം. അവയുടെ സാന്നിധ്യമാണ് പവിഴക്കാലികളെ അസ്വസ്ഥമാക്കിയതെന്നു ഞാനൂഹിച്ചു. പവിഴക്കാലികൾ ഈ തടാകക്കരയിൽ കൂടുണ്ടാക്കിയിട്ടുണ്ടാവും. അല്ലെങ്കിൽ ആടുകളെ കാണുമ്പോൾ ഇത്തരത്തിൽ വെപ്രാളപ്പെട്ട് അവ കരയേണ്ടതില്ലല്ലോയെന്നു ഞാൻ മനസ്സിലോർത്തു. കൂടെയുണ്ടായിരുന്ന പക്ഷിനിരീക്ഷകനായ സി സുശാന്തും അതുതന്നെ പറഞ്ഞു. എന്തായാലും അവിടമൊന്നരിച്ചു പെറുക്കുകതന്നെ. ഞാൻ തടാകക്കരയിലേക്കിറങ്ങി നടന്നു. പെട്ടെന്ന് പവിഴക്കാലികൾ തങ്ങളുടെ നേർക്ക് കൊത്താനായി ആഞ്ഞുവന്നു. അതോടെ അവിടെ അതിന്റെ കൂടുകൾ ഉണ്ടെന്ന് ഞങ്ങളുറപ്പിച്ചു. പരിസരമാകെ സൂക്ഷ്മതയോടെ അരിച്ചുപെറുക്കുമ്പോൾ ഏതോ ഒരു ചെറുജീവി നിലത്തുകൂടി ഓടുന്നതു കൂടെയുണ്ടായിരുന്ന മുരുകനാണ് ആദ്യം ശ്രദ്ധിച്ചത്. അയാളതിന്റെ പിന്നാലെ പമ്മിപ്പമ്മി ചെല്ലുമ്പോൾ അത് പവിഴക്കാലിയുടെ കുഞ്ഞാണെന്ന് വ്യക്തമായി. ഞങ്ങളെ കണ്ടതും കുഞ്ഞ് നിലത്ത് അമർന്നുകിടന്ന് അപ്രത്യക്ഷമാകാൻ ശ്രമിച്ചു. മണ്ണിലെ ചെറുകുഴിയിലാണത് അമർന്ന് കിടന്നത്. കുഞ്ഞിനരികിലേക്ക് അടുക്കാൻ ഭാവിക്കുമ്പോൾ തള്ളപ്പക്ഷിയും തന്തപ്പക്ഷിയും ഞങ്ങളുടെ തല ലക്ഷ്യമാക്കി തന്റെ കൂർത്തുമൂർത്ത ചുണ്ടുകൾ കൂർപ്പിച്ചു പറന്നുവന്നു. ഞങ്ങളുടെ തല അതു കുത്തിക്കീറുമെന്ന് ഞങ്ങൾ ഭയന്നു. എന്നാൽ ഞങ്ങളുടെ തല ലക്ഷ്യമാക്കി വേഗത്തിൽ പറന്നുവന്ന പവിഴക്കാലികൾ ഏതാണ്ട് രണ്ടുമൂന്നു മീറ്റർ അരികിലെത്തി ദിശമാറ്റി പറന്നുയർന്നു കളഞ്ഞു. ഞങ്ങളെ ഭയപ്പെടുത്തി ഓടിക്കുകയാണതിന്റെ ലക്ഷ്യമെന്നു ബോധ്യമായി. എന്തായാലും പവിഴക്കാലിയുടെ കുഞ്ഞിനെ അടുത്തുകാണാനും അതു ക്യാമറയിൽ പകർത്താനും ഞങ്ങൾക്ക് കഴിഞ്ഞു. നല്ലപോലെ ഓടാൻ കഴിയുന്നത്ര വളർച്ചമുറ്റിയ കുഞ്ഞായിരുന്നു അത്. അതിന്റെ അച്ഛനമ്മമാരെ കൂടുതൽ വിഷമിപ്പിക്കേണ്ടെന്നുകരുതി ഞങ്ങൾ അവിടെനിന്ന് യാത്രതിരിച്ചു.

ബാൽപാണ്ഡ്യനൊപ്പം ഞങ്ങൾ കുഗ്രാമങ്ങളിലേക്കാണ് പിന്നീട് പോയത്. കുഗ്രാമമെന്നു പറയുന്നതു ശരിയല്ല. തീർത്തും വിജനമായ പ്രദേശം. കടുത്ത ചൂടിൽ ഞങ്ങൾ വല്ലാതെ ബുദ്ധിമുട്ടി. അവിടവിടെ ഒറ്റപ്പെട്ട മുൾച്ചെടികൾ മാത്രമേ കാണാനാവുമായിരുന്നുള്ളൂ. മണിക്കൂറുകളോളം അത്തരത്തിലുള്ള വെളിമ്പ്രദേശങ്ങളിലൂടെ സഞ്ചരിച്ച് ഒരു

പുഴത്തടത്തിലെത്തി. പുഴ നേർത്ത് മെലിഞ്ഞ് ഒരു ചാലുപോലെ ഒഴുകുന്നുണ്ട്. അതിന്റെ തടങ്ങളിൽ കുറ്റിക്കാടുകളാണ്. മുൾച്ചെടികൾ. മുൾച്ചെടികൾക്കിടയിലൂടെ ഒരുവിധത്തിൽ വണ്ടിയോടിച്ച് ഞങ്ങളൊരു കുറ്റിക്കാടിനരികിലെത്തി. പക്ഷിക്കൂടുകൾ കണ്ടെത്തുന്നതിൽ സഹജമായൊരു വാസന ബാൽപാണ്ഡ്യനുണ്ട്. ഏതു വെയിലത്തും മണിക്കൂറുകളോളം അലയാൻ അദ്ദേഹത്തിന് യാതൊരു ബുദ്ധിമുട്ടുമില്ല. ആ കനത്ത ചൂടിൽ ഞാൻ വല്ലാതെ ക്ഷീണിച്ചുപോയി. കൂടെക്കൂടെ ഓറഞ്ചു തിന്നുകൊണ്ടിരുന്നതാണ് ഒരാശ്വാസമായത്.

ആ കുറ്റിക്കാട്ടിൽ അലഞ്ഞു വന്ന് ബാൽപാണ്ഡ്യൻ ഞങ്ങളെ ഒരു മരക്കുറ്റിക്കരികിലേക്ക് കൊണ്ടുപോയി. മരക്കുറ്റിയിൽ ചപ്പുചവറുകൾകൊണ്ട് ഒരുക്കിയ ഒരു കൂട്ടിൽ നാലുമുട്ടകൾ ഭദ്രമായിരിക്കുന്നു. നിറയെ തവിട്ടുനിറത്തിലുള്ള പുള്ളികൾ കൊണ്ടലങ്കരിച്ചിരുന്ന മുട്ടകൾ കാണാൻ നല്ല അഴകായിരുന്നു. അതിനു സമീപത്തൊന്നും തള്ളപ്പക്ഷിയേയും തന്തപ്പക്ഷിയേയും കണ്ടില്ല. ഞങ്ങളാ കാട്ടിൽ വിശദമായി പരിശോധിച്ചപ്പോൾ മറ്റ് രണ്ട് കൂടുകൾകൂടി കണ്ടെത്തി. വന്യമായ ആ പ്രകൃതിയിൽ പവിഴക്കാലികളുടെ കൂടുകൾ കാണാൻ കഴിഞ്ഞതിൽ എന്റെ മനസ്സ് വല്ലാതെ ആഹ്ലാദംകൊണ്ട് തുടിച്ചു. ഞാനൊരു കൂട് സൂക്ഷ്മതയോടെ പരിശോധിക്കുമ്പോൾ ഒരു മുട്ട ചെറുതായൊന്നനങ്ങുന്നു. ഞാനെന്റെ കണ്ണുകൾ കൂർപ്പിച്ചു. മുട്ടയ്ക്കുള്ളിൽനിന്ന് ഒരു ചെറുചുണ്ട് മുട്ടയുടെ മൃദുലമായ തോട് തുളച്ച് പുറത്തേക്ക് നീണ്ടു. ഞാനുടനെ ക്യാമറ സെറ്റുചെയ്യാൻ നിർദ്ദേശിച്ചു. മുട്ടക്കരികിൽ ഉടൻ ഹൈഡ് സ്ഥാപിച്ചു. മുട്ടവിരിഞ്ഞ് കുഞ്ഞ് പുറത്തുവരുന്നത് ക്യാമറയിൽ പകർത്താനായാൽ അതൊരു വലിയ കാര്യം തന്നെയാണ്. ഞങ്ങൾ മണിക്കൂറുകളോളം കാത്തിരുന്നു. ഇതിനിടെ തള്ളപ്പക്ഷി മുട്ടക്കരികിൽ എത്തി. അതിന് എന്തോ സംശയം തോന്നിയിട്ടുണ്ടാവാം. അത് അടയിരിക്കാനോ, കൂട്ടിനരികിൽ നിൽക്കാനോ കൂട്ടാക്കിയില്ല. വെപ്രാളപ്പെട്ട് അത് പാറിപ്പറക്കാനും ചിറകടിക്കാനും തുടങ്ങി. തള്ളപ്പക്ഷിയുടെ വെപ്രാളം എന്നെ വല്ലാതെ വേദനിപ്പിച്ചു. ഞങ്ങളവിടെ ഏറെനേം കാത്തിരുന്നെങ്കിലും മുട്ട വിരിഞ്ഞില്ല. മുട്ടയിൽ ഒരു ചെറുസുഷിരം മാത്രമിട്ട് അത് കാത്തിരിക്കുകയാണ്. തള്ളപ്പക്ഷിയുടെ കരച്ചിൽ എന്നെ വല്ലാതെ അസ്വസ്ഥനാക്കി. ആ തള്ളപ്പക്ഷിയെ അധികം വേദനിപ്പിക്കാതെ പദ്ധതി ഉപേക്ഷിക്കാൻതന്നെ ഞാൻ തീരുമാനിച്ചു. ഒരുപക്ഷെ സുരക്ഷിതമാണെന്ന സന്ദേശം തള്ളപ്പക്ഷിയിൽനിന്ന് ലഭിക്കാതെ ആ കുഞ്ഞ് മുട്ടത്തോട് പൊളിച്ച് പുറത്തിറങ്ങില്ലായിരിക്കും. എന്തായാലും ക്യാമറയുമായി മടങ്ങാൻ ഞാൻ നിർദ്ദേശം നൽകി. മനസ്സില്ലാമനസ്സോടെ ക്യാമറാമാൻ പി ശ്രീകുമാർ അതനുസരിച്ചു. അവിടെ കാത്തിരിക്കാമെന്നും ഉച്ചഭക്ഷണം കഴിച്ചശേഷം മുട്ടവിരിഞ്ഞിറങ്ങുന്ന കുഞ്ഞിന്റെ ഷോട്ടെടുത്തു മടങ്ങാമെന്നും തീരുമാനിച്ചു.

ആ കാട്ടുപ്രദേശത്തെ മുൾപ്പടർപ്പിന്റെ തണലിൽ ഞങ്ങൾ ഭക്ഷണപ്പൊതിയഴിച്ചു. ഒന്നുരണ്ടുരുള വായിൽ വച്ചിട്ടുണ്ടാവാം എവിടെനിന്നെ

ന്നറിയില്ല. ഒന്നുരണ്ടു കാക്കകൾ അവിടേക്ക് പാറിവന്നു. ഞങ്ങൾക്ക് ചുറ്റുമിരുന്ന് കരയാൻ തുടങ്ങി. പെട്ടെന്ന് ഒരു കാക്ക പവിഴക്കാലിയുടെ ഒരു കൂട്ടിലേക്ക് പാറിച്ചെന്ന് ഒരു മുട്ട കൊത്തിപ്പൊട്ടിച്ചു. ഞങ്ങൾ ഒരുനിമിഷം സ്തംഭിച്ചുപോയി. വളരെവേഗം ഞങ്ങൾ ഉണർന്നു പ്രവർത്തിച്ചു. കാക്കയെ ബഹളംവെച്ചു തുരത്തി. പവിഴക്കാലിയുടെ ഒരുമുട്ട കാക്ക നശിപ്പിച്ചിരുന്നു. ചുവന്ന നിറത്തിലുള്ള ഒരു ദ്രാവകം കൂട്ടിൽ ചിതറികിടക്കുന്നു. മനസ്സ് വല്ലാതെ നൊന്തു. പക്ഷിക്കൂടുകൾക്കരികിലിരുന്ന് ഭക്ഷണപ്പൊതി അഴിച്ചാലുള്ള കുഴപ്പം ഞങ്ങൾക്ക് ബോധ്യപ്പെട്ടു. കുറെ മുട്ടകൾ ഇത്തരത്തിൽ കാക്കകൾ നശിപ്പിക്കുക സ്വാഭാവികമാണെന്നും അതോർത്തു വിഷമിക്കേണ്ടെന്നും കൂട്ടത്തിലാരോ ആശ്വസിപ്പിക്കുന്നുണ്ടായിരുന്നു. ഞങ്ങൾക്കവിടെനിന്ന് മുട്ടവിരിഞ്ഞിറങ്ങിയ കുഞ്ഞിനെ ക്യാമറയിൽ പകർത്താൻ കഴിഞ്ഞു. പവിഴക്കാലിയുടെ കൂടും മുട്ടയും വിരിഞ്ഞിറങ്ങിയ കുഞ്ഞും മുതിർന്ന കുഞ്ഞും ഒക്കെ കിട്ടി. അതുകൊണ്ട് തന്നെ പവിഴക്കാലിയെ കുറിച്ചുള്ള 'എപ്പിസോഡ്' നന്നായിരുന്നുവെന്നാണ് എന്റെ വിശ്വാസം.

കേരളത്തിൽ കണ്ടുവരാറുള്ള പക്ഷികളാണ് പവിഴക്കാലികളെങ്കിലും ഇവിടെ കൂടൊരുക്കുന്നത് അപൂർവമാണ്. കൊല്ലത്തിനു സമീപമുള്ള ചതുപ്പിൽനിന്ന് ഇവയുടെ കൂടുകൾ 1997 മെയ് 23ന് കണ്ടെത്തിയത് പക്ഷിനിരീക്ഷകനായ മനു പി മാലിഭാഗമാണ്. കേരളത്തിൽ പവിഴക്കാലികൾ കൂടൊരുക്കിത്തുടങ്ങിയത് ആശങ്കയോടെയാണ് പല പ്രകൃതിനിരീക്ഷകരും കാണുന്നത്. നമ്മുടെ നാട്ടിൽ ചൂട് അധികരിച്ചു വരുന്നുവെന്നതിന്റെ തെളിവാണിത്.

പവിഴക്കാലികൾ കാണാനഴകുള്ള പക്ഷിയാണ്. പേരു സൂചിപ്പിക്കും പോലെ നീളമുള്ള ചുവന്ന കാലുകളാണിവയുടേത്. അതുകൊണ്ട് തോട്ടിക്കാലൻ എന്ന പേരും ഇതിനുണ്ട്. ശിശിരകാലത്ത് പൂവന്റെ മുതുകിനും ചിറകുകൾക്കും കറുപ്പുനിറവും ദേഹത്തിന്റെ മറ്റു ഭാഗങ്ങൾക്കെല്ലാം തൂവെള്ളയുമായിരിക്കും. ചിറകുകളുടെ അടിവശം നല്ല കറുപ്പാണ്. പിടപ്പക്ഷിയുടെ ചിറകുകൾക്കും പുറവും കടുത്ത തവിട്ടുനിറമാണ്. ശരീരത്തിനു തീരെ യോജിക്കാത്ത കാലുകൾതന്നെ മതി ഇവയെ തിരിച്ചറിയാൻ. പൊയ്ക്കാലിൽ നടക്കുന്ന പക്ഷിയാണിതെന്നുതോന്നാം. വളരെ നീണ്ട കാലുകളായതിനാൽ ജലാശയങ്ങളിലിറങ്ങി ഇരതേടാൻ ഇവയ്ക്കു കഴിയും. കൂടാതെ വേഗത്തിൽ സഞ്ചരിക്കാനും കഴിയും. അതുകൊണ്ട് ഇരകൾക്ക് അത്രവേഗത്തിലൊന്നും ഇതിന്റെ മുമ്പിൽനിന്നു രക്ഷപ്പെടാനാവില്ല. പഴയകാലത്ത് കൊള്ളക്കാർ കൊള്ള നടത്തിയശേഷം പൊയ്ക്കാലിൽ സഞ്ചരിച്ചാണ് രക്ഷപ്പെട്ടിരുന്നത്. പൊയ്ക്കാൽസഞ്ചാരം കുതിരവേഗതയാണവർക്ക് നൽകിയിരുന്നത്. പവിഴക്കാലികളുടെ കാര്യത്തിലും ഇതു ശരിയാണ്. Black winged stilt എന്നാണിതിന്റെ ഇംഗ്ലീഷ് പേർ. Himantopus himantopus എന്നു ശാസ്ത്രീയനാമം.

11

മയിൽ

സെപ്തംബർ മാസത്തിൽ തമിഴ്നാട്ടിലേക്കുള്ള യാത്ര അവിസ്മരണീയമായൊരു അനുഭവമായിരുന്നു. തമിഴ്നാടിന്റെ തെക്കൻ ജില്ലകളിൽ മഴ തുടങ്ങുന്നത് സെപ്തംബറിലാണ്. ഒന്നുരണ്ടു മഴ മാത്രമേ ലഭിച്ചിട്ടുണ്ടായിരുന്നുള്ളു. അതുകൊണ്ടുതന്നെ അവിടുത്തെ തടാകങ്ങളിലൊന്നും വെള്ളംനിറഞ്ഞിരുന്നില്ല. പലതും നനഞ്ഞ് കുതിർന്ന് ചെളിപ്പരുവത്തിലായിരുന്നു. അന്തരീക്ഷത്തിൽ ഈർപ്പം തങ്ങിനിന്നിരുന്നുവെങ്കിലും നല്ല ചൂടുമുണ്ടായിരുന്നു. ഞങ്ങൾ തമിഴ്നാടിന്റെ ഉൾഗ്രാമങ്ങളിലൂടെ സഞ്ചരിക്കുകയാണ്. പേട്രിഡ്ജ് പക്ഷികളെ തേടിയാണ് യാത്ര.

വിദൂരതയിൽ നീലമലകൾ വെള്ളിത്തലപ്പാവണിഞ്ഞു നിൽക്കുന്നതു കാണാം. കാഴ്ചവട്ടത്ത് അവിടവിടെയായി പനകളും ചെറുവൃക്ഷങ്ങളുമേയുള്ളു. ആകാശം അതിന്റെ എല്ലാ പ്രൗഢഗാംഭീര്യത്തോടും തുറന്നുകിടക്കുകയാണ്. ഇതുപോലൊരു കാഴ്ച കേരളത്തിൽ ഒരിടത്തുനിന്നും കിട്ടുകയില്ല. ആകാശത്തിന്റെ അമ്പരപ്പിക്കുന്ന വിശാലത നമുക്കില്ല. മരങ്ങൾക്കിടയിലൂടെ ആകാശക്കീറുകൾ മാത്രമെ കേരളത്തിൽ നമുക്ക് കാണാനാവൂ. എന്നാൽ തമിഴ്നാട്ടിലെ സ്ഥിതിയതല്ല. ഓരോ നിമിഷവും ഒരു വിസ്മയമായി ആകാശം നമ്മുടെ മുമ്പിലുണ്ടാവും. തമിഴ്നാട്ടിലേക്കുള്ള ഓരോ യാത്രയിലും ആകാശത്തിന്റെ മാറിമാറി വരുന്ന ഭാവങ്ങൾ എന്നെ വിസ്മയിപ്പിച്ചിട്ടുണ്ട്. ഒരു ചിത്രകാരനും അനുകരിക്കാനാവാത്ത എന്തെന്തു ചിത്രങ്ങളാണെന്നോ പ്രകൃതി ഓരോ നിമിഷവും വരച്ചിടുന്നത്. അതും നിറങ്ങളിൽ ഒട്ടും ലുബ്ധുകാണിക്കാതെ. എന്നാൽ സെപ്തംബറിലെ യാത്ര അവിസ്മരണീയമായത് അതുകൊണ്ടുമാത്രമല്ല. ഞാൻ മുമ്പൊരിക്കലും കണ്ടിട്ടില്ലാത്തവിധം മഴവില്ലിന്റെ ദൃശ്യപ്പൊലിമ ആസ്വദിക്കാനായിയെന്നതുകൊണ്ടുമാണ്. കടുംനീലമലകൾക്കിടയിലൂടെ തങ്ങളുടെ അമ്പരപ്പിക്കുന്ന ചാരുത മുഴുവൻ പുറത്തുകാട്ടി മഴ

വില്ല് അർദ്ധവൃത്താകൃതിയിൽ ആകാശനീലിമയിലേക്ക് പടർന്നുകയറുകയാണ്. കേരളത്തിന്റെ പലഭാഗത്തുവച്ചും മഴവില്ലുകൾ കണ്ടിട്ടുണ്ടെങ്കിലും ഇത്രമാത്രം ശോഭാർദ്രമായ മഴവില്ലു കണ്ടിട്ടേയില്ല. നീലമലനിരകൾക്കിടയിൽ ഒരു ചെറുകുന്നിനെ തങ്കത്തിളക്കമണിയിച്ചുകൊണ്ടാണ് മഴവില്ല് പീലിവിടർത്തിയാടുന്നത്. ഏതാനും മിനിട്ടുകൾ ദൃശ്യപ്പൊലിമയോടെ മഴവില്ല് ആകാശത്തെ കുളിരണിയിച്ചുനിന്നു.

സാധാരണ സെപ്തംബർ – ഒക്ടോബർ മാസത്തിൽ തമിഴ്നാട്ടിൽ പക്ഷികൾ വളരെ കുറവായിരിക്കും. നീർപ്പക്ഷികൾ കൂടൊഴിയുന്ന കാലമാണ്. എന്നാൽ മഴവിൽക്കാഴ്ചപോലെ അപ്രതീക്ഷിതമായി മയിൽനൃത്തവും വന്യമായ പ്രകൃതിയിൽ ഞങ്ങൾക്കടുത്തു കാണാനായി എന്നതും സെപ്തംബറിന്റെ ഭാഗ്യം. പെരുംകുളത്തു നീർനാരകളുടെ പറക്കുന്ന ദൃശ്യങ്ങൾ ചിത്രീകരിച്ചു മടങ്ങുന്നവഴിയാണ് മയിൽനൃത്തം കാണാനായത്. ആകാശത്ത് മഴക്കോളുണ്ടായിരുന്നു. റോഡിനിരുവശത്തുമുള്ള കുറ്റിക്കാടുകളിൽനിന്ന് മയിലിന്റെ മഴയേവാ.... മഴയേവാ.... എന്ന ശബ്ദം ഉച്ചത്തിൽ ഉയർന്നു കേൾക്കാം. അവിടവിടെ മയിലുകൾ ഓടിനടക്കുന്നതും കാണാം. ചെറുമയിൽക്കൂട്ടങ്ങൾ പാടങ്ങളിൽ ഇരതേടുന്നുണ്ട്. ഇങ്ങനെ മയിലുകളെ കണ്ടുകണ്ട് വരുമ്പോൾ ഒരു മയിൽ പീലിവിടർത്തിയാടുന്നതു ഞാൻ കണ്ടു. ഉടൻ വണ്ടിനിർത്തി. ക്യാമറ പരമാവധി ഫോക്കസ് ചെയ്തു. ഞങ്ങളെ കാത്തുനിന്നതുപോലെ ആ മയിൽ ഞങ്ങളുടെ മുന്നിൽ നൃത്തത്തിന്റെ എല്ലാ ചുവടുകളും വച്ചു. കവിത്വം ഏഴയലത്തുകൂടി പോയിട്ടില്ലാത്തവരെക്കൂടി ഉൾപ്പുളകിതരാക്കുന്ന ദൃശ്യവിരുന്നാണിത്. ഇതിനുമുമ്പും പലപ്രാവശ്യം മയിൽനൃത്തം ഞാൻ കണ്ടിട്ടുണ്ട്. തമിഴ്നാട്ടിലെ ഒരു കുറ്റിക്കാട്ടിൽ മയിലാട്ടം കണ്ട് ഏറെനേരം തരിച്ചിരുന്നിട്ടുണ്ട്. ഞങ്ങളന്നത് പകർത്തി 'കിളിവാതിൽ പരിപാടിയിൽ' അവതരിപ്പിച്ചിട്ടുണ്ട്.

ഒരേ നൃത്തച്ചുവടുകൾ തന്നെയാണ് മയിലുകൾ പഠിച്ചിട്ടുള്ളതെങ്കിലും ഓരോ മയിലുകളും ആടുന്നത് എത്ര വ്യത്യസ്തമായാണെന്ന് പല മയിലുകളുടെ ആട്ടം കണ്ടിട്ടുള്ളവർക്ക് മനസ്സിലാവും. ഒരു മയിൽ തന്നെ വ്യത്യസ്തമായി ആടും. തങ്ങളുടെ ഓരോ നൃത്തത്തിലും പുതു

മകൾ കൊണ്ടുവരാൻ മയിലുകൾ ശ്രദ്ധിക്കുന്നുണ്ടാവാം. ഈ പുതുമയാണല്ലോ നമ്മിൽ ആവാച്യമായ അനുഭൂതിതരംഗങ്ങൾ വാരിവിതറുന്നത്. മഴവെള്ളം തളംകെട്ടി കിടക്കുന്ന പാടത്ത് അന്തിവെയിലിൽ തങ്ങളുടെ പീലികൾ വിറപ്പിച്ചും കുടഞ്ഞും മയിലുകൾ നൃത്തച്ചുവടുകൾ വയ്ക്കുമ്പോൾ എന്തെന്തു മഴവില്ലുകളാണെന്നോ അതിന്റെ പീലിത്തൂവലുകളിൽനിന്ന് ഇമവെട്ടുന്നത്. മയിൽനൃത്തവും മഴവില്ലും കാൽപ്പനിക ചാരുതയാർന്ന ദൃശ്യങ്ങളാണ്. ഇതുരണ്ടും നന്നായി ആസ്വദിക്കാൻ അവസരം ലഭിച്ചുവെന്നതാണ് സെപ്തംബറിലെ യാത്ര അവിസ്മരണീയമാക്കുന്നത്.

മയിൽ നമ്മുടെ ദേശീയപക്ഷിയാണ്. ഇന്ത്യയുടെ ഏതാണ്ട് എല്ലാ ഭാഗങ്ങളിലും മയിലുകളെ കാണാം. ഒരിക്കൽ ഞാൻ രാജസ്ഥാന്റെ തലസ്ഥാന നഗരത്തിൽനിന്ന് നാഷണൽ ഹൈവേ രണ്ടിലൂടെ ഭരത്പൂർ പക്ഷിസങ്കേതത്തിലേക്ക് വരികയായിരുന്നു. പാതയുടെ ഇരുവശത്തും നോക്കെത്താദൂരത്ത് പടർന്നുകിടക്കുന്ന ഗോതമ്പുവയലുകളാണ്. പ്രഭാതത്തിലെ നേരിയമഞ്ഞിൽ മൂപ്പെത്തിയ ഗോതമ്പുപാടത്ത് വെയിൽ വീഴുന്നത് ഒന്നുകാണേണ്ടതാണ്. ഗോതമ്പുവയലിലെ നേരിയ മഞ്ഞുപുതയിൽ ഇളംവെയിൽ തട്ടുമ്പോൾ ഒരു തങ്കത്തിളക്കം നമുക്ക് കാണാൻ കഴിയും. വളരെ സുന്ദരമായ കാഴ്ചയാണത്. ഗോതമ്പുപാടങ്ങളിലും കടുകുപാടങ്ങളിലും മാവുകൾ അവിടവിടെയായി നിൽപ്പുണ്ടാവും. ഒരു മാവിൽനിന്ന് മറ്റൊരു മാവിലേക്ക് മയിലുകൾ കൂട്ടമായി പറന്നുനീങ്ങുന്ന കാഴ്ച ഒരിക്കലും വിസ്മരിക്കില്ല. മയിലുകൾക്ക് ഇങ്ങനെ പറക്കാൻ കഴിയുമോയെന്നു വിസ്മയിച്ചുപോകും. ഇത്തരം കാഴ്ചകൾ കാണുമ്പോൾ നമ്മുടെ ദേശീയപക്ഷിയായി മയിലിനെ തെരഞ്ഞെടുത്തതാരായാലും അവരുടെ സൗന്ദര്യബോധത്തിനു മുമ്പിൽ തലകുനിക്കാതിരിക്കാനാവില്ല.

ലോകത്തിന്റെ പലഭാഗങ്ങളിലും മയിലുകൾ ഉണ്ടെങ്കിലും ഏറ്റവും സുന്ദരന്മാരും സുന്ദരികളുമായ മയിലുകൾ ഇന്ത്യയിലുള്ളതാണ്. മയിലുകളിൽ തന്നെ പൂവനാണ് സൗന്ദര്യം കൂടുതൽ. പീലിത്തൂവലുകൾ വിരിച്ച് നൃത്തമാടുന്നത് ആൺമയിലാണ്. മഴക്കാലമാണ് മയിലുകളുടെ പ്രണയകാലം. ഇക്കാലത്താണിവ കൂടുതലായി നൃത്തമാടുക. നമ്മുടെ ആസ്സാംകാടുകളിൽ വെള്ളമയിലുകളെ കാണാൻ കഴിയും. എന്നാൽ അവയ്ക്ക് അത്ര സൗന്ദര്യംപോരാ.

ഇന്ത്യൻ മയിലുകളുടെ സൗന്ദര്യം കണ്ടറിഞ്ഞ് ആയിരക്കണക്കിന് വർഷങ്ങൾക്ക് മുമ്പ് തന്നെ ഇവിടെനിന്ന് മയിലുകളെ മറ്റ് രാജ്യങ്ങളിലേക്ക് കൊണ്ടുപോയിരുന്നു. പേർഷ്യക്കാർ പുരാതനകാലത്തുതന്നെ നമ്മുടെ മയിലുകളെ അവിടെ കൊണ്ടുപോയി വളർത്താൻ ശ്രമിച്ചിരുന്നു. അവിടത്തെ മയിലുകളുമായി ഇണചേർക്കാനും ശ്രമങ്ങൾ നടത്തിയിരുന്നു. യൂറോപ്പിലേക്ക് ഇവിടത്തെ മയിലുകളെ കൊണ്ടുപോയത് അലക്സാണ്ടർ ചക്രവർത്തിയാണെന്നാണ് കരുതപ്പെടുന്നത്. എന്തായാലും പല രാജ്യങ്ങളിലെയും പ്രഭുകുടുംബങ്ങളുടെ ഉദ്യാനങ്ങൾക്ക്

മോടികൂട്ടാൻ നമ്മുടെ മയിലുകൾ വേണ്ടിയിരുന്നു. നമ്മുടെ മിത്തുകളിലും പുരാണങ്ങളിലും മയിലുകൾക്ക് മുഖ്യസ്ഥാനമുണ്ട്. ശ്രീകൃഷ്ണ ഭഗവാൻ കുട്ടിക്കാലത്ത് മയിൽപ്പീലി തലയിൽ ചൂടിയായിരുന്നു നടന്നിരുന്നത്. മുരുകന്റെ വാഹനവും മയിലുകളാണ്. അശോകചക്രവർത്തി മയിലുകളെ ദ്രോഹിക്കുന്നവരോട് യാതൊരു ഔദാര്യവും കാണിച്ചിരുന്നില്ല.

ഒരുപക്ഷെ മയിലുകളെ ഏറ്റവും അധികം സ്നേഹിച്ചതു മുഗൾചക്രവർത്തിയായിരുന്ന ഷാജഹാനാണെന്നു കാണാം. മുഗൾചക്രവർത്തിമാരിൽ ഷാജഹാനോളം സൗന്ദര്യആരാധകനായ മറ്റൊരാൾ ഉണ്ടായിരുന്നുവെന്നു തോന്നുന്നില്ല. തന്റെ പ്രിയതമ മുംതാസിന്റെ ഓർമ്മയ്ക്കായി താജ്മഹൽ പണികഴിപ്പിച്ചത് ഷാജഹാനാണല്ലോ. മയിലുകളോടുള്ള സ്നേഹക്കൂടുതൽകൊണ്ടാവാം ഒരു മയിൽസാമീപ്യം അദ്ദേഹം എപ്പോഴും ആഗ്രഹിച്ചിരുന്നു. അതിനായി ഒരു മയൂരസിംഹാസനം തന്നെ അദ്ദേഹം പണികഴിപ്പിച്ചു. വിലമതിക്കാനാവാത്ത രത്നങ്ങളും മുത്തുകളും പവിഴങ്ങളും ഒക്കെകൊണ്ടാണ് മയൂരസിംഹാസനം അദ്ദേഹം പണികഴിപ്പിച്ചത്. എത്ര വൈദഗ്ദ്ധ്യമുള്ള തൊഴിലാളികളാണ് അക്കാലത്തിവിടെയുണ്ടായിരുന്നതെന്ന് മയൂരസിംഹാസനം തന്നെ സാക്ഷ്യം. മുഗളന്മാർ ക്ഷയിച്ചപ്പോൾ മയൂരസിംഹാസനം നാദിർഷായുടെ കൈകളിൽ വന്നുചേർന്നു. ബ്രിട്ടീഷുകാർ ശക്തിപ്രാപിച്ചതോടെ മയൂരസിംഹാസനം അവർ തട്ടിയെടുത്ത് ഇംഗ്ലണ്ടിലേക്ക് കൊണ്ടുപോകുംവഴി ആ കപ്പൽ കടലിൽ താണുപോയി. അങ്ങനെ ഇന്ത്യയുടെ വിലമതിക്കാനാവാത്ത സ്വത്ത് കടലിൽ കിടക്കുകയാണ്. നമുക്കതെന്നെങ്കിലും വീണ്ടെടുക്കാനാകുമോ? ലോകത്തിലെ അമൂല്യരത്നങ്ങളിലൊന്നായ കോഹിനൂർരത്നവും ഇന്ത്യയിൽനിന്ന് ബ്രിട്ടീഷുകാർ ഇംഗ്ലണ്ടിലേക്ക് കടത്തി. കോഹിനൂർരത്നം ഇന്നവരുടെ കൈകളിലാണ്. അത് തിരികെ നൽകണമെന്ന് നമ്മൾ ആവശ്യപ്പെട്ടിട്ടും ഇതുവരെ യാതൊരു ഫലവും ഉണ്ടായിട്ടില്ല. ലോകത്തിലെ ഏഴ് അദ്ഭുതങ്ങളിലൊന്നായി താജ്മഹലിനെ തെരഞ്ഞെടുത്തിട്ടുണ്ട്. ഒരുപക്ഷെ മയൂരസിംഹാസനം ഇന്നു നമ്മുടെ പക്കലുണ്ടായിരുന്നെങ്കിൽ അത് മറ്റൊരദ്ഭുതമാകുമായിരുന്നുവെന്നതിൽ സംശയമില്ല.

മറ്റ് പല സംസ്ഥാനങ്ങളുമായി തട്ടിച്ചുനോക്കുമ്പോൾ കേരളത്തിൽ മയിലുകളുടെ എണ്ണംകുറവാണ്. എങ്കിലും ഇവിടെ ഒരു മയിൽ സംരക്ഷണകേന്ദ്രം പ്രഖ്യാപിക്കാനായി എന്നത് അഭിമാനകരമാണ്.

12

കായലാറ്റ

തിരുവനന്തപുരം നഗരത്തിൽനിന്ന് പത്തുകിലോമീറ്റർ സഞ്ചരിച്ചാൽ വെള്ളായണി കായൽപരിസരത്ത് എത്താം. പ്രകൃതിസൗന്ദര്യം തുളുമ്പുന്ന ഒരു പ്രദേശമാണിവിടം. ഗ്രാമ്യമായ സൗന്ദര്യം പൂർണ്ണമായി കൈമോശംവരാത്ത ഈ കായൽപരിസരം വിവിധജാതി പക്ഷികളുടെ ഒരഭയസങ്കേതമാണ്. എന്നാൽ തലസ്ഥാന നഗരിയിൽനിന്ന് വളരെ ദൂരെയല്ലാതെ കിടക്കുന്ന വെള്ളായണി കായൽ പരിസരത്തേക്ക് വൻതോതിൽ കുടിയേറ്റം നടന്നുകൊണ്ടിരിക്കുകയാണ്. ടൂറിസത്തിന്റെ ആക്രമണവും ശക്തമാണ്. കായലിന്റെ വിസ്തൃതി തന്നെ ഓരോവർഷം ചെല്ലുന്തോറും കുറഞ്ഞുകുറഞ്ഞു വരുന്നു. കായൽ നികത്തി ഭൂമികയ്യേറുന്ന സംഘങ്ങൾ ഇവിടെ വ്യാപകമായി പ്രവർത്തിച്ചുവരുന്നു. 1926–ൽ 850 ഏക്കർ ഉണ്ടായിരുന്ന വെള്ളായണിക്കായൽ ഇപ്പോൾ 441 ഏക്കറായി ചുരുങ്ങിയതായി സർക്കാർ കണക്കുകൾ തന്നെ വെളിവാക്കുന്നു. വരും വർഷങ്ങളിൽ കായൽശോഷണം വർദ്ധിക്കാനാണിട.

കൃഷിയിടങ്ങൾക്ക് വെള്ളംനൽകുന്നതിലും ഭൂഗർഭജലനിരപ്പ് താഴാതെ സൂക്ഷിക്കുന്നതിലും മണ്ണിലെ ഈർപ്പം സംരക്ഷിക്കുന്നതിലും കാലാവസ്ഥ സംരക്ഷിക്കുന്നതിലും കായലുകൾ മുഖ്യപങ്കാണ് വഹിക്കുന്നത്. ഓരോ കായലിനെയും ചുറ്റിപ്പറ്റി എന്തെന്തു ജീവിവർഗ്ഗങ്ങളാണെന്നോ ജീവിക്കുന്നത്. ജീവന്റെ ഒരു കലവറയാണ് ഓരോ കായലുകളുമെന്നു കാണാം. വെള്ളായണി കായൽ പരിസരം വിവിധജാതി പക്ഷികളുടെ ഒരു സങ്കേതമാണ്. 2006 ആഗസ്ത് മാസത്തിൽ വെള്ളായണി കായൽ പരിസരത്ത് ചെല്ലുമ്പോൾ കുറെ തൂക്കണാംകുരുവിക്കൂടുകൾ കാണാൻ കഴിഞ്ഞു. രണ്ടുമൂന്നു തെങ്ങുകളിലായി ഇരുപത്തിയഞ്ചിലധികം കൂടുകൾ ഉണ്ടായിരുന്നു. കുറച്ചുനേരം തൂക്കണാംകുരുവിക്കൂടുകൾ നോക്കിയിരുന്നു. ആൺപക്ഷികൾ വളരെ ഉത്സാഹത്തോടെ കൂടുനിർമ്മിതി തുടരുന്നുണ്ട്. അവയുടെ പ്രജനനകാലം അവസാനിച്ചിട്ടില്ലെ

കായലാറ്റ കൂട്

ന്നതിന്റെ തെളിവാണിത്. ഒരറയുള്ള കൂടായിരുന്നു കൂടുതലും. രണ്ടുംമൂന്നും അറകളുള്ള കൂടുകളും കൂട്ടത്തിൽ കണ്ടു. തൂക്കണാംകുരുവികളുടെയിടയിൽ ബഹുഭാര്യാത്വമാണ് നിലനിൽക്കുന്നത്. ഒരാൺപക്ഷി ഒരു കല്യാണക്കാലത്ത് രണ്ടും മൂന്നും ഇണകളെ സ്വീകരിക്കാറുണ്ട്. സുന്ദരമായ വീടൊരുക്കി നൽകിയാണ് ഇണകളെ ആൺപക്ഷി വേൾക്കുന്നത്. പല കൂടുകൾ നിർമ്മിക്കാനുള്ള കാലതാമസംകൊണ്ട് രണ്ടുമൂന്ന് അറകളുള്ള കൂടുകൾ നിർമ്മിച്ച് ഇണകളെ കുടിയിരുത്തുന്നതാവാം. കലഹങ്ങളില്ലാതെ ഈ ഭാര്യമാരെയെല്ലാം ഒരേ കൂട്ടിൽ എങ്ങനെ പോറ്റുന്നുവെന്നത് നമുക്കത്ഭുതം തോന്നാം. പക്ഷികളുടെയിടയിൽ ജീവിതകാലം മുഴുവൻ ഒരിണയോടൊപ്പം കഴിയുന്ന പക്ഷികളുണ്ട്. പ്രാവുകൾ ഇതിനുദാഹരണമാണ്. അതുപോലെ ബഹുഭർതൃത്വവും പക്ഷികളുടെയിടയിൽ കാണാം. താമരക്കോഴികളുടെയിടയിൽ ബഹുഭർതൃത്വമാണ് നിലനിൽക്കുന്നത്. പക്ഷികളുടെയിടയിൽ വ്യത്യസ്തകുടുംബവ്യവസ്ഥകൾ നിലനിൽക്കുന്നതു കൗതുകകരമാണ്. തൂക്കണാംകുരുവികളുടെ കൂടുനിർമ്മിതിയും അവയുടെ ജീവിതകാര്യങ്ങളുമൊക്കെ കുട്ടനാട്ടിൽനിന്ന് ഞങ്ങൾക്ക് ലഭിച്ചിരുന്നു. അതുകൊണ്ട് പുതിയ പക്ഷികൾ വല്ലതും ഉണ്ടോയെന്നതിലായിരുന്നു എന്റെ ശ്രദ്ധ.

തൂക്കണാംകുരുവിയുടെ കൂട്ടത്തിൽ 'കായലാറ്റ' എന്ന പേർ കൊടുക്കാവുന്ന വേറൊരു ഉപജാതിയുണ്ട്. ഇംഗ്ലീഷിൽ Streaked Weaver Bird എന്നും ശാസ്ത്രഭാഷയിൽ Ploceus Manyar എന്നുമാണ് ഇതിന്റെ പേരുകൾ. ഇതിനെ വേമ്പനാട്ടു കായലിന്റെ പല സ്ഥലങ്ങളിലും തിരുവിതാംകൂറിലെ ചില തടാകങ്ങളിലും കാണാറുണ്ടത്രേ. കെ കെ നീലകണ്ഠൻ (ഇന്ദുചൂഡൻ) *കേരളത്തിലെ പക്ഷികളിൽ* എഴുതിയതു ഞാനോർത്തു. വേമ്പനാട്ടു കായലിന്റെ പരിസരത്തു വളർന്നുനിൽക്കുന്ന വലിയ പുല്ലുകളിൽ ഇവ കൂടൊരുക്കാറുണ്ടെന്നും കേട്ടിരുന്നു. ഞാൻ ബൈനോക്കുലറുമെടുത്ത് അവിടെയുള്ള കൃഷിയിടങ്ങളിലെല്ലാം ഒന്നുചുറ്റിയടിച്ചു. അവിടെ ഏതോ സിനിമയുടെയോ സീരിയലിന്റേയോ ഷൂട്ടിംഗ് നടക്കുന്നതു കാണാം. പ്രദർശനവിജയം നേടിയ പല സിനിമകളുടേയും ലൊക്കേഷൻ ഇവിടെയായിരുന്നുവെന്ന് കൂടെയുണ്ടായിരുന്നവരിൽ ആരോ പറഞ്ഞത് ഞാനോർത്തു.

നെൽപ്പാടംപോലെ വളരെ വിസ്തൃതമായ പുൽപ്പാടം എന്റെ ശ്രദ്ധയിൽപ്പെട്ടു. ഞാനവിടെ ഒന്നരിച്ചുപെറുക്കാൻ തീരുമാനിച്ചു. എന്റെ പ്രതീക്ഷ അസ്ഥാനത്തായില്ല. കായലാറ്റകളുടെ ഒരു ചെറുസംഘം പുല്ലു

കൾക്കിടയിലൂടെ പാറിപ്പറക്കുന്നു. ധാരാളം കൂടുകൾ അവ പുല്ലിൽ ഒരുക്കിയിട്ടുണ്ട്. കാഴ്ചയിൽ തൂക്കണാംകുരുവിയുടെ കൂടുമായി ഏറെ സാദൃശ്യമുള്ളതാണിവയുടെയും കൂടുകൾ. എന്നാൽ താരതമ്യേന ചെറുതാണ് കായലാറ്റയുടെ കൂട്. കൂട്ടത്തിൽ രണ്ടുംമൂന്നും നിലകളുള്ള കൂടുകൾ കാണാനായില്ല. പുല്ലിന്റെ അഗ്രഭാഗത്ത് നല്ല ബലത്തിൽ കെട്ടിവരിഞ്ഞാണ് കൂടുകൾ ഉറപ്പിച്ചിരിക്കുന്നത്. തണ്ടോടു ചേർന്നുതന്നെ. ഒരറയും ഒരിടനാഴിയും കൂടിനുണ്ട്. പുല്ലുകൾക്കിടയിലേക്ക് ഞാനിറങ്ങാൻ ശ്രമിച്ചപ്പോൾ അവിടെയുണ്ടായിരുന്ന കർഷകൻ എന്നെ വിലക്കി. പുല്ലുകൾക്കിടയിൽ ധാരാളം പാമ്പുകൾ ഉണ്ടാകുമെന്ന് അദ്ദേഹം ഓർമ്മിപ്പിച്ചു. ആ കർഷകന്റെ സഹായത്തോടെയാണ് ഞാനാ കൂടുകൾക്കരികിലേക്ക് ചെന്നത്. കൂടുകൾ വളരെ അടുത്തു നോക്കിക്കാണാനായി. ഇതിനിടയിൽ ആ കർഷകൻ ഏതോ കൂട്ടിൽനിന്ന് രണ്ടു കുഞ്ഞുങ്ങളെ എടുത്ത് എന്റെ അരികിലേക്ക് വന്നു. പക്ഷികൾക്കോ കുഞ്ഞുങ്ങൾക്കോ യാതൊരു ബുദ്ധിമുട്ടും ഞങ്ങളുടെ പരിപാടികൊണ്ട് ഉണ്ടാകാൻ പാടില്ലെന്ന നിർബന്ധം എനിക്കുണ്ടായിരുന്നു. പ്രശംസിക്കപ്പെട്ട പല പ്രകൃതി ഫോട്ടോഗ്രാഫുകൾക്കും പിന്നിൽ പ്രകൃതിയോടും സഹജീവികളോടുമുള്ള വലിയ ക്രൂരതകൂടിയുണ്ടെന്ന് ഞാൻ മനസ്സിലാക്കിയിരുന്നു. അക്കാരണത്താൽതന്നെ പക്ഷികളെ ഉപദ്രവിച്ചുകൊണ്ട് മികച്ച ഒരു ഷോട്ടു നമുക്കുവേണ്ടെന്ന് ഞാനുറച്ചിരുന്നു. പക്ഷിക്കുഞ്ഞുങ്ങളെ എടുക്കേണ്ടിയിരുന്നില്ലെന്ന് ആ കർഷകനെ വേദനയോടെ ഞാനോർമ്മിപ്പിച്ചു. കർഷകൻ പറഞ്ഞു. “അതു സാരമില്ല. ഈ കൂടുകൾ നിൽക്കുന്ന പുല്ലുകൾ നാളെ വെട്ടിമാറ്റാനിരിക്കുകയാണ്”. അപ്പോൾ ഈ കൂടുകളും കുഞ്ഞുങ്ങളും നശിക്കാനുള്ളതാണ്. ആ വാക്കുകൾ എന്നെ വല്ലാതെ നൊമ്പരപ്പെടുത്തി. പലപ്പോഴും ഇത്തരം കാര്യങ്ങളിൽ നമ്മൾ നിസ്സഹായരാണല്ലോ എന്നു ഞാനോർത്തു. കർഷകൻ കൊണ്ടുവന്ന പക്ഷിക്കുഞ്ഞിന്റെ ചിത്രങ്ങളെടുത്തു. ഇനി അവയെ തിരികെ കൂട്ടിൽത്തന്നെ നിക്ഷേപിക്കാൻ ഞാൻ പറഞ്ഞു. അയാളതുപോലെ ചെയ്യുകയും ചെയ്തു.

തൂക്കണാംകുരുവികൾ കായലാറ്റകളെക്കാൾ കൂടുതൽ സുരക്ഷിതരാണല്ലോ. പുല്ലിൽ കൂടൊരുക്കുന്നതിനാൽ കായലാറ്റകളുടെ കൂടുകൾ വേഗം ആക്രമിക്കപ്പെടാം. എങ്കിലും തെങ്ങുകയറ്റക്കാർ തൂക്കണാംകുരുവികളുടെ കൂടുകളും പലപ്പോഴും നശിപ്പിക്കാറുണ്ട്. കൃഷിക്ക് കായലാറ്റകൾ യാതൊരു ശല്യം ചെയ്യുന്നില്ലെങ്കിലും ഇവിടെ വളരുന്ന കളപ്പുല്ലുകൾ വളരെ വേഗത്തിൽ നാമാവശേഷമായിക്കൊണ്ടിരിക്കുകയാണ്. നമ്മൾ വെറും കളകളായി കരുതുന്ന ഈ പുല്ലുകൾ, പക്ഷികൾ ഉൾപ്പെടെ നിരവധി ജീവികളുടെ അഭയസങ്കേതമാണെന്ന് പലരും ഓർക്കാറില്ല. പ്രകൃതിയിൽ ‘കളകൾ’ എന്നൊന്നില്ല. നമുക്കാവശ്യമില്ലാത്ത ചെടികളെ നമ്മൾ കളകളെന്നു വിളിക്കുന്നുവെന്നേയുള്ളു. നമുക്ക് കളകളാകുന്നത് മറ്റു ജീവികൾക്ക് ഒഴിച്ചുകൂടാനാവാത്തതാവും. നമ്മൾക്ക് വേണ്ടപ്പെട്ടത് മറ്റു ജീവികൾക്ക് ‘കളകളു’മാകും. അതുകൊണ്ട് പ്രകൃതിയുടെ ജൈവസമ്പത്ത് അതിന്റെ തനിമയിൽ നമുക്ക് കാത്തുസൂക്ഷിക്കാൻ കഴിയണം. എങ്കിൽ മാത്രമെ സർവ്വജീവികൾക്കും ഈ ഭൂമി അഭയകേന്ദ്രമാകുകയുള്ളു.

13

പെലിക്കൻ

കൂന്തംകുളം പക്ഷിസങ്കേതത്തിനോടു ചേർന്നു തമിഴ്നാട് വനം വകുപ്പിന്റെ ഒരു കെട്ടിടമുണ്ട്. അത്യാവശ്യത്തിന് താമസിക്കാനുള്ള സൗകര്യമവിടെയുണ്ട്. സെപ്തംബർമാസത്തിലെ ഒരു രാവിൽ ഞങ്ങളവിടെ തങ്ങി. സെപ്തംബർ മാസം തമിഴ്നാട്ടിൽ കടുത്ത ചൂടുള്ള കാലമാണ്. ഞങ്ങൾ തടാകക്കരയിലെ വാച്ച് ടവറിൽ കയറി രാവേറെ ചെല്ലുവോളം കാറ്റുകൊണ്ടിരുന്നു. തടാകം ഏതാണ്ട് വറ്റിയ സ്ഥിതിയിലാണ്. എങ്കിലും കാറ്റിനൊരു കുളിർമയുണ്ട്. ആയിരക്കണക്കിന് പക്ഷികളുടെ ഒച്ച ഇടയ്ക്കൊരാരവംപോലെ ഉയർന്നുകേൾക്കാം. വനംവകുപ്പിന്റെ കെട്ടിടത്തിൽ വന്ന് ഉറങ്ങാൻ കിടന്നെങ്കിലും ഉറക്കം ശരിയായില്ല. തിരിഞ്ഞും മറിഞ്ഞും കിടന്നു.

കിഴക്ക് വെള്ളപൊട്ടിയപ്പോൾ എണീറ്റു. ആകാശത്തുകൂടി പക്ഷികൾ കൂറ്റൻ ചിറകുകൾ വീശി പറക്കുന്ന ശബ്ദം കേൾക്കാം. നേരം പരാപരാവെളുത്തപ്പോൾ ഒരുകൂട്ടം പെലിക്കനുകൾ മുറ്റത്തേക്ക് വന്നിറങ്ങി. ആ കാഴ്ചകണ്ട് മനസ്സ് നിറഞ്ഞുപോയി. പെലിക്കനുകളെയും

നോക്കി ഞാനങ്ങനെയിരുന്നു. കൂടെവന്നവർ ഉറക്കമാണ്. അവരെ വിളിച്ചു ണർത്തി പെലിക്കനുകളുടെ നല്ല കുറെ ഷോട്ടുകൾ എടുത്തുവച്ചാലോ എന്നാലോചിച്ചു. അവർ രാത്രി വൈകിയാവും ഉറങ്ങിയിട്ടുണ്ടാവുക. ശല്യ മാകുമോ? ഞാൻ ആലോചിച്ചുകൊണ്ടു നിന്നപ്പോൾ പെലിക്കനുകൾ കൂട്ട മായി കട കട ശബ്ദത്തോടെ പറന്നകന്നു. എന്നാൽ ഒരെണ്ണംമാത്രം അവിടംവിടാതെ നിന്നു. ഞാനതിനരികിലേക്ക് ചെന്നിട്ടും യാതൊരുവിധ ഭയപ്പാടുമതു കാട്ടിയില്ല. ഇതുനല്ല അവസരമാണല്ലോ എന്നു ഞാനോർത്തു. ക്യാമറാമാനെ വിളിച്ചുണർത്തി. അവർ സഹകരിച്ചു.

പെലിക്കനുകളുടെ നല്ല കുറെ ഷോട്ടുകൾ എടുത്തു. പെലിക്കനു കളെ അടുത്തു നിരീക്ഷിക്കുന്നതിനു പറ്റിയ സങ്കേതം കൂന്തംകുളമാ ണെന്ന് എനിക്കു തോന്നിയിട്ടുണ്ട്. നൂറുകണക്കിന് പെലിക്കനുകളാണി വിടെ കൂടൊരുക്കുന്നത്. ജലാശയം വറ്റുന്ന കാലമാണ് ഏറെ അനുയോ ജ്യം. അവിടവിടെ അവശേഷിക്കുന്ന ജലപ്പരപ്പിൽ ആയിരക്കണക്കിന് പക്ഷികളാണ് നിരനിരയായിരിക്കുന്നത്. കൂട്ടത്തിൽ നല്ലൊരു പങ്ക് പെലി ക്കനുകളായിരിക്കും. വർണക്കൊറ്റികളും അരിവാൾ കൊക്കുകളും കൊറ്റി കളും പെലിക്കനുകളും മെയ്യോടുമെയ് ചേർന്നിങ്ങനെയിരിക്കുന്ന കാഴ്ച അത്യപൂർവ്വമായിരിക്കും. പക്ഷിപ്രേമികളെ സംബന്ധിച്ചിടത്തോളം ഇതൊരു ദൃശ്യവിരുന്നാണ്. ഒരു ബൈനോക്കുലർകൂടി കയ്യിലുണ്ടെങ്കിൽ പക്ഷികളെ വളരെ അടുത്തു നോക്കിക്കാണാനാവും. ആയിരക്കണക്കിനു വിവിധജാതി നീർപ്പക്ഷികളുടെ ദൃശ്യങ്ങൾ കൂന്തംകുളത്തുനിന്ന് ഞങ്ങൾ ഷൂട്ടുചെയ്തു. *കിളിവാതിൽ* പരിപാടിക്ക് അഴകുണ്ടാക്കിയ എപ്പിസോ ഡുകളായി അതു മാറുകയും ചെയ്തു.

കൂന്തംകുളത്തെ പക്ഷിസങ്കേതത്തിന്റെ സംരക്ഷകൻ ബാൽ പാണ്ഡ്യനാണ്. ഒരൊറ്റയാൾ പട്ടാളം. പക്ഷിക്കൂടുകളിൽനിന്ന് താഴെ വീഴുന്ന പക്ഷിക്കുഞ്ഞുങ്ങളെ അച്ഛനമ്മമാർ ഉപേക്ഷിക്കുകയാണ് പതിവ്. ഇങ്ങനെ ഉപേക്ഷിക്കപ്പെടുന്ന പക്ഷിക്കുഞ്ഞുങ്ങളെ പെറുക്കിക്കൊണ്ടു വന്ന് തീറ്റകൊടുത്തു വളർത്തി പറക്കമുറ്റിച്ച് പറത്തിവിടുകയാണ് ബാൽ പാണ്ഡ്യൻ ചെയ്യുന്നത്. പക്ഷികളുടെ വളർത്തച്ഛൻ. വനംവകുപ്പിന്റെ ആ കെട്ടിടത്തിനു ചുറ്റും കൂട്ടിൽനിന്ന് വീണ് അംഗവൈകല്യം വന്നവരും പ്രായപൂർത്തിയാകാത്തവരുമായി കുറെ പക്ഷികൾ മിക്കപ്പോഴും ഉണ്ടാ കും. കൂട്ടത്തിൽ മൂന്നാലുപെലിക്കൻ കുഞ്ഞുങ്ങളെയും ഞാൻ കണ്ടു. ബാൽ പാണ്ഡ്യൻ വലിയ മീനുകൾ പിടിച്ചുകൊണ്ടുവന്ന് പെലിക്കന്റെ സഞ്ചിപോലെ വിസ്തൃതമായ കൊക്കിനുള്ളിലേക്ക് തിരുകിക്കൊടുക്കു ന്നത് അദ്ഭുതത്തോടെയാണ് ഞാൻ നോക്കിനിന്നത്. ഇത്ര വലിയ മീനു കൾ അതിന്റെ തൊണ്ടയിൽ കുരുങ്ങില്ലേയെന്നു നമ്മൾ ശങ്കിച്ചുപോകും. എന്നാൽ ഇത്തിരി പണിപ്പെട്ടാണെങ്കിലും ആ വലിയ മീനിനെ പെലി ക്കൻ കുഞ്ഞ് അകത്താക്കുന്നത് കാണാം.

കൂന്തംകുളത്തുള്ള താമസം പെലിക്കൻ കുഞ്ഞുങ്ങളുമായി അടു ത്തിടപഴകാൻ എനിക്കവസരം ലഭിച്ചു. അവയെ വളരെയടുത്തു നിരീ

ക്ഷിക്കാനും കഴിഞ്ഞു. പെലിക്കന്റെ സമീപദൃശ്യങ്ങൾ ധാരാളം ഷൂട്ടു ചെയ്യുകയും ചെയ്തു. പെലിക്കൻ പറക്കുന്നതും തീറ്റതേടുന്നതും കൂട്ട മായിരിക്കുന്നതുമൊക്കെ ചിത്രീകരിക്കാൻ കഴിഞ്ഞെങ്കിലും അതിന്റെ കൂടും മറ്റും അടുത്ത് നിന്നു ഷൂട്ടുചെയ്യാനായില്ല. തടാകത്തിനക്കരെ നിൽക്കുന്ന മരങ്ങളിലാണ് പെലിക്കനുകൾ കൂട്ടമായി കൂടൊരുക്കുന്നത്. അവിടേക്ക് പോകാൻ അനുവാദമില്ല. ഇക്കരെനിന്നാണ് പക്ഷിക്കൂടുകൾ ഷൂട്ടുചെയ്തത്. അതുകൊണ്ട് പക്ഷി മുട്ടയ്ക്കടയിരിക്കുന്നതിന്റെയും കുഞ്ഞിനു തീറ്റകൊടുക്കുന്നതിന്റെയും മറ്റും നല്ല ദൃശ്യങ്ങൾ ഞങ്ങൾക്ക് കിട്ടിയില്ല. പിന്നീട് പലപ്രാവശ്യം അവിടെ സന്ദർശിച്ചപ്പോഴും ഇതിന് ശ്രമിച്ചെങ്കിലും നടന്നില്ല. കഴിവതും പക്ഷികൾക്ക് യാതൊരുവിധ ശല്യവും ചെയ്യാതെവേണം ഷൂട്ടുചെയ്യേണ്ടതെന്ന് ഞാൻ പരിപാടിയുടെ തുടക്കത്തിലേ തീരുമാനിച്ചിരുന്നു. അതുകൊണ്ട് നല്ല ദൃശ്യങ്ങൾക്ക് വേണ്ടി ഒരു ക്രൂരതയും പക്ഷികളോട് കാട്ടിയിട്ടില്ലാത്തതിൽ ആശ്വാസ മുണ്ട്.

നല്ല വലിപ്പമുള്ള പക്ഷികളാണ് പെലിക്കനുകൾ. ഇത്രവലിയ പക്ഷി എങ്ങനെയാണ് ഉയരത്തിൽ പറക്കുകയെന്നു നമുക്കാശ്ചര്യം തോന്നാം. എന്നാൽ കാഴ്ചയിൽ ഉള്ളതുപോലെ ഇവയ്ക്ക് ഭാരമില്ലെന്നതാണ് വസ്തുത. പെലിക്കനുകളുടെ അസ്ഥികൾക്ക് ഭാരംകുറവാണ്. അതുകൊ ണ്ടുതന്നെ വലുപ്പത്തിനനുസരിച്ച് ശരീരഭാരം ഇവയ്ക്കില്ല. തടിച്ച കീഴ്ച്ചു ണ്ടിനു താഴെ തൂങ്ങിക്കിടക്കുന്ന തൊലികൊണ്ടുള്ള സഞ്ചി ഈ പക്ഷിയെ തിരിച്ചറിയാൻ ഏറെ സഹായിക്കും. ചർമ്മബന്ധിതമായ വിരലുകളാണി വയുടേത്. ചാരനിറ പെലിക്കൻ എന്നും വെള്ളനിറ പെലിക്കൻ എന്നും രണ്ടിനം പെലിക്കനുകളെ നമ്മുടെ രാജ്യത്തു കാണാം. വെള്ളനിറ പെലി ക്കനെ (White Pelican) റോസി പെലിക്കൻ (Rosy Pelican) എന്നും പേർ ചൊല്ലി വിളിക്കാറുണ്ട്. ചാരനിറ പെലിക്കന് (Grey Pelican) സ്പോട്ട് ബിൽഡ് പെലിക്കൻ (Spot billed pelican) എന്നും പേരുണ്ട്. ഉത്തരേ ന്ത്യൻ സംസ്ഥാനങ്ങളിലാണ് വെള്ളനിറ പെലിക്കനുകളെ കൂടുതലായി കാണുന്നത്. ചാരനിറ പെലിക്കനുകളെ തമിഴ്നാടിന്റെ പലഭാഗത്തും ധാരാ ളമായി കാണാം. കൂന്തംകുളത്തു കാണപ്പെടുന്നത് ചാരനിറ പെലിക്ക നുകളാണ്. പെലിക്കനുകളെ അടുത്തു കാണാൻ മോഹമുള്ളവർ ഒക്ടോ ബർ മാസത്തിൽ കൂന്തംകുളത്തു പോയാൽമതി. തീർച്ചയായും കൂന്തം കുളം യാത്ര നിങ്ങളെ നിരാശപ്പെടുത്തില്ല.

14

കരണ്ടിക്കൊക്ക്

കരണ്ടിക്കൊക്കുകൾ കൂടൊരുക്കുന്നയിടമാണ് തമിഴ്നാട്ടിലെ കൂന്തംകുളം പക്ഷിസങ്കേതം. നിരവധി തവണ ഞാനീ പക്ഷിസങ്കേതത്തിൽ പോയിട്ടുണ്ട്. മിക്കപ്പോഴും പക്ഷിസങ്കേതത്തെ ചുറ്റിപ്പറ്റി ഒരു കരണ്ടിക്കൊക്കിന്റെ കുഞ്ഞ് ഓടിച്ചാടി നടക്കുന്നതു കാണാം. കരണ്ടിക്കൊക്കുകൾ കേരളത്തിൽ അപൂർവ്വമായതിനാൽ വളരെ ശ്രദ്ധാപൂർവ്വം കരണ്ടിക്കൊക്കിന്റെ കുഞ്ഞിനെ പലപ്രാവശ്യം നോക്കികാണാൻ ഞാൻ ശ്രമിച്ചിട്ടുണ്ട്. പക്ഷിക്കൂട്ടിൽനിന്ന് വളർച്ച പൂർത്തിയാകാതെ നിലത്തു വീഴുന്ന കുഞ്ഞുങ്ങളെ തന്തപ്പക്ഷിയും തള്ളപ്പക്ഷിയും തിരിഞ്ഞുനോക്കാറില്ല. അതിനെ ഉപേക്ഷിക്കുകയാണ് പതിവ്. പട്ടിയോ മറ്റേതെങ്കിലും ജീവിയോ കുഞ്ഞുങ്ങളെ തിന്നുകയാണ് ചെയ്യുക. എന്നാൽ കൂന്തംകുളത്ത് ഇത്തരത്തിൽ പൊഴിഞ്ഞുവീഴുന്ന പക്ഷികളെ പിടിച്ചെടുത്ത് സ്വന്തം കുഞ്ഞുങ്ങളെപ്പോലെ ഓമനിച്ചുവളർത്തി പറക്കമുറ്റിച്ചുവിടുകയെന്ന ഭാരിച്ച ഉത്തരവാദിത്വം ഏറ്റെടുത്തയാളാണ് ബാൽ പാണ്ഡ്യൻ.

പക്ഷിസങ്കേതത്തോടു ചേർന്നുതന്നെ വനംവകുപ്പിന്റെ ഒരു സങ്കേതമുണ്ട്. ഇവിടെയാണ് പക്ഷികളെ വളർത്തുന്നത്. വർണ്ണക്കൊറ്റികളുടെ കുഞ്ഞുങ്ങളും ചേരക്കോഴി കുഞ്ഞുങ്ങളും പെലിക്കൻ കുഞ്ഞുങ്ങളും കരണ്ടിക്കൊക്കിൻ കുഞ്ഞുങ്ങളുമൊക്കെ ഇവിടെയുണ്ടാകും. എന്നാൽ കൂട്ടത്തിൽ ഏറെ വ്യത്യസ്തനാണ് കരണ്ടിക്കൊക്കിന്റെ കുഞ്ഞ്. മറ്റു

പക്ഷികളിൽനിന്ന് വ്യത്യസ്തമായി ഒരിണക്കം ഇത് കാത്തുസൂക്ഷിക്കുന്നതു കാണാം. അനുസരണയുള്ള ഒരു നായക്കുട്ടിയെപോലെയാണ് കരണ്ടിക്കൊക്കിന്റെ പെരുമാറ്റം. ബാൽ പാണ്ഡ്യൻ ഓടുമ്പോൾ പിന്നാലെ കരണ്ടിക്കൊക്കും ഓടുകയും പാറിപ്പറക്കുകയും ചെയ്യും. മറ്റു കാട്ടുപക്ഷികളിൽനിന്നു വ്യത്യസ്തമായി മനുഷ്യരുമായി വല്ലാത്തൊരിണക്കം സൂക്ഷിക്കുന്ന പക്ഷിയാണിതെന്ന് പലപ്പോഴും എനിക്കു തോന്നിയിട്ടുണ്ട്.

ഓരോ സീസണിലും കുറഞ്ഞത് അൻപതു വിവിധജാതി പക്ഷിക്കുഞ്ഞുങ്ങളെയെങ്കിലും ബാൽ പാണ്ഡ്യൻ വളർത്തിവിടാറുണ്ട്. ഇതിൽ ചില പക്ഷികളെങ്കിലും പിൽക്കാലത്ത് ബാൽ പാണ്ഡ്യനെ തിരിച്ചറിയുന്നുവെന്നത് പക്ഷികൾക്കും ഓർമ്മകളുണ്ടെന്നുള്ളതിന്റെ തെളിവാണ്. ഒറ്റയായി മടങ്ങിയെത്തുന്ന പക്ഷികളാണ് വളർത്തച്ഛനെ തിരിച്ചറിഞ്ഞ് അയാളുടെ അരികിലേക്ക് ഓടിയണയുന്നത്. എന്നാൽ ഇണയുമായി എത്തുന്നവയാകട്ടെ പലപ്പോഴും കണ്ട ഭാവം നടിക്കാറില്ല. ഒരുപക്ഷെ അവയും തങ്ങളുടെ വളർത്തച്ഛനെ തിരിച്ചറിയുന്നുണ്ടാകുമോ? കൂടൊരുക്കുന്നതിന്റെയും മറ്റും തിരക്കിൽ ഒന്നു കുശലംപറയാൻ സമയം കിട്ടാതെ വരുന്നതാകുമോ? എന്തായാലും പക്ഷികൾക്കും ഓർമ്മയും തന്റെ ബന്ധുജനങ്ങളെ തിരിച്ചറിയാനുള്ള കഴിവുമൊക്കെയുണ്ടെന്നാണ് എന്റെ വിശ്വാസം. മനുഷ്യർക്കുള്ള ഒട്ടുമിക്ക വികാരവിചാരങ്ങളും പക്ഷികൾക്കും ഉണ്ടാകണം. പക്ഷികളെ നിരീക്ഷിക്കുന്നവർക്ക് ഓരോ സന്ദർഭങ്ങളിലിത് ബോധ്യപ്പെടാറുണ്ട്.

കരണ്ടിക്കൊക്കിനെ Spoon bill എന്നാണ് ഇംഗ്ലീഷിൽ വിളിക്കുക. ഒരു നാടൻകൊറ്റിയോളം വലുപ്പമുള്ള പക്ഷിയാണിത്. ഒറ്റനോട്ടത്തിൽ വെള്ളക്കൊറ്റിയാണെന്നു ധരിച്ചേക്കാം. എന്നാൽ അടുത്തു പരിചയപ്പെടുമ്പോഴാണ് ചട്ടുകംപോലെ അറ്റം വീതികൂടിയ ഒരു കൊക്ക് ഇവയ്ക്കുണ്ടെന്ന് ബോധ്യമാവുക. കറുത്തകൊക്കിന്റെ അറ്റത്ത് മഞ്ഞനിറം പൂശിയിരിക്കുന്നതു കാണാം. ചട്ടുകംപോലെയുള്ള ഇതിന്റെ ചുണ്ട് മാത്രംമതി ഇവയെ മറ്റു പക്ഷികളിൽനിന്ന് തിരിച്ചറിയാൻ. പ്രത്യുല്പാദനകാലത്ത് കഴുത്തിൽ നിറഭേദവും തലയിൽ നീണ്ടശിഖയും കാണാം. ജലജീവികളും സസ്യങ്ങളും മറ്റുമാണിതിന്റെ ആഹാരം. കെട്ടിക്കിടക്കുന്ന വെള്ളത്തിൽ തന്റെ പരന്നചുണ്ടുകൾകൊണ്ട് പരതിപ്പരതി കരണ്ടിക്കൊക്കുകൾ ഇരതേടുന്നത് രസകരമായൊരു കാഴ്ചയാണ്. വെള്ളത്തിലെ ഓരോ ഇഞ്ചും ഇത്തരത്തിലിത് അരിച്ചുപെറുക്കാറുണ്ട്. പ്ലാട്ടാലിയാ ലൂക്കോറോഡിയ (Platalea - Leucorodia) എന്നാണ് ശാസ്ത്രീയനാമം. കുടുംബനാമം ത്രെസ്കിയോർണിത്താഡേ (Threskiornithide). സാധാരണ ജൂലൈ മുതൽ നവംബർവരെയുള്ള കാലമാണ് പ്രത്യുല്പാദനകാലം. കൊറ്റികളെപ്പോലെ ചുള്ളിക്കമ്പുകൾ നിരത്തിയാണ് കൂടൊരുക്കം. സാധാരണ നാല് മുട്ടകളുണ്ടാവും. വെളുപ്പുനിറമുള്ള മുട്ടയിൽ ചിലപ്പോൾ ചെന്തവിട്ടുനിറം കാണാം. എന്തായാലും കരണ്ടിക്കൊക്കുകളെ പരിചയപ്പെടാൻ കൂന്തംകുളം പറ്റിയ സങ്കേതമാണ്.

15

നീർനാര

തമിഴ്നാടിന്റെ വിവിധ ഭാഗങ്ങളിലൂടെയുള്ള സഞ്ചാരത്തിനിടയിലാണ് അപൂർവ്വങ്ങളായ പല പക്ഷികളെയും അടുത്തു പരിചയപ്പെടുന്നത്. 2006 സെപ്തംബർ 22ന് തിരുനെൽവേലി ജില്ലയിലെ പെരുംകുളത്തേക്ക് നടത്തിയ യാത്ര വിസ്മരിക്കാനാവില്ല. പേരു സൂചിപ്പിക്കുംപോലെ വളരെ വിസ്തൃതമായൊരു കുളമാണ് ഈ ഗ്രാമത്തിന്റെ പ്രധാന ആകർഷണം. വിവിധജാതി നീർപ്പക്ഷികൾ പെരുംകുളത്തു തമ്പടിക്കാറുണ്ട്. പെലിക്കനുകളും പെയിന്റഡ് സ്റ്റോർക്കുകളും എരണ്ടകളുമൊക്കെ കൂട്ടമായി ഇവിടെ ഇരതേടാനെത്താറുണ്ട്. എന്നാൽ സെപ്തംബറിലെ യാത്ര അവിസ്മരണീയമാക്കുന്നത് നൂറുകണക്കിന് നീർനാരകളെ അടുത്തുകാണാൻ കഴിഞ്ഞുവെന്നതിനാലാണ്.

ആരുടേയും മനസ്സിൽ ആഹ്ലാദം കോരിയൊഴിക്കുന്ന അനുഭവമാണ് നീർനാരക്കൂട്ടത്തിന്റെ ചേഷ്ടകൾ. ഇത്രയധികം നീർനാരകളെ ഞാനാദ്യമായാണ് കാണുന്നത്. കടുത്ത ചൂടുണ്ടായിരുന്നിട്ടും അതു വകവയ്ക്കാതെ മണിക്കൂറുകളോളം ഞാൻ പെരുംകുളത്തെ ജലാശയത്തിന്റെ ഓരത്തു കുത്തിയിരുന്നു. ബൈനോക്കുലർകൊണ്ട് നീർനാരയുടെ സൗന്ദര്യം നുകർന്നിരുന്നു. വളരെ നീണ്ടകഴുത്തും നീളമുള്ള കാലുകളും ഇവയുടെ പ്രത്യേകതയാണ്. എന്നാൽ നീർനാരകളെ മറ്റു പക്ഷികളിൽനിന്ന് വേർതിരിച്ചു നിർത്തുന്നത് തുമ്പിക്കൈപോലെയുള്ള ഇവയുടെ കൊക്കുകളാണ്. താഴോട്ട് ഒടിഞ്ഞുതൂങ്ങുന്ന ചുവന്നകൊക്കുകൾ അരിപ്പപോലെയാണ്. ചെളിയിലെ ചെറുപ്രാണികളെയും ജീവികളെയും പിടിക്കാൻ

ഏറെ അനുയോജ്യമാണിത്. റോസ്നിറം പുരട്ടിയ വെള്ളനിറമുള്ള പക്ഷിയാണിത്. കാലുകളും ചിറകിന്റെ കീഴ്ഭാഗവും ചുവന്നുതുടുത്തിരിക്കും. നീർനാരക്കൂട്ടങ്ങൾ നീണ്ടകാലുകൾ നിവർത്തിവച്ച് മന്ദംമന്ദം ചിറകുവീശി പറന്നുനീങ്ങുന്ന കാഴ്ച ആരുടേയും മനംകവരും. നീർനാരകളുടെ നൃത്തം എന്നെ വല്ലാതെ ആകർഷിച്ചുകളഞ്ഞു. രണ്ടുനീർനാരകൾ മുഖാമുഖം വന്നുനിന്ന് ഒരുപോലെ ചിറക് വിരിച്ച് ചിറകിനടിയിലെ തുടുത്ത നിറം പുറത്തേക്ക് കാട്ടും. പിന്നെ ഒരേതാളത്തിൽ നീണ്ടകഴുത്തും കൊക്കും വശങ്ങളിലേക്ക് താഴ്ത്തും. ചിറകുകൾ ഒരുപോലെ പൂട്ടും. കഴുത്ത് മുകളിലേക്ക് ഉയർത്തി കൊക്കുകൾ നേരെ ആകാശത്തേക്ക് തിരിക്കും. വീണ്ടും ചിറകുകൾ വിരിക്കും. ഇങ്ങനെ മഹാഗുരുവിന്റെ കീഴിൽ നാട്യശാസ്ത്രം മുഴുവൻ അഭ്യസിച്ചവർക്കുപോലും അനുകരിക്കാനാവാത്തവിധം ആകർഷകമായും ചിട്ടയായുമാണിവയുടെ നൃത്തം. നീർനാരയുടെ നൃത്തം നോക്കിയിരിക്കുന്ന ആരും പ്രകൃതിയെന്ന മഹാവിസ്മയത്തിന്റെ മുന്നിൽ വിനയാന്വിതനാവാതിരിക്കില്ല. നീർനാരകളുടെ നൃത്തം അനുകരിച്ചാവണം മനുഷ്യർ നൃത്തം ചിട്ടപ്പെടുത്തിയതെന്നു കരുതുന്നതിൽ തെറ്റില്ല. അത്രയ്ക്ക് ആകർഷകവും മെയ്‌വഴക്കത്തോടെയുമാണിവ നൃത്തമാടുന്നത്.

നീർനാരകളെ പൂഞ്ഞാറ, രാജഹംസം എന്നീ പേരുകളിലും അറിയപ്പെടും. ഹംസവർഗ്ഗത്തിലെ മനോഹരപക്ഷികളിലൊന്നായാണിത് അറിയപ്പെടുന്നത്. Flamingo എന്നാണ് ഇംഗ്ലീഷ്‌പേർ. ഇവയിൽ തുടിപ്പു കൂടിയവയെ വലിയ ഫ്ളെമിംഗോയെന്ന് (Greater Flamingo)വിളിക്കുന്നു. Phoenicopteridae roses എന്നാണ് ശാസ്ത്രീയനാമം. തുടിപ്പ് കുറഞ്ഞതിനെ ചെറിയ ഫ്ളെമിംഗോയെന്നാണ് വിളിക്കുക Lesser Flamingo. ശാസ്ത്രീയനാമം Phoenicopter dae-minor. പെരുംകുളത്തും മറ്റും വരാറുള്ളത് ചെറിയ ഫ്ളെമിംഗോകളാണ്.

മഞ്ഞുകാലത്ത് ഗുജറാത്തിലെത്തുന്ന വൻനീർനാരക്കൂട്ടങ്ങൾ അവിടെ കൂടൊരുക്കാറുണ്ട്. ഇന്ത്യയിലെ നീർനാരകളുടെ ഏറ്റവും വലിയ സങ്കേതമാണ് ഗുജറാത്തിന്റെ പടിഞ്ഞാറൻതീരത്തുള്ള റാൻ ഓഫ് കച്ച്. ഇവിടെയുള്ള ചതുപ്പുകളിൽ മൺകൂനകൾതീർത്താണിവ മുട്ടയിടുന്നത്. സെപ്തംബർ മുതൽ ഏപ്രിൽ വരെയുള്ള കാലമാണ് പ്രത്യുല്പാദനകാലം. ഒന്നോരണ്ടോ മുട്ടകളാണിവയിടുക. പൂവനും പിടയും ചേർന്നാണ് മുട്ടവിരിയിച്ച് കുഞ്ഞിനെ വളർത്തിയെടുക്കുന്നത്. പൊതുവെ നീർനാരകൾ നിശ്ശബ്ദജീവികളാണ്. എന്നാൽ അപൂർവ്വമായി ഇവ വാത്തകളെപോലെ ചില ശബ്ദങ്ങൾ പുറപ്പെടുവിക്കാറുണ്ട്. കൂട്ടമായി പറക്കുമ്പോഴാണ് മുരളിച്ചപോലെ ശബ്ദം പുറപ്പെടുവിക്കുക. *കിളിവാതിൽ* പരിപാടിയിൽ നീർനാരകളെ പരിചയപ്പെടുത്താൻ കഴിഞ്ഞത് സന്തോഷകരമായൊരനുഭവമായിരുന്നു. എങ്കിലും അവയുടെ കൂടും മുട്ടയും കുഞ്ഞിനെയുമൊക്കെ ചിത്രീകരിക്കാൻ കഴിഞ്ഞില്ലല്ലോ എന്ന വിഷമവുമുണ്ട്. നീർനാരകൾ കൂടൊരുക്കുന്ന കാലത്ത് റാൻ ഓഫ് കച്ചിൽ ഒന്നുപോകണമെന്ന മോഹം കെടാതെ മനസ്സിൽ സൂക്ഷിക്കുന്നുണ്ട്.

16

തിത്തിരിപ്പക്ഷികൾ

പുഴയോരത്തും മണൽ പ്രദേശങ്ങളിലുമൊക്കെ സാധാരണ കണ്ടുവരാറുള്ള പക്ഷിയാണ് തിത്തിരിപ്പക്ഷികൾ. മണൽക്കോഴികളുടെ അടുത്തബന്ധുക്കളാണിവർ. തിത്തിരിപ്പക്ഷികളുടെ ശബ്ദം കേട്ടിട്ടില്ലാത്തവർ ചുരുങ്ങും. പുഴത്തടങ്ങളിലും കായൽതീരത്തുമെല്ലാം സദാ മുഴങ്ങികേൾക്കുന്ന ശബ്ദമാണ് തിത്തിരിയുടേത്. കിക്ക്... കിക്ക്... ടിറ്റിട്ടൂയി ടിറ്റിട്ടൂയി.... എന്നിങ്ങനെയാണിവയുടെ ശബ്ദം മുഴങ്ങിക്കേൾക്കുക. കൊത്തിത്തീറ്റി... കൊത്തിത്തീറ്റി... എന്നിങ്ങനെ വിളിച്ചുപറയുന്നതുപോലെയും തോന്നും. അതുകൊണ്ട് തിത്തിരിപ്പക്ഷികളെ കൊത്തിത്തീറ്റിയെന്നും ആൾകാട്ടിയെന്നും നാട്ടുംപുറങ്ങളിൽ വിളിക്കാറുണ്ട്. ശത്രുക്കൾക്കെതിരെ സദാ ജാഗ്രതയോടെയിരിക്കുന്നതിനാലാണിവയെ ആൾകാട്ടിയെന്നു വിളിക്കുന്നത്. ഇവയുടെ ശബ്ദം കേട്ടാൽ Did you do it. Dick Dick did you do it... എന്ന് ഇംഗ്ലീഷിൽ ചോദിക്കുന്നതുപോലിരിക്കുമെന്ന് *പക്ഷികളുടെ അദ്ഭുതപ്രപഞ്ചം* എന്ന പുസ്തകത്തിൽ ഇന്ദുചൂഡൻ എഴുതിയിട്ടുണ്ട്. തിത്തിരപ്പക്ഷികളുടെ ശബ്ദം കേട്ടാൽ മുട്ടയെ തട്ടാതെ പോ... മുട്ടയെ തട്ടാതെ പോ... എന്ന് കുട്ടികൾ വിളിച്ചു പറയാറുണ്ട്. മഹാഭാരതയുദ്ധകാലത്ത് ഒരു തിത്തിരിപ്പക്ഷി കൂടൊരുക്കിയിരുന്ന പടനിലത്ത് യുദ്ധം കൊടുമ്പിരികൊണ്ടു. തന്റെ മുട്ട നശിപ്പിക്കപ്പെടുമെന്ന് ഭയന്ന തിത്തിരിപ്പക്ഷി മുട്ടയെ തട്ടാതെ പോ... മുട്ടയെ തട്ടാതെ പോ... എന്നു വിളിച്ചുകൂവി നടന്നുവത്രെ. തിത്തിരിപ്പക്ഷികൾ ഇപ്പോഴും മുട്ടയെ തട്ടാതെ പോ... എന്നു വിളിച്ചുകൂവി നടക്കുകയാണെന്നാണ് പിള്ളേരുടെ വിശ്വാസം.

വെറുംനിലത്ത് കൂടൊരുക്കുന്ന പക്ഷിയാണ് തിത്തിരിപ്പക്ഷികൾ. അതുകൊണ്ട് തന്റെ മുട്ടകളുടെ സുരക്ഷയെക്കുറിച്ചുള്ള ആശങ്ക തിത്തിരിപ്പക്ഷികൾക്കിന്നുമുണ്ടെന്നുള്ളതിൽ സംശയംവേണ്ട. തിത്തിരിപ്പക്ഷി

ചെങ്കണ്ണി തിത്തിരി

കൾ കൂടൊരുക്കിയിരിക്കുന്നതിന്റെ അരികിലേക്ക് നമ്മൾ ചെന്നാൽ ഉറക്കെ ചിലച്ചുകൊണ്ട് അത് പാറിപ്പറക്കുന്നതു കാണാം. നമ്മുടെ ശ്രദ്ധ കൂട്ടിനരികിൽനിന്ന് അകറ്റാൻ എല്ലാ വേലത്തരങ്ങളും അതു കാണിക്കും. രണ്ടിനം തിത്തിരിപ്പക്ഷികളാണ് നമ്മുടെ നാട്ടിലുള്ളത്. ചെങ്കണ്ണിയും മഞ്ഞക്കണ്ണിയും. ഇതിൽ മഞ്ഞക്കണ്ണി തിത്തിരിപ്പക്ഷികളുടെ കൂട് നിരീക്ഷിക്കാൻ എനിക്കവസരം ലഭിച്ചിട്ടുണ്ട്.

ഒരു വിസ്തൃതമായ പുൽപ്പരപ്പിലായിരുന്നു മഞ്ഞക്കണ്ണി തിത്തിരിപ്പക്ഷി കൂടൊരുക്കിയിരുന്നത്. കൂടെന്നു പറയാനൊന്നുമില്ല. വെറും നിലത്ത് കുറച്ച് ചെറുവെള്ളാരംകല്ലുകൾ വിതറി അതിലാണ് മുട്ടയിട്ടിരുന്നത്. ഏതാണ്ട് മഞ്ഞകലർന്ന വെളുപ്പുനിറമാണ് മുട്ടയ്ക്ക്. നിറയെ തവിട്ടു നിറത്തിലുള്ള പുള്ളികളുണ്ടാവും. മുട്ട നിലത്തു കിടന്നാൽ അത് പക്ഷി മുട്ടകളാണെന്ന് ആരും തിരിച്ചറിയില്ല. ജൂൺ–ജൂലൈ മാസങ്ങളിലാണവിടെ മഞ്ഞക്കണ്ണി തിത്തിരിപ്പക്ഷികളുടെ കൂടുകൾ കണ്ടത്. ഒരു കൂട്ടിൽ രണ്ടുമുട്ടകൾ ഉണ്ടായിരുന്നു. കണ്ണെത്താദൂരത്ത് പരന്നുകിടക്കുന്ന നരച്ച പുൽമേട്ടിൽ തിത്തിരിപ്പക്ഷികളുടെ കൂട്ടിനരികിൽ ഞങ്ങൾ ക്യാമറയുമായി കാത്തിരുന്നു. ഞങ്ങളുടെ സാന്നിധ്യം പക്ഷികൾ എങ്ങനെയോ മണത്തറിഞ്ഞിട്ടുണ്ടാവണം. അതവിടേക്ക് വരാൻ മടിച്ചു. ഒടുക്കം പ്രകൃതിയോട് ഇണങ്ങുന്ന ഒരു മറയൊരുക്കി ക്യാമറയുമായി അതിൽ ഒളിച്ചിരുന്നാണ് തിത്തിരിപ്പക്ഷികൾ മുട്ടയ്ക്കടയിരിക്കുന്നതും മറ്റും ചിത്രീകരിച്ചത്.

തമിഴ്നാടിന്റെ മറ്റ് ചില പ്രദേശങ്ങളിൽ തിത്തിരിപ്പക്ഷികൾ കൂടൊരുക്കിയിരിക്കുന്നത് പിന്നീടുള്ള യാത്രകളിൽ കണ്ടു. മഞ്ഞക്കണ്ണികളെ വരണ്ടതും പുൽപ്പടർപ്പുകൾ നിറഞ്ഞതുമായ പ്രദേശങ്ങളിലാണ് കൂടുതലായി കണ്ടത്. എന്നാൽ ചെങ്കണ്ണികളെ ജലാശയങ്ങളുടെ ഓരത്തായാണ് കാണാൻ കഴിഞ്ഞത്. ചെങ്കണ്ണികൾ കൂട്ടമായി ഒരു ചെറുകുളക്കരയിൽ നിൽക്കുന്നത് ഏറെനേരം നോക്കിയിരിക്കാൻ കഴിഞ്ഞു. ചെങ്കണ്ണിയും മഞ്ഞക്കണ്ണിയും കാഴ്ചയിൽ ഏതാണ്ട് ഒരുപോലെയിരിക്കുമെങ്കിലും സൂക്ഷ്മമായി ശ്രദ്ധിച്ചാൽ നിറങ്ങളിലും ജീവിതരീതിയിലും വ്യത്യാസങ്ങൾ കാണാൻ കഴിയും. ചെങ്കണ്ണിയുടെ പേരു സൂചിപ്പിക്കുന്നപോലെ കണ്ണുകളും കൊക്കും അവയ്ക്കിടയിലുള്ള ചർമ്മവും ചെറിയൊരുപൂവും ചുവപ്പാണ്. ഒറ്റനോട്ടത്തിൽത്തന്നെ നമ്മുടെ ശ്രദ്ധയിൽപ്പെടുന്ന

ഈ ചുവപ്പ് 'ചെങ്കണ്ണിയെ' തിരിച്ചറിയാൻ ഏറെ സഹായകരമാണ്. ഇവയുടെ തല, കഴുത്ത്, തൊണ്ട, മാറിടം എന്നിവ നല്ല കറുപ്പുനിറമാണ്. പുറവും പൂട്ടിയ ചിറകുകളും പിച്ചളയുടെ നിറമാണ്.

ഇതിന്റെ ഇംഗ്ലീഷിലുള്ള പേര് Redwattled Lapwing എന്നാണ്. ശാസ്ത്രീയനാമം Vanellus indicus. മഞ്ഞക്കണ്ണിയുടെ മുഖത്ത് ചുവപ്പിനു പകരം മഞ്ഞയാണ്. തല കറുത്തതാണ്. കണ്ണിൽനിന്നു പിടലിവരെ പോകുന്ന വെള്ളവര കാണാം. Yellow-wattled Lapwing എന്നാണ് ഇംഗ്ലീഷ്പേർ. Vanellus malabaricus എന്ന് ശാസ്ത്രീയനാമം. മിക്കപ്പോഴും തറയിൽ നടന്ന് ഇരതേടുന്ന പക്ഷികളാണ് തിത്തിരിപ്പക്ഷികൾ. മരക്കൊമ്പുകളിലൊന്നും തിത്തിരിപ്പക്ഷികൾ ഇരിക്കാറില്ല. നിലത്തുകൂടി ഓടാനും ശത്രുക്കളെ കണ്ടാൽ നിശ്ചലമായിനിന്ന് അവരുടെ ശ്രദ്ധയകറ്റാനും ഇതിനു കഴിയും. ആവശ്യമെന്നുവന്നാൽ നന്നായി പറന്നകലാനും കഴിവുള്ള പക്ഷികളാണ് തിത്തിരിപ്പക്ഷികൾ.

ചെങ്കണ്ണിതിത്തിരിപ്പക്ഷികൾ കാലുകൾ രണ്ടും മുകളിലേക്കുയർത്തി പിടിച്ചാണ് ഉറങ്ങുന്നതെന്നൊരു വിശ്വാസം ഉത്തരേന്ത്യൻ ഗ്രാമങ്ങളിൽ നിലനിൽക്കുന്നുണ്ട്. ആകാശം ഇടിഞ്ഞുവീഴുമെന്ന ഭയത്താലാണത്രെ ചെങ്കണ്ണികൾ ഇത്തരത്തിൽ കിടന്നുറങ്ങുന്നത്. രാത്രിയിലെങ്ങാനും ആകാശം ഇടിഞ്ഞുവീണാൽ തന്റെ കാലുകൾകൊണ്ട് താങ്ങി എങ്ങനെയും രക്ഷപ്പെടാമെന്നാണതിന്റെ വിശ്വാസം. എന്നാൽ ഇതൊക്കെ വെറും ഭാവനമാത്രമാണ്. പക്ഷികളെക്കുറിച്ച് ഇങ്ങനെ ഓരോരോ കഥകൾ മെനഞ്ഞുണ്ടാക്കുന്നതിൽ നമ്മുടെ പൂർവ്വസൂരികൾ ബഹുമിടുക്കന്മാരായിരുന്നുവെന്നു കാണാം. ശാസ്ത്രീയപക്ഷിനിരീക്ഷണം പുരാതനകാലത്ത് ഉണ്ടായിരുന്നില്ലെങ്കിലും കാല്പനിക പക്ഷിനിരീക്ഷണം ഉണ്ടായിരുന്നുവെന്ന് ഇത്തരം കഥകളിലൂടെ സഞ്ചരിക്കുന്ന ആരും സമ്മതിക്കും.

17

അരിവാൾ കൊക്കനുകൾ

അരിവാൾകൊക്കനുമായി അടുത്ത ചങ്ങാത്തം തുടങ്ങിയിട്ട് കുറച്ചു കാലമേ ആയിട്ടുള്ളൂ. *കിളിവാതിൽ* പരിപാടിയുടെ ഷൂട്ടിംഗുമായി ബന്ധപ്പെട്ടുള്ള യാത്രകളിലാണ് വിവിധജാതി അരിവാൾ കൊക്കനുകളെ അടുത്തു നിരീക്ഷിക്കാൻ അവസരം ലഭിച്ചത്. അതിനുമുമ്പ് അപൂർവ്വമായി അരിവാൾകൊക്കനുകളെ കണ്ടിട്ടുണ്ടെന്നുമാത്രം.

കുട്ടനാട്ടിലൂടെ ഒരു ഹൗസ്ബോട്ടിൽ പക്ഷികളെ തേടി യാത്രചെയ്യുകയാണ്. ഒരു വെളുപ്പാൻകാലത്ത് ഒരുകൂട്ടം ശുഭ്രവേഷക്കാരായ കൊറ്റികൾ കൂട്ടമായി ആകാശത്തുകൂടി ഒഴുകിപ്പരക്കുന്നതു കണ്ടു. അൻപതു പക്ഷികളിൽ കുറയില്ല. ഉദയസൂര്യന്റെ പൊൻപ്രഭയിൽ തട്ടി ശുഭ്രവേഷത്തിന് ഒരു തങ്കത്തിളക്കം കൈവന്നിട്ടുണ്ട്. കൊറ്റികളുടെ സൗന്ദര്യം നുകർന്നുകൊണ്ട് ഞാൻ ബൈനോക്കുലറെടുത്ത് കണ്ണോടു ചേർത്തു... എനിക്കു വിശ്വസിക്കാനായില്ല. കൊറ്റികളെന്നു ഞാൻ ധരിച്ച പക്ഷിക്കൂട്ടം വെള്ളഅരിവാൾകൊക്കനുകളായിരുന്നു. കുട്ടനാട്ടിൽ ധാരാളം വെള്ളഅരിവാൾ കൊക്കനുകൾ വന്നുപോകുന്നുണ്ടെന്ന് ഞാനുറച്ചു. കുട്ടനാടൻ പാടങ്ങളിലൂടെ ഞങ്ങൾ എസ് എക്സ് മൂവിംഗ് ക്യാമറയുമായി സഞ്ചരിക്കുമ്പോൾ ഒരുകൂട്ടം വെള്ളഅരിവാൾ കൊക്കനുകൾ പാടത്ത് ഇരതേടുന്നതു കണ്ടു. വളരെ സൂക്ഷ്മതയോടെ അതിനെ സമീപിക്കാൻ ശ്രമിച്ചെങ്കിലും ഞങ്ങൾ ഒരടി മുന്നോട്ട് വയ്ക്കുമ്പോൾ വെള്ളഅരിവാൾ കൊക്കനുകൾ

രണ്ടടി അകലാൻ തുടങ്ങി. വെള്ളഅരിവാൾ കൊക്കനെ അടുത്തു കിട്ടില്ലെന്ന് ഞങ്ങൾ ഉറപ്പിച്ചു. സുരക്ഷിതമായ അകലത്തിൽനിന്ന് കുറച്ച് ഷോട്ടുകൾ എടുക്കാൻ മാത്രമേ കഴിഞ്ഞുള്ളു.

നൂറനാടിന്സമീപമുള്ള കറ്റാനത്ത് ഒരു സ്വകാര്യആശുപത്രി വളപ്പിൽ നീർകാക്കകളും വിവിധജാതി കൊറ്റികളും കൂടൊരുക്കാറുണ്ട്. ഈ പക്ഷികൾക്കൊപ്പം ഒരു വെള്ളഅരിവാൾ കൊക്കനെ 2005ലും 2006ലും ഞാൻ കാണുകയുണ്ടായി. എന്നാൽ ആ പരിസരത്തൊക്കെ ഞാനന്വേഷിച്ചെങ്കിലും വെള്ളഅരിവാൾകൊക്കന്റെ കൂടുകൾ കാണാനായില്ല. തൃശൂരിലെ കോൾനിലങ്ങളിൽ വെള്ളഅരിവാൾകൊക്കനുകൾ ഇരതേടുന്നതു ഞാൻ കണ്ടിട്ടുണ്ട്. എന്നാൽ കറുപ്പ് അരിവാൾകൊക്കനെയും ചെറിയ അരിവാൾ കൊക്കനെയും കേരളത്തിൽ എനിക്ക് കാണാൻ കഴിഞ്ഞിട്ടില്ല. ഈ മൂന്നുജാതി അരിവാൾകൊക്കനുകളും തമിഴ്നാടിന്റെ വിവിധ ഭാഗങ്ങളിൽ ധാരാളമായി കാണാം. എന്റെ കൂന്തംകുളം യാത്രകളിലാണ് ഈ മൂന്നുജാതി അരിവാൾകൊക്കനുകളുമായി അടുപ്പമുണ്ടാക്കിയത്. വിവിധജാതി അരിവാൾകൊക്കനുകളും കൊറ്റികളും വർണ്ണക്കൊറ്റികളും കൂട്ടമായി വയലേലകളിൽ ഇരതേടുന്ന കാഴ്ച ഒന്നു കാണേണ്ടതുതന്നെയാണ്. ആരുടെയും മനംകവരുന്ന ഇത്തരത്തിലുള്ള കാഴ്ച കൂന്തംകുളത്ത് യഥേഷ്ടം കാണാൻ കഴിയും.

മൂന്നുജാതി അരിവാൾ കൊക്കനുകളെയും വേഗത്തിൽ നമുക്ക് തിരിച്ചറിയാൻ കഴിയും. ഒറ്റനോട്ടത്തിൽ വെള്ളക്കൊറ്റിയെ പോലെയിരിക്കുന്ന വെള്ളഅരിവാൾ കൊക്കന്റെ തലയും കഴുത്തും കാലുകളും മഷിക്കറുപ്പാണ്. ബാക്കിഭാഗം തൂവെള്ള. സുദൃഢമായ ഇതിന്റെ കൊക്കുകൾ താഴോട്ടല്പം വളഞ്ഞിട്ടാണ്. മൂന്നുജാതി അരിവാൾകൊക്കന്റെയും കൊക്കുകൾക്ക് ഈ വളവുകളുണ്ട്. അതുകൊണ്ടാവാം ഇവയെ അരിവാൾകൊക്കൻ എന്നു വിളിക്കുന്നത്. ഇംഗ്ലീഷിൽ വെള്ള അരിവാൾ കൊക്കനെ White Ibis (വൈറ്റ് ഐബിസ്) എന്നാണ് വിളിക്കുന്നത്. ത്രസ്കിയോർണിസ് എത്തിയോപിക്കാ (Threskiornis aethiopica) എന്നാണ് ശാസ്ത്രീയനാമം. നവംബർ മുതൽ ഫെബ്രുവരിവരെയുള്ള കാലത്താണ് വെള്ളഅരിവാൾ കൊക്കനുകൾ കൂടൊരുക്കുന്നത്. കൊറ്റികളും മറ്റും കൂടൊരുക്കുന്നപോലെ ചുള്ളിക്കമ്പുകൾ നിരത്തിയാണ് കൂടൊരുക്കം. കൂട്ടിൽ മൂന്നാലു മുട്ടകളെങ്കിലും ഉണ്ടാവും.

കോട്ടയത്തിനടുത്തുള്ള കുമരകത്ത് വെള്ളഅരിവാൾ കൊക്കനുകൾ കൂടൊരുക്കുന്നുണ്ട്. എന്നാൽ കറുപ്പ്അരിവാൾ കൊക്കനും ചെറിയ അരിവാൾകൊക്കനും കേരളത്തിൽ ഇല്ലെന്നാണ് എന്റെ വിശ്വാസം. അരിവാൾ കൊക്കനുകളിൽ ഏറ്റവും വലിയത് കറുത്ത അരിവാൾ കൊക്കനാണ്. ശരീരം മുഴുവൻ കറുപ്പുനിറമുള്ള ഒരു വലിയ പക്ഷിയാണിത്. ശിരസ്സിൽ ചുവന്ന തൊപ്പി ധരിച്ചതുപോലെ ഒരടയാളം കാണാം. ചിറകുകളുടെ പാർശ്വഭാഗത്തായി ഓരോ വെള്ളച്ചുട്ടിയുണ്ട്. ഇക്കാര്യങ്ങൾ ഓർത്തുവെച്ചാൽ കറുപ്പ്അരിവാൾ കൊക്കനെ തെറ്റുകയേയില്ല. നീണ്ടു നേർത്ത് ഉള്ളിലോട്ടു വളഞ്ഞതാണ് കൊക്ക്. ഇവയുടെ കാലുകൾ ശരീ

രത്തിനു യോജിക്കാത്തതെന്നു തോന്നിക്കുംവിധം നീളംകുറഞ്ഞതും ചുവന്നതുമാണ്. വരണ്ടപ്രദേശങ്ങളിലാണ് കറുപ്പ്അരിവാൾ കൊക്കനുകളെ ധാരാളമായി കാണുന്നത്. കുറ്റിക്കാട്ടിലും മറ്റും കറുപ്പ്അരിവാൾ കൊക്കൻ ഇരതേടി നടക്കുന്നതും ഏറെനേരം നോക്കിയിരിക്കാൻ എനിക്കവസരം ലഭിച്ചിട്ടുണ്ട്. ചെറുപ്രാണികളും ഇഴജന്തുക്കളുമൊക്കെയാണിതിന്റെ ആഹാരം. കരിമ്പനകളിലാണ് കറുപ്പ്അരിവാൾ കൊക്കനുകൾ സാധാരണ കൂടൊരുക്കാറുണ്ട്. കൂന്തംകുളത്ത് ഇവയുടെ കൂടുകൾ കാണാൻ കഴിഞ്ഞു.

കരിമ്പനകൾക്കിടയിൽനിന്ന് ഇതിന്റെ കരച്ചിൽ കേൾക്കുമ്പോൾ ആരുമൊന്ന് ഭയന്നുപോകും. ലോഹക്കിലുക്കത്തോടെയുള്ള ഒരുതരം അലർച്ചപോലെയാണ് ഇവയുടെ ശബ്ദം. ഇംഗ്ലീഷിൽ 'ബ്ലാക്ക് ഐബിസ്' (Black Ibis) എന്നാണ് വിളിക്കുക. സ്യൂഡിബിസ് പാപ്പിലോസാ (Pseudibis papilosa) എന്നാണ് ശാസ്ത്രീയനാമം. നവംബർ - ഡിസംബർമാസങ്ങളിലാണിവയുടെ കൂടൊരുക്കം. ഉണക്കക്കമ്പുകളും കച്ചിത്തുരുമ്പും മറ്റും ഉപയോഗിച്ചാണ് കൂട് നിർമ്മിക്കുന്നത്. കൂട്ടിൽ മൂന്നാലു മുട്ടകളെങ്കിലും ഉണ്ടാവും. മൂന്നുജാതി അരിവാൾ കൊക്കനുകളിലും ആണും പെണ്ണും ഏതാണ്ട് ഒരുപോലെയായിരിക്കും. അതുകൊണ്ട് ആണിനെയും പെണ്ണിനെയും തിരിച്ചറിയുക ബുദ്ധിമുട്ടാണ്.

തമിഴ്നാട്ടിലെ പാടങ്ങളിൽ നൂറുകണക്കിന് ചെറിയഅരിവാൾ കൊക്കനുകൾ കൂട്ടമായി ഇരതേടുന്നത് ആരുടെയും മനംകവരുന്ന ദൃശ്യമാണ്. ഞാറുനടാനായി ഒരുക്കിയിട്ടിരുന്ന ഒരു വയലിൽ ചെറിയഅരിവാൾ കൊക്കന്റെ ഒരുവൻകൂട്ടം വന്നുവീണത് നോക്കിയിരിക്കാൻ എനിക്ക് ഭാഗ്യമുണ്ടായി. ഞങ്ങൾ ഒരു ചെറുപനയുടെ മറവിൽനിന്ന് അവയുടെ തീറ്റയും സഞ്ചാരവും ക്യാമറയിൽ പകർത്തുകയുംചെയ്തു. അരിവാൾ കൊക്കനുകളിലെ ഏറ്റവും ചെറിയ പക്ഷിയാണിത്. എങ്കിലും സൗന്ദര്യത്തിൽ ഈ പക്ഷി ആരെക്കാളും മോശമല്ല. തവിട്ടുനിറംകലർന്ന കറുപ്പുനിറമാണ് ശരീരത്തിനെന്നു പറയാം. ശരീരത്തിൽ അവിടവിടെ ഒരു മയിൽപ്പീലി തിളക്കം കാണാം. കീഴ്പോട്ട് വളഞ്ഞ് മെലിഞ്ഞുനീണ്ട കൊക്കിന് കടുംപച്ചനിറമാണ്. വലിയ വട്ടക്കണ്ണുകൾക്ക് ചുറ്റും പച്ചതേപ്പുകാണാം. കൊറ്റികളെപോലെ നീണ്ടകാലുകളാണിവയ്ക്കുള്ളത്. വയലേലകളിൽ കാലുകൾ പെറുക്കി പെറുക്കി വച്ചുനടന്ന് കൊക്കുകൾ പരതി പരതി ഇവ ഇരതേടുന്നത് ഒന്നു കാണേണ്ടതുതന്നെയാണ്. കൂന്തംകുളത്ത് മൂന്നിനം അരിവാൾ കൊക്കനുകളും കൂടൊരുക്കുന്നുണ്ട്.

ഇംഗ്ലീഷിൽ ഗ്ലോസ്സി ഐബിസ് (Glossy Ibis) എന്നാണിതിനെ വിളിക്കുക. പ്ലിഗാഡിസ് ഫാഫ്സിനെല്ലസ് എന്നാണ് ശാസ്ത്രീയനാമം. (Plegadis farcinellus) മരച്ചില്ലകളിൽ ചുള്ളിക്കമ്പുകൾകൊണ്ട് കൂട് നിർമ്മിച്ചാണ് മുട്ടയിടുന്നത്. നാലുമുട്ടകളെങ്കിലും കൂട്ടിൽ ഉണ്ടാവും. അരിവാൾ കൊക്കനുകൾ കാണാനഴകുള്ള പക്ഷികളാണെങ്കിലും അവയുടെ കേരളത്തിലേക്കുള്ള വരവ് ആശങ്കയോടെവേണം കാണാൻ. കാലാവസ്ഥ കൂടുതൽ ചൂടുള്ളതും വരണ്ടതുമാകുന്നുവെന്നതിന്റെ തെളിവായാണ് ഈ പക്ഷിസാന്നിധ്യത്തെ നോക്കിക്കാണാൻ.

18

മാക്കാച്ചിക്കാട

മാക്കാച്ചിക്കാടകൾ എനിക്കൊരദ്ഭുതമായിരുന്നു. പക്ഷികളെ സംബന്ധിച്ചുള്ള നമ്മുടെ സങ്കല്പം അപ്പാടെ മാറ്റിമറിക്കുന്ന പക്ഷിയാണ് മാക്കാച്ചിക്കാടകൾ. കിളിമൊഴിയെക്കുറിച്ച് വാതോരാതെ വർണ്ണിക്കുന്ന കവികൾ മാക്കാച്ചിക്കാടകളുടെ കുർ... ഗുർ.. ശബ്ദം കേട്ടാൽ മൂക്കത്തു വിരൽ വെച്ചുപോകും. പക്ഷികളുടെ മനോഹാരിതയും ലാളിത്യവുമൊന്നും വേണ്ടത്ര അവകാശപ്പെടാൻ കഴിയാത്ത പക്ഷികളാണ് മാക്കാച്ചിക്കാടകൾ.

ഒറ്റനോട്ടത്തിൽ ഇവ പക്ഷികളാണെന്നു തോന്നണമെന്നില്ല. പക്ഷികളെ മറ്റ് ജീവികളിൽനിന്ന് വേർതിരിച്ച് നിർത്തുന്നതിൽ ഒരു പ്രധാന പങ്ക് വഹിക്കുന്നത് അതിന്റെ ചുണ്ടുകളാണ്. എന്നാൽ മാക്കാച്ചിക്കാടകൾക്ക് എടുത്തുകാണിക്കാൻ പറ്റിയ ചുണ്ടുകളില്ല. ഒരു പരന്ന വായ മാത്രമാണുള്ളത്. കണ്ടാൽ ഏതാണ്ട് തവളയുടെ കീറിയ വായപോലെ തോന്നും. ഇതിന്റെ വായ ശ്രദ്ധിച്ചിട്ടാവണം ഇംഗ്ലീഷിൽ Frog mouth എന്നാണിതിനെ വിളിക്കുക. Ceylon Frog mouth എന്നാണ് പൊതുവായി ഇതറിയപ്പെടുന്നത്. ഇന്ത്യയിൽ മാത്രമെ മാക്കാച്ചിക്കാടകളെ ഇന്നു കണ്ടുവരുന്നുള്ളു. പശ്ചിമഘട്ടമലനിരകളിലെ ചില വനസ്ഥലികളിലും വടക്കുകിഴക്കൻ മലപ്രദേശങ്ങളിലും മാക്കാച്ചിക്കാടകളുണ്ട്. കേരളത്തിന്റെ കാടുകളിലും മറ്റും കണ്ടുവരുന്നതിനെ ബട്രാചോസ്റ്റോമസ് മോളിനൈജർ (Batrachostomus moliniger) എന്നും ഇന്ത്യയുടെ വടക്കുകിഴക്കൻ പ്രദേശങ്ങളിലുള്ളതിനെ ബ്രട്രാചോസ്റ്റോമസ് ഹഡ്ഗ്സോണി ഹഡ്ഗ് സോണി (Batrachostomushudgsoni hudgsoni) എന്നും ശാസ്ത്രീയമായി നാമകരണം ചെയ്തിട്ടുണ്ട്.

തട്ടേക്കാട് ഡോ. സലിംഅലി പക്ഷിസങ്കേതത്തിൽ മാക്കാച്ചിക്കാടകൾ ഉണ്ടെന്ന് വിവരം ലഭിച്ചതനുസരിച്ച് ഒരു ജൂലൈമാസത്തിലാണ് ഞങ്ങൾ അവിടേക്ക് ചെന്നത്. ഇടയ്ക്കിടെ മഴപെയ്തുകൊണ്ടിരുന്നതിനാൽ കാട്ടിലൂടെയുള്ള യാത്ര ദുഷ്കരമായിരുന്നു. കാടറിയുന്ന ഡോ സുഗതനും ഒപ്പമുണ്ടായിരുന്നു. സാധാരണ മാക്കാച്ചിക്കാടകൾ തമ്പടിക്കാറുള്ള മടക്കമരത്തിനരികിലെത്തി വിശദമായി പരിശോധന നടത്തിയെങ്കിലും അതിനെ കണ്ടെത്താനായില്ല. എങ്കിലും ഞങ്ങൾ ആശ കൈവിട്ടില്ല. കാട്ടിലെ ഏതെങ്കിലും മടക്കമരത്തിൽ മാക്കാച്ചിക്കാടകൾ ഉണ്ടാകുമെന്ന് ഞങ്ങൾ ഉറപ്പിച്ചു. പലരും പലവഴിക്ക് അന്വേഷണം തുടർന്നു. അന്ന് ഞങ്ങൾ വാച്ച് ടവറിൽ അന്തിയുറങ്ങി.

തൊട്ടടുത്ത ദിവസം പ്രതീക്ഷിച്ചതുപോലെ ഒരു മടക്കമരത്തിന്റെ താഴെകൊമ്പിൽ കരിയിലകൾക്കിടയിൽ ഒരുജോഡി മാക്കാച്ചിക്കാടകളെ കണ്ടെത്തി. മടക്കമരങ്ങളോട് ഏറെ പ്രിയംവയ്ക്കുന്ന പക്ഷികളാണ് മാക്കാച്ചിക്കാടകൾ. മടക്കമരം കണ്ടിട്ടുള്ളവർക്കറിയാം അതിന്റെ നല്ലൊരുഭാഗവും എപ്പോഴും ഉണക്കയിലകളെക്കൊണ്ട് മൂടപ്പെട്ടിരിക്കും. ഈ ഉണക്കയിലകളെ മറയാക്കിയാണ് മാക്കാച്ചിക്കാടകൾ പകൽ കഴിയുന്നത്. ഉണക്കയിലകൾക്കിടയിൽ മാക്കാച്ചിക്കാടകൾ നിശ്ചലരായി ഇരുന്നാൽ ഒരുതരത്തിലും അതിനെ ഇലകളിൽനിന്ന് തിരിച്ചറിയാനാവില്ല. മാക്കാച്ചിക്കാടകളെ നോക്കിനിൽക്കുമ്പോൾ കണ്ണൊന്നുതെറ്റിയാൽ വീണ്ടും അതിനെ കണ്ടെത്തുകയെന്നതുതന്നെ ശ്രമകരമാണ്. അത്രത്തോളം പ്രകൃതിയുമായി ചേർന്നതാണ് അവയുടെ രൂപവും നിറവുമെല്ലാം. മാക്കാച്ചിക്കാടകളെ കാണുമ്പോൾ ചിലയിനം ഓന്തുകളെ നമ്മൾ ഓർത്തുപോകും. ഓന്തുകളെ അതിരിക്കുന്ന പ്രകൃതിയിൽനിന്നു തിരിച്ചറിയുക ഏറെ ബുദ്ധിമുട്ടാണല്ലോ? മക്കാച്ചിക്കാടകളും അതിരിക്കുന്ന മടക്കമരവും തമ്മിലുള്ള ബന്ധത്തെക്കുറിച്ച് കൂടുതൽ ശാസ്ത്രീയപഠനങ്ങൾ നടത്തേണ്ടതാവശ്യമാണ്. കാരണം ചിലയിനം മരങ്ങൾ ഭൂമിയിൽ നിന്നപ്രത്യക്ഷമായാൽ ചിലതരം പക്ഷികളും അതോടൊപ്പം അപ്രത്യക്ഷമാകുമെന്ന് കണ്ടെത്തിയിട്ടുണ്ട്.

ലോകത്തിനു നഷ്ടമായി എന്നു കരുതിയിരുന്ന മാക്കാച്ചിക്കാടകളെ കണ്ടെത്താൻ സഹായിച്ചത് ഡോ. സലിം അലിയാണ്. 18–ാം നൂറ്റാണ്ടിൽ മാക്കാച്ചിക്കാടകളുടെ മൂന്നാലു തുകൽ പ്രകൃതിശാസ്ത്രജ്ഞന്മാരുടെ പക്കലുണ്ടായിരുന്നുവെന്നതൊഴിച്ചാൽ ഈ പക്ഷിയെ കണ്ടിട്ടുള്ളവർ ആരുംതന്നെയുണ്ടായിരുന്നില്ല. ലോകമെമ്പാടും പക്ഷിനിരീക്ഷകരും പ്രകൃതിശാസ്ത്രജ്ഞരും മാക്കാച്ചിക്കാടകളെ അന്വേഷിച്ചുപോന്നു. 1979–ൽ ഡോ. സലിം അലിയുടെ നിർദ്ദേശപ്രകാരം അദ്ദേഹത്തിന്റെ ശിഷ്യന്മാരും പക്ഷിനിരീക്ഷകരും നമ്മുടെ കാടുകളിൽ നടത്തിയ അന്വേഷണത്തിന്റെ ഫലമായാണ് മാക്കാച്ചിക്കാടകളെ കണ്ടെത്തുന്നത്. തീർച്ചയായും ഇതൊരു വിലപ്പെട്ട കണ്ടെത്തൽ തന്നെയാണ്. എന്നാൽ ഇതിന്റെ പ്രാധാന്യം എത്രപേർ തിരിച്ചറിയുന്നുവെന്നെനിക്കറിയില്ല. തട്ടേക്കാട്ട് വനമേഖലയിൽ 26 മാക്കാച്ചിക്കാടകൾ ഉണ്ടെന്നാണ് കണക്കാക്കപ്പെടുന്നത്.

സൈലന്റ്‌വാലി കാടുകളിലും പെരിയാർ കടുവാസങ്കേതത്തിലും മാക്കാച്ചിക്കാടകളെ പിന്നീട് കണ്ടെത്തിയിട്ടുണ്ട്. തമിഴ്നാട്ടിലെ പൊള്ളാച്ചിക്കടുത്തുള്ള ടോപ് സ്ലിപ് ഇന്ദിരാഗാന്ധി വന്യമൃഗസങ്കേതത്തിൽ മാക്കാച്ചിക്കാടകളുള്ളതായും മനസ്സിലായിട്ടുണ്ട്. 1998–ൽ കെ രാമചന്ദ്രൻ പെരിന്തൽമണ്ണയാണ് തമിഴ്നാട്ടിലെ വനപ്രദേശത്തുനിന്ന് മാക്കാച്ചിക്കാടകളെ കണ്ടെത്തിയത്.

ഇടമലയാറിനും പെരിയാറിനും ഇടയിലുള്ള തട്ടേക്കാട് പക്ഷിസമ്പന്നമായ വനമേഖലയാണെന്ന് കണ്ടെത്തിയത് ഡോ സലിം അലിയാണ്. തിരുവതാംകൂർ – കൊച്ചി പക്ഷിസർവ്വേക്കായി എത്തിയ അദ്ദേഹം മൂന്നാറിനുപോകുംവഴി തങ്ങിയ ഇടത്താവളമാണ് തട്ടേക്കാട്. എന്നാൽ ഇവിടുത്തെ പക്ഷിസമൃദ്ധി സലിം അലിയെ അമ്പരപ്പിച്ചുകളഞ്ഞു. 167 ഇനത്തിൽപെട്ട പക്ഷികളെ സലിം അലി തട്ടേക്കാട്ടു കണ്ടു. ഇതാണ് പക്ഷിസങ്കേതത്തിന് പറ്റിയ സ്ഥലമെന്ന് മനസ്സിലാവുകയുംചെയ്തു. ഇപ്പോൾ 270 ഇനം പക്ഷികൾ തട്ടേക്കാട്ടെ വന്യതയിൽ ജീവിക്കുന്നുണ്ട്. പുഴത്തടവും പാറയും മഴക്കാടുകളും തോട്ടങ്ങളുമൊക്കെ ചേർന്ന മേഖലയായതിനാലാവാം തട്ടേക്കാട്ടേക്ക് നൂറുകണക്കിന് വ്യത്യസ്ത ജാതിക്കാരായ പക്ഷികൾ ആകർഷിക്കപ്പെടാൻ കാരണം. എന്തായാലും തട്ടേക്കാട്ടെത്തുന്ന പക്ഷികളിൽ ഏറെ സവിശേഷ പ്രാധാന്യം അർഹിക്കുന്ന പക്ഷികളാണ് മക്കാച്ചിക്കാടകൾ. ഇവയുടെ വംശവർദ്ധനവിന് പ്രത്യേകപദ്ധതി തന്നെ തയ്യാറാക്കേണ്ടതാണ്.

മക്കാച്ചിക്കാടകൾ മരക്കൊമ്പിൽ വട്ടത്തിലുള്ള ചെറുമെത്തകൾ ഒരുക്കിയാണ് മുട്ടയിടുന്നത്. പഞ്ഞിയും അപ്പൂപ്പൻതാടിയും ചിലന്തിവലയുമൊക്കെ ഉപയോഗിച്ച് മനോഹരമായി നെയ്തെടുത്ത കൂട് ഒരു ചെറുതലയണപോലിരിക്കും. നമ്മുടെ ഉള്ളംകയ്യിൽ വയ്ക്കാവുന്നത്രയേയുള്ളു. കമ്പിൽ വെറുതെ വച്ചിരിക്കുന്ന കൂട് കണ്ടാൽ ഇത് പക്ഷിക്കൂടാണെന്ന് ആരും തിരിച്ചറിയില്ല. കൂടിനുമുകളിൽ പക്ഷിയിരുന്നാൽ കൂട് കാണാനും കഴിയില്ല. ഒരു കൂട്ടിൽ ഒരു മുട്ടയാണ് സാധാരണയുണ്ടാവുക. മുട്ട താഴെ വീഴാതെയിരിക്കുന്നത് നമ്മെ അത്ഭുതപ്പെടുത്തും. ഈ ചെറിയ കൂട്ടിൽ നിന്ന് മുട്ടവിരിഞ്ഞ് കുഞ്ഞ് വളർന്ന് പ്രായപൂർത്തിയാവുന്നത് പ്രകൃതിയുടെ സംരക്ഷണം ഒന്നുകൊണ്ടുമാത്രമാവണം. പക്ഷികൾ ഇങ്ങനെയും കൂടൊരുക്കാറുണ്ടെന്നുള്ളത് കൗതുകകരമാണ്.

മാക്കാച്ചിക്കാടകളിൽ ആണിനെയും പെണ്ണിനെയും കണ്ടാൽ ഏതാണ്ട് ഒരുപോലെയിരിക്കും. എന്നാൽ സൂക്ഷ്മമായി ശ്രദ്ധിച്ചാൽ ആണിനെയും പെണ്ണിനെയും തിരിച്ചറിയാവുന്നതേയുള്ളു. തവിട്ടുനിറം കൂടുതലുള്ള പക്ഷി പിടയാണ്. ആണിന് വെണ്മകലർന്ന നിറമാണെന്നു കാണാം. ആകാശത്തുകൂടി പാറിപ്പറന്ന് നടന്ന് പ്രാണികളെയും മറ്റും ആഹരിക്കുന്ന മാക്കാച്ചിക്കാടകൾ രാത്രിഞ്ചരനായ പക്ഷിയാണ്. ഇവയുടെ കണ്ണുകൾ ഉപ്പന്റേതുപോലെ ചുവന്നതാണ്. ആരിലും കൗതുകം ജനിപ്പിക്കാൻ കഴിവുള്ളവരാണ് മാക്കാച്ചിക്കാടകൾ. ഇവയുടെ സംരക്ഷണം നമ്മുടെ മാത്രം കൈകളിലാണ്.

19

വൻവാത്ത

കാട്ടുവാത്തക്കൂട്ടങ്ങളെ നോക്കിയിരിക്കുക രസകരമായ അനുഭവമാണ്. വളരെ ജാഗ്രതയോടെ വേണം കാട്ടുവാത്തക്കൂട്ടങ്ങൾക്കരികിലേക്ക് പോകാൻ. വളരെ സൂക്ഷ്മത പുലർത്തുന്ന പക്ഷികളാണിത്. നേരിയൊരു ചലനം ശ്രദ്ധയിൽപ്പെട്ടാൽമതി കാട്ടുവാത്തകൾ പറക്കാൻ തയ്യാറെടുക്കും. എന്തെങ്കിലും സംശയംതോന്നിയാൽ കൂട്ടമായി ഒരു പ്രത്യേകശബ്ദത്തോടെയതു പറന്നുയരും. ഇക്കിളിപ്പെടുന്ന ആഹ്ലാദകരമായൊരു ശബ്ദമാണിത് പുറപ്പെടുവിക്കുക. കാട്ടുവാത്തക്കൂട്ടങ്ങൾ ജലാശയത്തിൽനിന്ന് പറന്നുയരുന്നതു മനോഹരദൃശ്യമാണ്. മനസ്സിൽ കുളിർകോരിയൊഴിക്കുന്ന അനുഭവമാണത്.

തമിഴ്നാട്ടിലെ ചില ജലാശയങ്ങളിൽ വച്ചാണ് കാട്ടുവാത്തകളുമായി അടുത്തിടപഴകുന്നത്. ഒരിക്കൽ കാട്ടുവാത്തകളുടെ ഒരുസംഘം ഒരു തടാകത്തിൽ വന്നിറങ്ങിയതറിഞ്ഞ് ബാൽപാണ്ഡ്യനൊപ്പം ഞങ്ങൾ തടാകക്കരയിൽ തമ്പടിച്ചു. നേരിയ ചലനംപോലും ഉണ്ടാക്കാതെ വളരെ ശ്രദ്ധാപൂർവ്വമാണ് ഞങ്ങൾ കാട്ടുവാത്തകളെ ചിത്രീകരിച്ചത്. പലപ്പോഴും മരങ്ങൾക്ക് മറഞ്ഞുനിന്നും മറ്റുമായിരുന്നു നിരീക്ഷണം. Barheaded Goose എന്നു വിളിക്കുന്ന വൻവാത്തകളുടെ സംഘമാണ് ജലാശയത്തിൽ.

വെള്ളത്തിലൂടെ വൻവാത്തകൂട്ടങ്ങൾ ഒഴുകിനീങ്ങുന്നതു ചേതോഹരമായ ദൃശ്യമാണ്. താറാവുകളെപ്പോലെ കുറുകിയ മഞ്ഞ ചുണ്ടുകളാണിവയുടേത്. തലയിൽ രണ്ടു കുറിവരച്ചതുപോലെ കാണാം. ചില മനുഷ്യർ നെറ്റിയിൽ കുറുകെ ചന്ദനക്കുറി വരയ്ക്കുന്നതിനെയാണിതു ഓർമ്മിപ്പിക്കുക. തലയ്ക്കുമുകളിലുള്ള ഈ കുറികൾ ഓർമ്മവച്ചാൽ ഈ പക്ഷിയെ മറ്റുപക്ഷികളിൽനിന്നു തെറ്റില്ല. താറാവുകളുടേതുപോലെ ചർമ്മബന്ധിതമാണിവയുടെ കാലുകൾ. കാണാൻ അഴകുള്ള പക്ഷിയാണ് വൻവാത്തകൾ. ഒന്നുരണ്ടു മണിക്കൂർ ഞങ്ങളാതടാകക്കരയിൽ കഴിഞ്ഞു. വൻവാത്തകളിലെ ഏതോ ഒരു പക്ഷി ഞങ്ങളുടെ ക്യാമറ തിരിച്ചറിഞ്ഞു. പെട്ടെന്നതൊരു ശബ്ദം പുറപ്പെടുവിച്ചുകൊണ്ട് തലപൊന്തിച്ചു ചുറ്റും നോക്കി. നിമിഷങ്ങൾക്കകം എല്ലാ പക്ഷികളും ജാഗ്രവത്തായി. എന്തോ മുന്നറിയിപ്പ് ലഭിച്ചതുപോലെ കാട്ടുവാത്തക്കൂട്ടങ്ങൾ ഇക്കിളിപ്പെടുന്ന ശബ്ദത്തോടെ കൂട്ടമായി പറന്നുയർന്നു. അഭൗമമായൊരു നിമിഷമായിരുന്നു അത്. ഈ നിമിഷം അവസാനിക്കാതിരുന്നെങ്കിലെന്ന് നമ്മൾ കൊതിച്ചുപോകും. വൻവാത്തകളെ പരിചയപ്പെടുത്താൻ വേണ്ടത്ര ക്ലോസ്സ് ഷോട്ടുകൾ ലഭിച്ചില്ലെന്നതു ദുഃഖകരമായി അവശേഷിച്ചു. എവിടെവച്ചെങ്കിലും വീണ്ടും വൻവാത്തകളെ കണ്ടുമുട്ടാം എന്ന ആത്മവിശ്വാസത്തോടെയാണ് ഞങ്ങൾ അവിടം വിട്ടത്.

മറ്റൊരിക്കൽ കൂന്തംകുളത്തിനുസമീപം ഒരു തടാകത്തിൽ വൻവാത്തകളെ തേടിപ്പോയത് രസകരമായൊരനുഭവമായിരുന്നു. വിസ്തൃതമായ പാടത്തുകൂടി കടുത്ത ചൂടിൽ നടന്നാണ് ഞങ്ങൾ തടാകക്കരയിലേക്ക് പോയത്. കുടചൂടിയാൽ അതു പക്ഷിയുടെ ശ്രദ്ധയിൽപ്പെട്ടെങ്കിലോ എന്ന ഭയമായിരുന്നു. വളരെ ത്യാഗംസഹിച്ച് ഞങ്ങൾ ഒടുക്കം കുറ്റിക്കാടും മുള്ളുകളും നിറഞ്ഞ തടാകക്കരയിലെത്തി. എനിക്കെന്റെ കണ്ണുകളെ വിശ്വസിക്കാനായില്ല. എന്തൊരു സുവർണ്ണനിമിഷമായിരുന്നു അത്. നൂറുകണക്കിന് വൻവാത്തകളും വർണ്ണക്കൊറ്റികളും (Painted stork) പെലിക്കനുകളും നിറഞ്ഞൊരു തടാകം. കാട്ടുമുൾച്ചെടികൾക്കിടയിൽ പതുങ്ങിയിരുന്നാൽ പക്ഷികളെ കൂടുതൽ അടുത്തു നിരീക്ഷിക്കാം. ഞങ്ങൾ നിലത്തുകൂടി ഇഴഞ്ഞും നിരങ്ങിനീങ്ങിയുമാണ് പക്ഷിക്കരികിലേക്ക് പോയത്. പരമാവധി അരികിലെത്തി ക്യാമറയുമായി നിലത്തമർന്നു കിടന്നു. ഞാൻ ബൈനോക്കുലർ എടുത്തു പക്ഷികളെ സുക്ഷ്മതയോടെ നോക്കിക്കണ്ടു. പത്തു മിനിട്ട് അവിടെ ചിലവഴിച്ചശേഷം കൂടുതൽ അനുയോജ്യമായൊരു സ്ഥലത്തേക്ക് നിരങ്ങിനീങ്ങുന്നത് പക്ഷികളുടെ ശ്രദ്ധയിൽപ്പെട്ടു. പക്ഷികൾ കൂട്ടമായി ഒരിരമ്പലോടെ പറന്നകന്നു. ഞങ്ങൾ സ്തബ്ധരായിപ്പോയി. പക്ഷികൾക്കരികിലെത്തിയിട്ടും വേണ്ടവിധം പ്രയോജനപ്പെടുത്താൻ കഴിഞ്ഞില്ലല്ലോ എന്ന ദുഃഖം അലട്ടി. എങ്കിലും വൻവാത്തകളെ അടുത്തുകാണാൻ കഴിഞ്ഞല്ലോയെന്ന് ആരോ മനസ്സിനുള്ളിലിരുന്നു സമാധാനപ്പെടുത്തുന്നുണ്ടായിരുന്നു. എങ്കിലും കാട്ടുവാ

ത്തക്കൂട്ടങ്ങളുടെ മനോഹരമായ കുറെ ദൃശ്യങ്ങൾ ഞങ്ങൾക്കവിടെനിന്ന് പകർത്താനായി.

താറാവ്, വാത്ത, അരയന്നം എന്നീ പക്ഷികൾ അടുത്തബന്ധുക്കളാണ്. ആൻസെറിഫോർമസ് (Anseriformes) എന്ന കക്ഷ്യയിൽപ്പെട്ട പക്ഷികളാണിവർ. വൻവാത്തകളുടെ ശാസ്ത്രീയനാമം Anser Indicus എന്നാണ്. എരണ്ടകളെപ്പോലെ പകൽ ഏതെങ്കിലും തടാകത്തിൽ വിശ്രമിക്കുകയും രാത്രിയിൽ ഇരതേടുകയും ചെയ്യുന്ന പക്ഷികളാണ് വൻവാത്തകൾ. ചതുപ്പുനില സസ്യങ്ങളും ധാന്യങ്ങളും പായലുകളുടെയും മറ്റും മൃദുലഭാഗങ്ങളും ഇവ ആഹരിക്കാറുണ്ട്. വൻവാത്തകളെ ഇന്ത്യയുടെ പലഭാഗങ്ങളിലും കാണാമെങ്കിലും ജമ്മുകാശ്മീരിലെ 'ലഡാക്കാണ്' ഇവയുടെ പ്രധാന പ്രജനനകേന്ദ്രം. തടാകക്കരയിലുള്ള കുറ്റിക്കാടുകളിൽ തൂവലുകളും ചെറുകരിയിലകളും കമ്പും മറ്റും ചേർത്താണിവ കൂടൊരുക്കുക. കൂട്ടിൽ മൂന്നാല് മുട്ടകൾ ഉണ്ടാവും. ഇവിടെ വിരുന്നിനെത്തുന്ന വൻവാത്തകൾ മനുഷ്യരിൽനിന്ന് സുരക്ഷിതമായൊരകലം എപ്പോഴും പാലിക്കാറുണ്ട്. മനുഷ്യരെ ഭയക്കുന്ന പക്ഷികളാണിതെന്നു പറയാം. അതിനവയെ കുറ്റം പറയാനാവില്ല. മനുഷ്യർ ഏറ്റവും കൂടുതൽ വേട്ടയാടുന്ന പക്ഷികളിലൊന്നാണ് വൻവാത്തകൾ. തങ്ങളുടെ അനുഭവങ്ങളിൽനിന്ന് മനുഷ്യരെ അവർ ശത്രുക്കളായി കാണുന്നു. എന്നാൽ ബുദ്ധിസ്റ്റുകേന്ദ്രങ്ങളിൽ വൻവാത്തകൾ മനുഷ്യരെ പേടിയില്ലാതെ കഴിയുന്നതുകാണാം. ടിബറ്റുപോലെയുള്ള പ്രദേശങ്ങളിൽ 'വൻവാത്തകൾ' മനുഷ്യരോട് വളരെ അടുത്തിടപഴകാറുണ്ട്. ബുദ്ധമതവിശ്വാസികൾ പക്ഷികൾക്ക് യാതൊരുവിധ ഉപദ്രവങ്ങളും ഉണ്ടാക്കാറില്ല. ടിബറ്റിലും മറ്റും തങ്ങൾ സുരക്ഷിതരാണെന്ന് ആ പക്ഷികൾ മനസ്സിലാക്കിയതിനാലാവാം അവിടെയുള്ള മനുഷ്യരുമായി അടുത്തിടപ്പെട്ടു കഴിയുന്നത്. ഹിമാലയമേഖലകളിലാണ് വാത്തവർഗ്ഗക്കാരായ പക്ഷികളെ കൂടുതലായി കാണുന്നത്.

ഇന്ത്യയിൽ ഇരുപതോളം ഇനം വാത്തകളെ കാണാൻ കഴിയും. ഇതിൽ അഞ്ചാറിനം മാത്രമേ ഇവിടെ കൂടൊരുക്കുന്നുള്ളൂ. മറ്റുള്ളവർ ദേശാടകരായി എത്തുന്നവരാണ്. വൻവാത്തകളെപ്പോലെ സാധാരണ കണ്ടുവരാറുള്ള മറ്റൊരിനം വാത്തയാണ് ചാരവാത്ത. ഇവയെ വാത്തകളുടെ മുതുമുത്തച്ഛനായാണ് ശാസ്ത്രലോകം കണക്കാക്കുന്നത്. വീട്ടിൽ വളർത്തുന്ന വാത്തകളുൾപ്പെടെയുള്ള വാത്തകളുടെ പൂർവ്വികനാണ് ചാരവാത്തകൾ. നമ്മുടെ ജലാശയങ്ങളെ മനോഹരങ്ങളാക്കിത്തീർക്കുന്നതിൽ വാത്തകളുടെ സാമീപ്യം സഹായിക്കുന്നുണ്ട്. കവിഭാവനകളെ തട്ടിയുണർത്താൻ ശേഷിയുള്ള പക്ഷികളാണ് വൻവാത്തകളെന്നാണ് ഞാൻ കരുതുന്നത്. അത്രയ്ക്ക് മനോഹാരിത ഇവയ്ക്കുണ്ട്. സംശയമുണ്ടെങ്കിൽ നിങ്ങൾ കാട്ടുവാത്തകൾ തമ്പടിക്കുന്ന ഒരു തടാകക്കരയിൽ ചെന്നിരുന്നുനോക്കൂ. അത് നേരിയ മഞ്ഞുപുതച്ച വെളുപ്പാൻകാലത്താണെങ്കിൽ പറയുകയും വേണ്ട.

20

കോഴിവേഴാമ്പൽ

കോഴിവേഴാമ്പലിനെ തേടി കാട്ടിലൂടെ അലഞ്ഞത് രസകരമായ അനുഭവമാണ്. അരിപ്പക്കാടുകളിൽ കോഴിവേഴാമ്പലുകൾ ധാരാളമുള്ളതായി കേട്ടിരുന്നു. അവിടേക്കുള്ള ചില യാത്രകളിൽ കോഴിവേഴാമ്പലുകളെ കണ്ടിട്ടുമുണ്ട്. എന്നാൽ പത്തിരുപതു മിനിറ്റെങ്കിലും കോഴിവേഴാമ്പലിനെ അടുത്തുകിട്ടിയാൽ മാത്രമേ നന്നായി അതിനെയൊന്നു ക്യാമറയിൽ പകർത്താനൊക്കൂ. കൊടുംകാട്ടിനുള്ളിൽ പാറിപ്പറന്നു നടക്കുന്ന ഈ കോഴിവേഴാമ്പലുകളെ എങ്ങനെയാണൊന്നടുത്തു കിട്ടുക? പക്ഷികളെ തേടിയുള്ള യാത്രകളിൽ ഭാഗ്യം പ്രധാന ഘടകമാണെന്ന് എനിക്ക് പലപ്പോഴും തോന്നിയിട്ടുണ്ട്. ചിലപ്പോൾ നമ്മൾ ആഗ്രഹിക്കുന്ന പക്ഷി കാട്ടിനുള്ളിൽനിന്ന് നമ്മുടെ മുമ്പിലേക്ക് വന്നിരിക്കും. ഇതാ ഞാനെത്തി ആവശ്യത്തിനു ഷൂട്ട് ചെയ്തുകൊള്ളൂവെന്ന ഭാവമായിരിക്കുമതിന്. പക്ഷികളുടെ ഈ സ്വഭാവം എന്നെ പലപ്പോഴും അദ്ഭുതപ്പെടുത്തിയിട്ടുണ്ട്.

അരിപ്പക്കാട്ടിനുള്ളിൽ സർവ്വസന്നാഹങ്ങളുമായി ഞങ്ങൾ കോഴിവേഴാമ്പലിനെ തേടിനടക്കുകയാണ്. പ്രതീക്ഷിച്ചതുപോലെ അതിന്റെ ശബ്ദം അടുത്തു കേൾക്കാൻ തുടങ്ങി. കാട്ടിലെ മറ്റ് ശബ്ദവീചികൾക്ക് മുകളിലൂടെയതു പതഞ്ഞു തൂകി. പച്ചിലപ്പടർപ്പുകൾക്കിടയിൽ പാറിപ്പറക്കുന്ന ഈ കോഴിവേഴാമ്പലുകളെ എപ്പോഴാണാവോ ഒന്നടുത്തുകിട്ടുക. ഈ കാട്ടിനുള്ളിലെവിടെയെങ്കിലും ഇതിന്റെ കൂട് കണ്ടെത്താനായാൽ പിന്നെ സംഗതി എളുപ്പമായേനെ. കൂട്ടിനരികിൽ എന്തായാലും അതു വരാതിരിക്കുകയില്ലല്ലോ. കാട്ടിൽ ഞങ്ങളുടെ അന്വേഷണം തുടർന്നുകൊണ്ടിരുന്നു. പെട്ടെന്ന് ഞങ്ങളുടെ തൊട്ടരികിൽനിന്ന് കോഴി

വേഴാമ്പലിന്റെ ശബ്ദം ഉച്ചത്തിൽ കേൾക്കാൻ തുടങ്ങി. ഞങ്ങളുടെ തൊട്ടടുത്തുള്ള മരക്കൊമ്പിൽ കോഴിവേഴാമ്പൽ വന്നിരുന്നു കരയുന്നു. ക്യാമറാമാന് വേണ്ട നിർദ്ദേശം കൊടുത്തു. കാടറിയുന്ന ഒരാളെക്കൂടി ഞങ്ങൾ ഒപ്പം കൂട്ടിയിരുന്നു. അയാളും ക്യാമറാമാനുമാണ് ആ പക്ഷിക്കരികിലേക്ക് നീങ്ങിയത്. കോഴിവേഴാമ്പൽ തന്റെ തടിച്ചകൊക്ക് ഉയർത്തി ഒന്നുരണ്ടു തവണ ഉച്ചത്തിൽ കരഞ്ഞു. ക്യാമറാമാൻ അതു ചിത്രീകരിച്ചുകൊണ്ടിരിക്കുന്നതിനിടയിൽ കൂടെയുണ്ടായിരുന്നയാൾ ഒരു ശബ്ദം പുറപ്പെടുവിച്ച് അതിനെ ഓടിച്ചു. പറക്കുമ്പോൾ നല്ല ദൃശ്യം ലഭിക്കുമെന്ന ധാരണയിലാണയാൾ ചെയ്തത്. ഒരു മിനിറ്റുപോലും പക്ഷിയെ കിട്ടുന്നതിനുമുമ്പേ അതിനെ ഓടിച്ചുവിട്ടതിൽ എനിക്കു ദു:ഖം തോന്നി. കോഴിവേഴാമ്പലിനെ ധാരാളം ഇവിടെ കിട്ടുമെന്നു പറഞ്ഞ് അയാൾ ആശ്വസിപ്പിക്കാൻ ശ്രമിച്ചുകൊണ്ടിരുന്നു. ആ യാത്രയിൽ കോഴിവേഴാമ്പലിന്റെ ശബ്ദം വീണ്ടും കേട്ടുവെന്നല്ലാതെ പക്ഷിയെ അടുത്തു കാണാനായില്ല.

കോഴിവേഴാമ്പലുകൾ കാട്ടിൽ കൂടൊരുക്കുന്ന കാലമായതിനാൽ ഏതെങ്കിലും കാട്ടിൽ ഇവ കൂടൊരുക്കാതിരിക്കില്ലെന്നോർത്ത് ഞാൻ അന്വേഷണം തുടർന്നുകൊണ്ടിരുന്നു. അങ്ങനെയിരിക്കുമ്പോൾ തട്ടേക്കാട് പക്ഷിസങ്കേതത്തിനുള്ളിൽ കോഴിവേഴാമ്പൽ കൂടൊരുക്കിയിട്ടുണ്ടെന്ന് എൽദോ എന്ന സുഹൃത്ത് വിവരം തന്നു. അങ്ങനെ കോഴിവേഴാമ്പലിനെ ത്തേടി അവിടേക്കായി യാത്ര. എൽദോയ്ക്ക് ഞങ്ങളുടെകൂടെ കാട്ടിലേക്ക് വരാൻ കഴിഞ്ഞില്ല. മാണിയെന്ന സുഹൃത്തിനൊപ്പം കോഴിവേഴാമ്പൽ കൂടൊരുക്കുന്ന മരം ഞങ്ങൾക്ക് കണ്ടെത്താനായി. കുത്തനെയുള്ള ഒരു മലഞ്ചെരുവിൽ നിന്നിരുന്ന വെൺതേക്കിന്റെ മധ്യഭാഗത്തായി ഒരു പോടു കണ്ടു. ആ പോട്ടിലാണ് കോഴിവേഴാമ്പൽ കൂടൊരുക്കിയിരുന്നതെന്ന് ഞങ്ങൾ ഉറപ്പിച്ചു. എന്നാൽ മണിക്കൂറുകൾ കാത്തിരുന്നിട്ടും വേഴാമ്പൽ അവിടേക്ക് വന്നില്ല. കാത്തിരിപ്പു തുടർന്നു. പെട്ടെന്ന് ഒരു കോഴിവേഴാമ്പലിന്റെ സാമീപ്യം ഞങ്ങൾക്കനുഭവപ്പെട്ടു. എന്നാൽ വേഗം അതവിടെനിന്ന് പറന്നകന്നു. ഞങ്ങളുടെ കൂട്ടത്തിലുള്ള ഒരാൾ വെള്ള ഉടുപ്പാണ് ഇട്ടിരുന്നത്. ഒരുപക്ഷെ കോഴിവേഴാമ്പൽ ഞങ്ങളുടെ സാന്നിധ്യം തിരിച്ചറിഞ്ഞിട്ടുണ്ടാവാം. വെള്ളയുടുപ്പിട്ടയാളെ ഞങ്ങൾ താഴേക്ക് പറഞ്ഞയച്ചു. ഒരു മരത്തിനു മറവിൽ ക്യാമറവച്ച് ഞങ്ങൾ കാത്തിരുന്നു. വെൺതേക്കിന്റെ പൊത്തിനുള്ളിൽ ഒരു ചുണ്ടു പ്രത്യക്ഷപ്പെട്ടു. അതിനുള്ളിൽ പക്ഷിയുണ്ടെന്നുറപ്പായതോടെ ഞങ്ങൾക്കാശ്വാസമായി. ഏതെങ്കിലും സമയത്ത് പൂവൻ ഇവിടേക്ക് വരാതിരിക്കില്ല. എങ്കിലും കാട്ടിൽ പ്രകാശം കുറഞ്ഞുവന്നത് ഞങ്ങളെ വീണ്ടും ആശങ്കയിലാഴ്ത്തി.

തോലു പൊളിച്ചുനിൽക്കുന്ന വെൺതേക്ക് കാണാൻ ഒരു പ്രത്യേക ഭംഗിയുണ്ട്. കാട്ടിലെ നഗ്നസുന്ദരിയെന്നാണിത് അറിയപ്പെടുന്നത്. വെൺതേക്കിന്റെ ഭംഗി ആസ്വദിച്ചങ്ങനെയിരിക്കുമ്പോൾ അതാ വീണ്ടും കോഴിവേഴാമ്പലിന്റെ സാന്നിധ്യം. എല്ലാവരും ശ്വാസമടക്കി കാത്തിരുന്നു. കോഴിവേഴാമ്പൽ ഒരു വലിയ മരത്തിന്റെ മുകളിലിരുന്ന് ചുറ്റും നോക്കി.

ശത്രുക്കൾ ഇല്ലെന്നുറപ്പാക്കുകയാവാം. എന്നിട്ടത് ഉയരം കുറഞ്ഞ മറ്റൊരു മരത്തിൽ ഇരിപ്പുറപ്പിച്ചു. വീണ്ടും ചുറ്റുപാടും നോക്കി. അങ്ങനെ നാലഞ്ച് മരങ്ങളിൽ മാറിമാറി ഇരുന്ന് കൂടും പരിസരവും വീക്ഷിച്ചശേഷം കൂട്ടിനരികിലുള്ള ഒരു മരത്തിൽ സ്ഥാനംപിടിച്ചു. എന്നിട്ടത് വെൺതേക്കിന്റെ ഒരു കൊമ്പിലിരുന്നു. ഒരു കള്ളൻ മറ്റൊരാളുടെ വസ്തുവകകൾ മോഷ്ടിച്ചെടുക്കുന്ന സൂക്ഷ്മതയോടെ ചുറ്റുപാടും നോക്കിയിട്ട് ഒരു ഞൊടിയിട നേരത്തിനുള്ളിൽ പൊത്തിനരികിലേക്ക് പാറിപ്പറന്ന് തീറ്റ നൽകി തിരികെ കൊമ്പിൽ വന്നിരുന്നു. താൻ തീറ്റ നൽകിയത് ആരും കണ്ടില്ലല്ലോ എന്ന് ഒന്നുകൂടി ഉറപ്പാക്കിയശേഷം അത് പറന്നകന്നു. എത്ര ആപൽശങ്കയോടെയാണ് ഓരോ പക്ഷിയും കാട്ടിനുള്ളിൽ ജീവിക്കുന്നതെന്ന് ഈ കോഴി വേഴാമ്പലിനെ നോക്കിയിരുന്നപ്പോൾ ഞാനോർത്തുപോയി.

തന്റെ കൂടൊരുക്കംകൊണ്ട് ലോകശ്രദ്ധയാകർഷിച്ച പക്ഷികളാണ് വേഴാമ്പലുകൾ. മുട്ടയിടാൻ കാലമാകുമ്പോൾ പിടപ്പക്ഷി കാട്ടിനുള്ളിലെ ഉയർന്ന ഏതെങ്കിലും മരത്തിലെ സ്വാഭാവികപോടിനുള്ളിൽ കയറി ഒളിക്കുന്നു. വെറുതെ കയറി ഒളിക്കുന്നുവെന്ന് പറയാനാവില്ല. തന്റെ പൂവനുമായി ഏറെ വികാരനിർഭരമായൊരു യാത്രപറച്ചിലിനു ശേഷമാണത് പോടിനുള്ളിലേക്ക് കയറുക. പലപ്പോഴും പൂവൻ സ്നേഹത്തോടെ നൽകുന്ന ഒരു പഴം കഴിച്ചുകൊണ്ടാവും അത് അടയിരിക്കാനായി കൂട്ടിൽ കയറുക. ഇത്തരത്തിൽ വികാരനിർഭരമായ യാത്രപറച്ചിൽ ഉപ്പൂപ്പനുകളുടെയിടയിലുമുണ്ട്. ഉപ്പൂപ്പനുകളുടെ കൂട്ടിലേക്കുള്ള യാത്രപറച്ചിൽ നോക്കിക്കാണാൻ എനിക്കവസരം ലഭിച്ചിട്ടുണ്ട്. വേഴാമ്പൽപിടയ്ക്ക് കൂട് പലപ്പോഴും ഒരു തടവറയാണ്. ശത്രുക്കളുടെ ശ്രദ്ധയിൽപ്പെടാതെ കഴിയാനായാൽ മാത്രമേ പൂവനുമായി പുനഃസമാഗമമുള്ളൂ. അല്ലെങ്കിൽ പൂവനെ തനിച്ചാക്കി ആ പിടയും കുഞ്ഞുങ്ങളും ശത്രുക്കളാൽ കൊല്ലപ്പെടും. പോടിനുള്ളിൽ കയറുന്ന പിടപ്പക്ഷി തന്റെ കാഷ്ഠം ഉപയോഗിച്ച് അതിന്റെ തുറന്നഭാഗം അടയ്ക്കും. തീറ്റ സ്വീകരിക്കാൻവേണ്ടി മാത്രം ഒരു ചെറുസുഷിരം ഇട്ടിരിക്കും. ഈ സുഷിരത്തിലൂടെയാണ് പിട പൂവനിൽനിന്ന് ആഹാരം സ്വീകരിക്കുന്നത്. പുറത്തേക്ക് കാഷ്ഠിക്കുന്നതും ഇതിലൂടെ തന്നെ. മാസങ്ങളോളം ഈ കൂട്ടിൽ അടയിരുന്ന് പിടക്കുഞ്ഞുങ്ങളെ വിരിയിച്ചിറക്കുന്നു. ഇക്കാലത്ത് തൂവൽ കൊഴിച്ച് പിട പുതുതൂവൽ ധരിക്കുകയും ചെയ്യും. ഇക്കാലമത്രയും കുഞ്ഞുങ്ങൾക്കും പിടയ്ക്കും തീറ്റ നൽകുന്ന ജോലി പൂവന്റേതാണ്. തന്റെ പ്രിയപ്പെട്ടവൾക്കും കുഞ്ഞുങ്ങൾക്കും ഒരാപത്തും ഉണ്ടാകാതിരിക്കാനാണ് തീറ്റയുമായി വരുമ്പോൾ പൂവൻവേഴാമ്പൽ ഏറെ സൂക്ഷ്മത പുലർത്തുന്നത്.

മലമുഴക്കി (Great Indian Hornbill), പാണ്ടൻ വേഴാമ്പൽ (Malabar Pied Hornbill), നാട്ടുവേഴാമ്പൽ (Gray Hornbill), കോഴിവേഴാമ്പൽ (Malabar Gray Hornbill) എന്നീ വേഴാമ്പലുകളെയാണ് കേരളത്തിൽ കണ്ടുവരുന്നത്. കേരളത്തിന്റെ ദേശീയപക്ഷിയാണ് വേഴാമ്പൽ. മലമുഴക്കിക്കാണ് ആ സ്ഥാനം നൽകിയിരിക്കുന്നത്.

21

ആറ്റുമണൽക്കോഴി

ആറ്റുമണൽക്കോഴിയുടെ കൂടും മുട്ടയും കണ്ടുപിടിക്കുക അത്ര എളുപ്പമുള്ള പണിയല്ല. ആറ്റിറമ്പിലും ജലാശയങ്ങളുടെ മണൽത്തിട്ടകളിലും സാധാരണയായി നമുക്കീ പക്ഷികളെ കാണാൻ കഴിയും. തിത്തിരിപ്പക്ഷികളെപ്പോലെ യാതൊരു മുന്നൊരുക്കവുമില്ലാതെ വെറും നിലത്താണിവ മുട്ടയിടുന്നത്. എന്നാൽ മണലിനോടു സാമ്യമുള്ള നിറമുള്ള മുട്ടകൾ കണ്ടെത്തുക വളരെ ശ്രമകരമായ പണിയാണ്. മുട്ടകൾ നിലത്തു കിടക്കുന്നതുകണ്ടാൽ വെള്ളാരംകല്ലുകൾ കിടക്കുകയാണെന്നേ തോന്നൂ. ആറ്റുമണൽക്കോഴികൾ സാധാരണ തമ്പടിക്കാറുള്ള തമിഴ്നാട്ടിലെ ഒരു ഉൾപ്രദേശത്ത് ഞങ്ങൾ എത്തിച്ചേർന്നു. കൂന്തംകുളത്തിനടുത്തുള്ള ഒരു പ്രദേശമാണിത്. എന്നാൽ ജനവാസം തീരെയില്ല. നോക്കെത്താദൂരത്ത് വെറും വിജനമായ ഭൂമി മാത്രമേയുള്ളു. ബാബുൾ മരങ്ങൾ

അവിടവിടെയായി കാണാം. ദൂരെ പനകൾ തലയുയർത്തി നിൽപ്പുണ്ട്. പ്രതീക്ഷിച്ചതുപോലെ വെള്ളക്കെട്ടിനരികിലായി ആറ്റുമണൽക്കോഴിയെ കാണാൻ കഴിഞ്ഞു. ജനുവരിമാസത്തിലാണ് ഞങ്ങളവിടെയെത്തിയതെന്നാണ് ഓർമ്മ. വണ്ടിക്കുള്ളിൽ ഇരുന്നുതന്നെയാണ് ആറ്റുമണൽക്കോഴികളെ പകർത്തിയത്. ആറ്റുമണൽക്കോഴിയുടെ മുട്ടയ്ക്കരികിലേക്ക് നമ്മൾ പോയാൽ അത് പല തരത്തിലുള്ള വേലത്തരങ്ങൾ കാട്ടി നമ്മളെ അവിടെനിന്ന് അകറ്റുക പതിവാണ്. മുട്ട കിടക്കുന്നതിന് അകലെയായി വെറും നിലത്തമർന്നിരുന്ന് മുട്ടയ്ക്കടയിരിക്കുകയാണെന്ന്

ഭാവിക്കും. നമ്മൾ അവിടേക്ക് ഓടിച്ചെന്നാൽ 'കബളിപ്പിച്ചേ' എന്ന ഭാവത്തോടെ അവിടെനിന്ന് പറന്നകന്നുകളയും.

അതുപോലെ കാലിനും ചിറകിനും എന്തോ പരിക്കുപറ്റി പറക്കാൻ കഴിയാത്തതുപോലെ അഭിനയിക്കും. നമ്മളതിനെ പിടികൂടാമെന്ന് വ്യാമോഹിച്ച് അതിനരികിലേക്ക് ചെല്ലുമ്പോൾ അത് വേച്ച് വേച്ച് നടന്നകലും. മുട്ടയിൽനിന്ന് സുരക്ഷിതമായ ഒരകലത്തെത്തിയാൽ തന്റെ അഭിനയം നിർത്തി പക്ഷി പറന്നുകളയും. ആറ്റുമണൽക്കോഴിയെ സൂക്ഷ്മമായി ശ്രദ്ധിച്ചപ്പോൾ ചില ഭാവമാറ്റങ്ങൾ പ്രകടമായി. ഈ മണൽത്തിട്ടകളിൽ എവിടെയെങ്കിലും അതിന്റെ മുട്ടകളുണ്ടാവുമെന്ന് ഞങ്ങളുറപ്പിച്ചു. വണ്ടിയിൽ നിന്നിറങ്ങി അവിടെയാകെ ശ്രദ്ധയോടെ നിരീക്ഷിച്ചു. പ്രതീക്ഷിച്ചതുപോലെ രണ്ടു മുട്ടകൾ മണലിനടിയിൽ പുതഞ്ഞിരിക്കുന്നു. ഇത്തരത്തിൽ മറഞ്ഞിരിക്കുന്ന മുട്ടകൾ കണ്ടെത്താൻ പ്രത്യേക സാമർഥ്യമുള്ളയാളാണ് ബാൽപാണ്ഡ്യൻ. അയാളാണതു കണ്ടെത്തിയത്. ആറ്റുമണൽക്കോഴിയുടെ മുട്ടകൾ കണ്ടെത്താനായ സ്ഥിതിക്ക് അവിടെ സുരക്ഷിതമായൊരിടത്ത് വണ്ടിയിട്ടാൽ പക്ഷിയെ അടുത്തുകിട്ടുമെന്നുറപ്പാണ്. ഞങ്ങൾ വണ്ടിക്കുള്ളിൽ ക്യാമറ സെറ്റുചെയ്തു കാത്തിരുന്നു. തലകുമ്പിട്ട് ആറ്റുമണൽക്കോഴി വേഗത്തിൽ നടന്നുവരുന്നു. ചില ഗ്രാമീണസ്ത്രീകൾ ആണുങ്ങളെ കാണുമ്പോൾ ഇത്തരത്തിൽ തലകുമ്പിട്ട് വേഗത്തിൽ നടന്നുനീങ്ങുന്നതിനെയാണ് ആറ്റുമണൽക്കോഴിയുടെ നടത്തം ഓർമ്മിപ്പിക്കുക.

വെള്ള, തവിട്ട്, കറുപ്പ് നിറങ്ങൾ പുതച്ചൊരു പക്ഷിയാണിത്. ഇതിന്റെ കണ്ണിനുചുറ്റും മഞ്ഞ വളയമുണ്ട്. കണ്ണിനുചുറ്റുമുള്ള ഈ പ്രഭാവലയം ഒരു പ്രത്യേകസൗന്ദര്യം ഇതിനു നൽകുന്നുണ്ട്. മുട്ടയ്ക്കരികിലെത്തുന്നതിനുമുമ്പായി അതു ചുറ്റുമൊന്നുവീക്ഷിച്ചു. എന്തോ പന്തികേട് തോന്നി. വണ്ടിയുടെ സാന്നിധ്യം അത് തിരിച്ചറിഞ്ഞിട്ടുണ്ടാവും. വന്നതുപോലെയത് ഓടിയകന്നു. ഞങ്ങൾ വണ്ടി കുറച്ചുകൂടി അകലത്തായി പാർക്ക് ചെയ്തു. പത്തിരുപതുമിനിറ്റ് കാത്തിരുന്നിട്ടുണ്ടാവും. ആറ്റുമണൽക്കോഴി വീണ്ടും അവിടെ പ്രത്യക്ഷപ്പെട്ടു. ചുറ്റും ഒന്നു കണ്ണോടിച്ചശേഷം നേർവരയിലൂടെന്നപോലെ വേഗത്തിൽ നടന്ന് മുട്ടയ്ക്ക് മുകളിലിരുന്നു. ആറ്റുമണൽക്കോഴികളുടെ പരമാവധി സമീപദൃശ്യങ്ങൾ എടുക്കാൻ ക്യാമറാമാൻ ശ്രദ്ധിച്ചു. മുട്ടയ്ക്കടയിരിക്കുന്നതും മറ്റും ഷൂട്ടു ചെയ്യാനായത് ഭാഗ്യമായാണ് കരുതുന്നത്. പക്ഷികളെ തേടി പുറപ്പെടുമ്പോൾ ഈശ്വരാനുഗ്രഹം വളരെ പ്രധാനപ്പെട്ട കാര്യമാണ്. താൻ പാതി ദൈവം പാതിയെന്നു പറയുന്നത് പക്ഷികളെക്കുറിച്ച് ഡോക്യുമെന്ററി എടുക്കുമ്പോൾ അർത്ഥവത്താണെന്ന് പലപ്പോഴും എനിക്കു തോന്നിയിട്ടുണ്ട്. Little Ringed Plover എന്നാണ് ആറ്റുമണൽക്കോഴിയുടെ ഇംഗ്ലീഷ് പേര്. Charadrius Dubius എന്ന് ശാസ്ത്രീയനാമം. ചെറുമണൽക്കോഴി, പാമിർമണൽക്കോഴി എന്നീയിനം പക്ഷികളെയും സാധാരണ കാണാൻ കഴിയും.

22

വെള്ളക്കൊക്കൻ കുളക്കോഴി

വെള്ളക്കൊക്കൻ കുളക്കോഴികളുമായി ഞാനടുപ്പമുണ്ടാക്കിയത് തമിഴ്നാടൻ യാത്രകളിലാണ്. കേരളത്തിലെവിടെയെങ്കിലും ഈ പക്ഷികളെ കണ്ടതായി ഞാനോർക്കുന്നില്ല. എന്തായാലും മധ്യതിരുവിതാംകൂറിൽ ഈ പക്ഷികളില്ലെന്നുറപ്പിക്കാം. അപൂർവ്വമായി വെള്ളക്കൊക്കൻ കുളക്കോഴികൾ കേരളത്തിന്റെ ചില ഭാഗങ്ങളിൽ എത്തുന്നുണ്ട്. പ്രത്യേകിച്ചും തമിഴ്നാടിനോടു ചേർന്ന അതിർത്തി പ്രദേശങ്ങളിലാണിവയുടെ സാന്നിധ്യമുള്ളത്. തിരുനെൽവേലി ജില്ലയിൽപ്പെട്ട 'പെരുംകുളം' എന്ന തടാകത്തിൽ നീർപ്പക്ഷികളെത്തിയിട്ടുണ്ടെന്ന് വിവരം ലഭിച്ചതനുസരിച്ച് അവിടേക്ക് യാത്ര ചെയ്യുകയാണ്.

വളരെ ഗ്രാമ്യമായ പ്രദേശങ്ങളിലൂടെയുള്ള യാത്ര. കേരളത്തിലെ പോലെ അടുത്തടുത്ത് വീടുകളൊന്നുമില്ല. കൃഷിയിടങ്ങളാണ്. തമിഴ്ഗ്രാമഭംഗി കണ്ടുകണ്ടുള്ള യാത്ര രസകരമാണ്. വഴിയരികിൽ വിസ്തൃതമായൊരു തടാകം കണ്ടു. കുറച്ച് എരണ്ടകളും കാട്ടുതാറാവുകളും അതിൽ നീന്തിത്തുടിക്കുന്നുണ്ട്. ഒരു വിശ്രമമാകാമല്ലോയെന്നു കരുതി അവിടെയിറങ്ങി. എരണ്ടകൾക്കൊപ്പം നെറ്റിയിൽ വെള്ളച്ചുട്ടിയുള്ള ഒരു കറുത്തപക്ഷി നീന്തിത്തുടിക്കുന്നുണ്ട്. ബൈനോക്കുലറെടുത്തു കണ്ണിനോട് ചേർത്തു. വെള്ളക്കൊക്കൻ കുളക്കോഴികളാണത്. ക്യാമറ തയ്യാറായി. അൻപതോളം വെള്ളക്കൊക്കൻ താറാവുകളുണ്ട്. ഛായാഗ്രാഹകൻ അയാളുടെ പണി നടത്തട്ടെ അപ്പോഴേക്കും ഈ പരിസരം ഒന്ന് അരിച്ചുപെറുക്കാമെന്ന് വിചാരിച്ച് ഞങ്ങളവിടെ പരിശോധന തുടങ്ങി. വെള്ളക്കൊക്കൻ കുളക്കോഴികൾ ഈ ഭാഗങ്ങളിൽ കൂടൊരുക്കാറുണ്ടെന്ന് കേട്ടിട്ടുണ്ട്. ഇതവയുടെ പ്രജനനകാലവുമാണ്. ഭാഗ്യമുണ്ടെങ്കിൽ വെള്ളക്കൊക്കൻ കുളക്കോഴിയുടെ കൂടും മുട്ടയും കാണാ

നാവും. എങ്കിൽ *കിളിവാതിൽ* പ്രേക്ഷകർക്ക് തീർച്ചയായും അതൊരു പുതിയ അനുഭവമായിരിക്കും.

തടാകങ്ങളിൽ വളരുന്ന ചില സസ്യങ്ങളിലാണ് സാധാരണ ഈ പക്ഷികൾ കൂടൊരുക്കാറുള്ളത്. ധാരാളം സസ്യങ്ങൾ തടാകത്തിനോട് ചേർന്ന് വെള്ളത്തിൽ വളർന്നു കിടപ്പുണ്ട്. ഞങ്ങളങ്ങനെ നോക്കിനോക്കി നടക്കുമ്പോൾ പച്ചിലപ്പടർപ്പുകൾക്കിടയിൽ ഒരു കൂട് കണ്ടു. കൂട് വിശദമായി പരിശോധിച്ചപ്പോൾ അത് വെള്ളക്കൊക്കൻ കുളക്കോഴിയുടെ കൂട് തന്നെയെന്ന് ഉറപ്പായി. എന്നാൽ അതിൽ മുട്ടയും കുഞ്ഞുങ്ങളുമൊന്നും ഉണ്ടായിരുന്നില്ല. എങ്കിലും വെള്ളക്കൊക്കൻ കുളക്കോഴികൾ കൂടൊരുക്കുന്ന പരിസരം ഷൂട്ടുചെയ്യാൻ ഞാൻ നിർദ്ദേശം നൽകി. വീണ്ടും അന്വേഷണം ആരംഭിച്ചു. ഇലപ്പടർപ്പുകൾക്കിടയിൽ ഒരു വെള്ളപ്പൊട്ട് എന്റെ ശ്രദ്ധയിൽപ്പെട്ടു. വെള്ളക്കൊക്കൻ കുളക്കോഴി തന്നെ. അത് കുഞ്ഞുങ്ങൾക്കടയിരിക്കുകയാണ്. എനിക്കാഹ്ലാദം അടക്കാനായില്ല. ഭാഗ്യമുള്ളൊരു ദിവസമാണല്ലോ എന്ന് മനസ്സിലോർത്തു. കൂടിന്റെയും കുഞ്ഞിന്റെയും പരമാവധി നല്ല ഷോട്ടുകളെടുക്കാൻ ഞാൻ പറഞ്ഞു. മറ്റ് പരിപാടികൾ നിർത്തിവച്ച് എല്ലാവരുടെയും ശ്രദ്ധ അതിലായി. പക്ഷിയും സഹകരിച്ചു. അങ്ങനെ ആദ്യയാത്രയിൽത്തന്നെ വെള്ളക്കൊക്കൻ കുളക്കോഴിയുടെ കൂടും കുഞ്ഞുമൊക്കെ അപ്രതീക്ഷിതമായി ലഭിച്ചതിൽ എനിക്ക് വളരെ സന്തോഷം തോന്നി.

മറ്റൊരിക്കൽ കൂന്തംകുളം തടാകത്തിൽ വെള്ളം വറ്റിത്തുടങ്ങിയ കാലത്ത് കുറച്ച് വെള്ളക്കൊക്കൻ കുളക്കോഴികൾ അവിടെ ഇരതേടുന്നതു കണ്ടു. കോഴികളെപ്പോലെ നിലത്ത് നടന്ന് എന്തൊക്കെയോ കൊത്തിപ്പെറുക്കി തിന്നുന്നു. നെറ്റിയിലെ വെള്ളപ്പുള്ളി ഒന്നുകൊണ്ടു തന്നെ വെള്ളക്കൊക്കൻ കുളക്കോഴികളെ മറ്റു പക്ഷികളുമായി തെറ്റിപ്പോകില്ല. അതുപോലെ ഈ പക്ഷികൾക്ക് വാല് തീരെയില്ലെന്നു തോന്നും. വെള്ളത്തിൽ ഇരതേടുന്ന പക്ഷികളാണെങ്കിലും കൊക്ക് കൂർത്തതാണ്. എന്നാൽ താറാവുകളുടേയും മറ്റും പരന്നതാണല്ലോ. സമുദ്രനിരപ്പിൽനിന്ന് 8000 അടി ഉയരത്തിൽവരെ വെള്ളക്കൊക്കൻ കുളക്കോഴികളെ കാണാൻ കഴിയും. പക്ഷികളുടെ ഷൂട്ടിംഗുമൊക്കെ കഴിഞ്ഞ് വളരെ ക്ഷീണിതരായി ഞങ്ങൾ മടങ്ങുകയാണ്. കൂന്തംകുളത്തു വന്ന് ഒന്നു കുളിച്ചാലേ ക്ഷീണം മാറൂ. പിന്നെ തടാകക്കരയിൽ പക്ഷികളുടെ പാട്ടുകേട്ട് കാറ്റുകൊണ്ട് കുറച്ചുനേരം ഇരിക്കണം എന്നൊക്കെ കരുതിയാണ് യാത്ര.

യാത്രക്കിടയിൽ ഞങ്ങൾ ഒരു ഗ്രാമത്തിലിറങ്ങി. വൈകുന്നേരംവരെ കൃഷിപ്പണിയൊക്കെ ചെയ്ത് ഗ്രാമീണർ നാട്ടുവർത്തമാനങ്ങൾ പറയുന്നതിന് അവിടവിടെയായി ഇരിപ്പുണ്ട്. നൂറ് പേരിൽ കുറയില്ല. അലസമായി കടല കൊറിച്ചുകൊണ്ടാണ് ഇരിപ്പ്. വെറും കടലപ്പൊരി മാത്രമല്ല അവർ കഴിക്കുക. കടല പുഴുങ്ങി സവാളയും മുളകുമെല്ലാംകൂടി അരച്ചതും ചേർത്താണ് കഴിപ്പ്. ഒരു രൂപ കൊടുത്താൽ ഒരു കുമ്പിൾ കടല

പുഴുങ്ങിയതു കിട്ടും. ചെറിയ തട്ടുവണ്ടികളിലാണ് ഇതൊക്കെ വിൽക്കുന്നത്. അവിടെ നല്ല തിരക്കുകണ്ടു. ഞങ്ങളും വണ്ടിക്കരികിൽ ചെന്നു കടലവാങ്ങി. ധാരാളം മരുന്നുകൾ ചേർത്തുണ്ടാക്കുന്ന ചുക്കുകാപ്പി വിൽക്കുന്നുണ്ട്. അതു വാങ്ങിക്കുടിച്ചു. അപ്പോഴാണ് പായസംപോലെ ചിലർ എന്തോ വാങ്ങി കുടിക്കുന്നതു കണ്ടത്. പരുത്തിപ്പാലാണെന്ന് പറഞ്ഞു. ഒരു ഗ്ലാസ് അതും വാങ്ങി കഴിച്ചു. എല്ലാം സ്വാദിഷ്ടമായ വിഭവങ്ങൾ. എല്ലാത്തിനുംകൂടി നാലുരൂപയേ വിലയുള്ളൂ. എനിക്കദ്ഭുതം തോന്നി. വളരെ പോഷകഗുണമുള്ള ഈ വിഭവങ്ങൾക്കെല്ലാംകൂടി നാലു രൂപ മാത്രം! കേരളത്തിൽ ഇതു സങ്കല്പിക്കാനേ പറ്റില്ല. ഇതാണ് തമിഴ് ഗ്രാമങ്ങളിലെ ജീവിതം. ആവശ്യത്തിനു പോഷണം ശരീരത്തിനു ലഭിച്ചതുകൊണ്ടാകണം ഞങ്ങളുടെ ക്ഷീണമൊക്കെ പമ്പകടന്നു. പക്ഷികളെത്തേടിയുള്ള യാത്രകളിൽ ഇത്തരം നാടൻ രുചികൾകൂടി അനുഭവിക്കാൻ കഴിയുന്നതും ആഹ്ലാദകരമാണ്.

23

കൽമണ്ണാത്തികൾ

പ്രകൃതിയുടെ സൂക്ഷ്മസ്വഭാവങ്ങളും സ്പന്ദനങ്ങളും തൊട്ടറിയുന്നത് സൂഫികളാണെന്ന് എനിക്കു പലപ്പോഴും തോന്നിയിട്ടുണ്ട്. ഒരു മനുഷ്യന് എത്തിച്ചേരാവുന്ന ഏറ്റവും വലിയ ഉയരങ്ങളിലൂടെയാണവരുടെ സഞ്ചാരം. നമ്മുടെ ഋഷിവര്യന്മാരും അതിൽനിന്നു ഭിന്നരല്ല. കവികൾക്കും കലാകാരന്മാർക്കും കുറച്ചൊക്കെ നിഗൂഢസൗന്ദര്യം അനുഭവിക്കാൻ കഴിയുന്നുണ്ട്. അവർക്കും വളരെ പിന്നിലാണ് പക്ഷിനിരീക്ഷകരുടെ സ്ഥാനം. പക്ഷിനിരീക്ഷകർ പലപ്പോഴും അറിയുകയാണ്. സൂഫി അതനുഭവിക്കുകയാണ്. ആ അനുഭവം സൂക്ഷ്മങ്ങളിൽ സൂക്ഷ്മവും പ്രപഞ്ചത്തോളം വിശാലവുമാണ്. പക്ഷിനിരീക്ഷണത്തിലൂടെ മറ്റവസ്ഥകളിലേക്ക് കടന്നുപോകാനുള്ള സാധ്യത തള്ളിക്കളയുന്നില്ല. പ്രപഞ്ചത്തിലെ ഒരു ചെറുകണിക മാത്രമാണ് താനെന്ന് തിരിച്ചറിയാൻ പക്ഷിനിരീക്ഷണം സഹായിക്കട്ടെയെന്നാണെന്റെ പ്രാർത്ഥന. പ്രകൃതിയുടെ സൗന്ദര്യം നുണയാനുള്ള ഉൾവികാസമുള്ളവർക്ക് തീർച്ചയായും പക്ഷിനിരീക്ഷണം ആനന്ദകരമായൊരു വിനോദമാണെന്നതിൽ സംശയമില്ല. സാങ്കേതികമായൊരറിവിനപ്പുറത്ത് ഒരനുഭൂതിതലമായി പക്ഷിനിരീക്ഷണത്തെ മാറ്റാൻ നമുക്ക് കഴിയണം.

പക്ഷികളെ തേടിയുള്ള ഓരോ യാത്രയും ആത്മാന്വേഷണം കൂടിയാണെന്ന് എനിക്ക് പലപ്പോഴും തോന്നാറുണ്ട്. കൽമണ്ണാത്തികളുടെ കൂടിനെയും കുഞ്ഞിനെയുമൊക്കെ കുറച്ചുനേരം നോക്കിയിരുന്നപ്പോൾ എന്റെ മനസ്സ് വല്ലാതെ നിറഞ്ഞുതൂകിപ്പോയി. ഓരോ ജീവിയും ജീവിതം തേടുന്നത് എത്ര വ്യത്യസ്തമായാണ്.

കൂന്തംകുളം പക്ഷിസങ്കേതത്തിനടുത്ത് ഒരു ബാബുൾമരക്കുറ്റിയിലായിരുന്നു കൽമണ്ണാത്തികൾ കൂടൊരുക്കിയിരുന്നത്. നിലത്തുനിന്ന് മൂന്നാല് അടി മാത്രം ഉയരമുള്ള മരക്കുറ്റി. മരക്കുറ്റിയുടെ ഉള്ളിലേക്ക്

കൽമണ്ണാത്തി കുഞ്ഞ്

കുഴിഞ്ഞ ഒരു പൊത്തിലായിരുന്നു കൂട്. ചുറ്റും മുൾശിഖരങ്ങൾ വളർന്നു നിന്നിരുന്നു. തൂവൽ പൂർണ്ണമായും കിളിർക്കാത്ത രണ്ടു കുഞ്ഞുങ്ങളായിരുന്നു കൂട്ടിലുണ്ടായിരുന്നത്. അതിന്റെ തവിട്ടുനിറത്തിലുള്ള നഗ്ന ചർമ്മത്തിനുള്ളിൽ എന്തൊക്കെയോ അവയവങ്ങൾ സ്പന്ദിക്കുന്നതു കാണാമായിരുന്നു. പ്രയാസപ്പെട്ട് ശ്വാസം കഴിക്കുന്നതായാണ് എനിക്കു തോന്നിയത്. സ്പന്ദിക്കുന്ന ഈ മാംസപിണ്ഡത്തെ സുന്ദരമായൊരു പക്ഷിയായി മാറ്റിയെടുക്കുന്ന പ്രകൃതിയുടെ കരവിരുതിനുമുമ്പിൽ ഞാൻ മനസ്സാ നമിച്ചുപോയി. പാടത്തിന്റെ വരമ്പിലുള്ള മുള്ളുകൾ നിറഞ്ഞ ആ കുറ്റിക്കാട്ടിൽ ഞങ്ങൾ പതുങ്ങിയിരുന്നു. പ്രതീക്ഷിച്ചതുപോലെ കൽമണ്ണാത്തികൾ കുഞ്ഞിനു തീറ്റയുമായി എത്തി. കുഞ്ഞുങ്ങളുടെ സുരക്ഷയെക്കുറിച്ച് ആകുലപ്പെട്ടുള്ള അതിന്റെ വരവും പോക്കും ഞാൻ കുറച്ചുനേരം നോക്കിയിരുന്നു. ഛായാഗ്രാഹകൻ അതൊക്കെ ഒപ്പിയെടുക്കുന്നുണ്ടായിരുന്നു.

പാടത്തും കുറ്റിക്കാട്ടിലും അലഞ്ഞ് പുഴുക്കളെയും പ്രാണികളെയും പിടിച്ചുകൊണ്ട് വന്ന് തങ്ങളുടെ കുഞ്ഞുങ്ങളെ ഊട്ടുന്ന തള്ളക്കിളിയുടെയും തന്തക്കിളിയുടെയും നിസ്വാർത്ഥസ്നേഹം ആരുടെയും കണ്ണു നിറയ്ക്കും. നിലത്തുനിന്ന് മൂന്നാല് അടി മാത്രം ഉയരത്തിൽ കൽമണ്ണാത്തിയുടെ കൂട് കാണാൻ കഴിഞ്ഞതിനാൽ വളരെ നല്ല ദൃശ്യങ്ങൾ ഞങ്ങൾക്ക് കിട്ടി. കുഞ്ഞുങ്ങളുടെ ടോപ് ആംഗിൾ ദൃശ്യവും മനോഹരമായിരുന്നു. നമ്മുടെ വീട്ടുവളപ്പിലും മറ്റും വന്നിരുന്നു പാട്ടുപാടാറുള്ള മണ്ണാത്തിപ്പുള്ളിന്റെ അടുത്തബന്ധുവാണ് കൽമണ്ണാത്തി. *വീട്ടുവളപ്പിലെ*

പക്ഷികൾ എന്ന പുസ്തകത്തിൽ മണ്ണാത്തിപ്പുള്ളിനെക്കുറിച്ച് എഴുതിയിട്ടുള്ളതിനാൽ അതിനെക്കുറിച്ച് കൂടുതലിവിടെ പറയുന്നില്ല.

മണ്ണാത്തിപ്പുള്ളിനെപ്പോലെ പാടാൻ കഴിവുള്ള പക്ഷികളാണ് കൽമണ്ണാത്തികളും. ചരൽപ്രദേശം, പുഴയോരങ്ങൾ, പാറക്കുന്നുകൾ എന്നിവിടങ്ങളിൽ കൽമണ്ണാത്തികളെ കാണാൻ കഴിയും. പൂവൻ നല്ല കറുമ്പനാണ്. ചിറകിൽ ഒളിഞ്ഞുകിടക്കുന്ന വെള്ളപ്പൊട്ട് പറക്കുമ്പോൾ തെളിഞ്ഞുകാണാം. പിടയുടെ ദേഹം തവിട്ടുനിറമാണ്. ചിറകിൽ വെള്ളപ്പൊട്ടുണ്ടാവില്ല. കൽമണ്ണാത്തിയുടെ കൂട്ടിൽ പാമ്പിൻപടത്തിന്റെ ഒരു കഷണം സാധാരണ കാണാറുണ്ട്. എന്തിനാണ് പാമ്പിൻപടം തന്റെ കൂട്ടിൽ കൽമണ്ണാത്തികൾ നിക്ഷേപിക്കുന്നത്? ഇനിയും കൃത്യമായി ഒരുത്തരം ഇതിനു പറയാൻ കഴിയില്ല. പാമ്പുകൾ സാധാരണ ഈ പക്ഷികളുടെ ശത്രുക്കളാണ്. അവയുടെ പടം കൂട്ടിൽ നിക്ഷേപിക്കുന്നതുകൊണ്ട് പാമ്പിൽനിന്ന് ഏതെങ്കിലും തരത്തിലുള്ള രക്ഷ ഈ പക്ഷികൾക്ക് ലഭിക്കുന്നുണ്ടോ? ഇത്തരം കാര്യങ്ങളൊക്കെ കൂടുതൽ അന്വേഷിച്ചു കണ്ടെത്തേണ്ടതായിട്ടാണിരിക്കുന്നത്.

ഇന്ത്യയുടെ വിവിധഭാഗങ്ങളിൽ കാണുന്ന കൽമണ്ണാത്തികൾ തമ്മിൽ ചില്ലറ വ്യത്യാസങ്ങൾ കാണാറുണ്ടെന്ന് ബോധ്യപ്പെട്ടിട്ടുണ്ട്. ഗംഗാതീരത്തു കാണുന്ന കൽമണ്ണാത്തികളിൽനിന്ന് നിറങ്ങളിൽ ചില വ്യത്യാസങ്ങൾ ഗോദാവരി തീരത്തു കാണുന്ന പക്ഷികൾക്കുണ്ട്. ഇവ രണ്ടിൽനിന്നും നിറത്തിൽ ചില വ്യത്യാസങ്ങൾ കേരളത്തിൽ കാണപ്പെടുന്നവയ്ക്കുണ്ട്. ഭൂസ്ഥിതിയിലെ വ്യത്യാസങ്ങളാവാം ഈ നിറമാറ്റങ്ങൾക്ക് കാരണമെന്നാണ് കരുതപ്പെടുന്നത്. ഈ പ്രദേശത്തു സ്ഥിരവാസികളാണ് ഈ പക്ഷികളെന്നതും ഇത്തരം നിറംമാറ്റങ്ങൾക്ക് കാരണമാകുന്നുണ്ടാവാം.

24

പാണ്ടൻ വേഴാമ്പൽ

കേരളത്തിന്റെ ദേശീയപക്ഷിയാണ് മലമുഴക്കി വേഴാമ്പൽ. *കിളി വാതിൽ* പരിപാടിയുടെ നൂറാം എപ്പിസോഡ് മലമുഴക്കി വേഴാമ്പലിന്റേതാവണമെന്ന് ഞാൻ മോഹിച്ചു. അതിരപ്പള്ളി, വാഴച്ചാൽ വനമേഖലയിൽ കേരളത്തിൽകാണുന്ന നാലിനം വേഴാമ്പലുകളും കൂടൊരുക്കാറുണ്ട്. ഈ വനമേഖലയിൽ കാര്യമായിട്ടൊന്നന്വേഷിച്ചാൽ മലമുഴക്കിയുടെ കൂട് കിട്ടാതിരിക്കില്ലെന്ന് ഞാനുറച്ചു. ഈ വനമേഖലയിൽ മലമുഴക്കി വേഴാമ്പലിന്റെ സംരക്ഷണവുമായി ബന്ധപ്പെട്ട് ചില പ്രവർത്തനങ്ങൾ 2004 മുതൽ നടക്കുന്നുണ്ട്. അമിതാഭ്ബച്ചനാണ് വേഴാമ്പലിന്റെ സംരക്ഷണപ്രവർത്തനങ്ങൾക്ക് നേതൃത്വം നൽകുന്നത്. ഞാനദ്ദേഹവുമായി ബന്ധപ്പെട്ടു. ചാലക്കുടിപ്പുഴയുടെ കരയിൽ വേഴാമ്പലുകൾ കൂടൊരുക്കുന്നുണ്ടെന്ന വിവരം എനിക്കു ലഭിച്ചു. വേഴാമ്പലുകൾ കൂടൊരുക്കം ആരംഭിച്ചിട്ടേയുള്ളൂ. മാർച്ച് പകുതിയോടെയായാൽ യാത്ര കൂടുതൽ സൗകര്യമാവും. അങ്ങനെയാണ് അതിരപ്പള്ളി, വാഴച്ചാൽ വനമേഖലയിലേക്ക് യാത്രയായത്.

പ്രതീക്ഷയ്ക്ക് വിപരീതമായി മാർച്ച് പകുതിയോടെ വേനൽമഴ ശക്തിയായി ആരംഭിച്ചു. സാധാരണഗതിയിൽ ഒന്നോരണ്ടോ ദിവസം മഴ പെയ്തശേഷം മാനംതെളിയുകയാണ് പതിവ്. എന്നാൽ കാലവർഷം പോലെ മഴ അടച്ചുപിടിച്ചു. മഴയുടെ ഇത്തരം കുസൃതി അപൂർവ്വമായി ഉണ്ടാകാറുണ്ട്. എന്നാൽ കേരളത്തിൽ കഴിഞ്ഞ രണ്ടുമൂന്നു പതിറ്റാണ്ടുകൾക്കിടയിൽ ഇതുപോലെ വേനൽക്കാലത്ത് മഴ അടച്ചുപിടിച്ച ഒരു സംഭവം ആരും ഓർക്കുന്നില്ല. ആഗോളകാലാവസ്ഥയിലുണ്ടായ മാറ്റമാകാം കാരണം. വേനൽമഴക്കാലത്ത് അപൂർവ്വമായി ആലിപ്പഴം പൊഴിയാറുണ്ട്. എന്നാൽ ഇക്കൊല്ലം കോട്ടയത്തിനടുത്ത് വലിയ മഞ്ഞുകട്ട വീണു. ഒരുപക്ഷെ വരാനിരിക്കുന്ന പെരുമഴയുടെ മുന്നറിയിപ്പിലായിരു

ന്നിരിക്കണം ഈ കൂറ്റൻ മഞ്ഞുകട്ടകൾ? എന്തായാലും കനത്തമഴ ഞങ്ങളുടെ വനയാത്രയ്ക്ക് തടസ്സമാകുമോയെന്ന ശങ്ക വർദ്ധിച്ചുവന്നു. മഴയായാലും തീരുമാനിച്ച യാത്ര മാറ്റേണ്ടതില്ലെന്ന് ഒടുക്കം തീരുമാനിച്ചു. നല്ല മഴയിലാണ് തിരുവനന്തപുരത്തുനിന്ന് വാഴച്ചാലിലേക്ക് തിരിച്ചത്. വൈകുന്നേരത്തോടെ വാഴച്ചാലിൽ എത്തി.

ഒരാഴ്ച നീണ്ടുനിന്ന വേനൽമഴ കൊണ്ടാവണം ചാലക്കുടിപ്പുഴയിൽ ശക്തമായ നീരൊഴുക്കുണ്ട്. ഉണങ്ങിയ മരങ്ങളെല്ലാം തളിർത്തുതുടങ്ങിയിരിക്കുന്നു. കാട് അതിന്റെ നരച്ച മൂടുപടം അഴിച്ചുവയ്ക്കാനുള്ള പുറപ്പാടിലാണ്. കനത്ത വേനൽമഴയിൽ കോടികളുടെ കൃഷിനാശം സംസ്ഥാനത്തുണ്ടായി. എന്നാൽ നമ്മുടെ കാടുകൾക്ക് ഈ വേനൽമഴ അനുഗ്രഹ(?)മായെന്നാണെന്റെ വിശ്വാസം. കാട്ടുതീ ഇക്കൊല്ലം ഉണ്ടാകാനുള്ള സാധ്യത വിരളമാണ്. വേനൽക്കാലത്തും പച്ചപുതച്ചു നിൽക്കുന്ന കാട് ഒരനുഗ്രഹം തന്നെ. പുഴയിൽ ശക്തമായ വെള്ളച്ചാട്ടവും ഉണ്ടാകും. മഴയ്ക്ക് ശേഷമുള്ള വനപ്രകൃതി ആസ്വദിച്ചു നടന്നു. തൊട്ടടുത്ത ദിവസം രാവിലെ ആറരയോടെ ഞങ്ങൾ പുഴയോരത്ത് തമ്പടിച്ചു. പുഴയുടെ അക്കരെ നിൽക്കുന്ന ചീനിമരത്തിലാണ് പാണ്ടൻ വേഴാമ്പലുകൾ കൂടൊരുക്കിയിരിക്കുന്നത്. ചീനിമരം ദൂരക്കാഴ്ചയിൽ ഒരു മനോഹരചിത്രംപോലെ തോന്നിച്ചു. അതിനപ്പുറത്ത് ഇലച്ചാർത്തുകൾക്കിടയിൽ മറഞ്ഞിരിക്കുന്ന 'കുളവ്' മരത്തിലാണ് മലമുഴക്കി വേഴാമ്പലിന്റെ കൂട്.

ഈ പുഴയോരത്തിരുന്നാൽ മലമുഴക്കിയും പാണ്ടനും തങ്ങളുടെ കൂട്ടിലേക്ക് വരുന്നതു കാണാം. എസ് എക്സ് (Sx) ക്യാമറയുണ്ട്. പരമാവധി സൂം ചെയ്തിട്ടും മതിയാവുന്നില്ല. ടെലിലെൻസ് ഉണ്ടായിരുന്നെങ്കിലെന്ന് മനസ്സ് മോഹിച്ചു. നമ്മുടെ ചാനലുകൾക്കൊന്നും ഇനിയും ഒരു ടെലിലെൻസ് വാങ്ങാൻ കഴിഞ്ഞിട്ടില്ല. ഉള്ളതുകൊണ്ട് തൃപ്തിപ്പെടുകയേ നിവൃത്തിയുള്ളു. ഞങ്ങൾ കാട്ടുകല്ലുകൾക്കിടയിൽ ക്യാമറ തയ്യാറാക്കി കാത്തിരുന്നു. പാണ്ടൻ വേഴാമ്പലിന്റെ കൂട് പുഴയ്ക്കഭിമുഖമാണ്. അവയുടെ പോക്കുംവരവും അതുകൊണ്ട് നന്നായി ഷൂട്ട് ചെയ്യാം. പുഴയോരവനങ്ങളുടെ സൗന്ദര്യം ആസ്വദിച്ച് ഞങ്ങളവിടെയിരുന്നു. ചുറ്റും ചീവീടുകളുടെ തരിപ്പാർന്ന ശബ്ദം. മഴപെയ്തു കഴിഞ്ഞ കാലമായതിനാൽ പാമ്പുകളുടെ ശല്യം ഉണ്ടാകാനിടയുണ്ടെന്ന് ഞങ്ങൾക്കറിയാമായിരുന്നു. വളരെ സൂക്ഷ്മതയോടെയാണ് ഞങ്ങളവിടെ കാത്തിരുന്നത്.

പറമ്പിക്കുളം വനമേഖലയുമായി തൊട്ടുകിടക്കുന്ന വാഴച്ചാൽ വനങ്ങളിൽ എല്ലാത്തരം മൃഗങ്ങളും കഴിയുന്നുണ്ട്. ആനകൾ ഏറ്റവും കൂടുതലുള്ള കാടുകളിൽ ഒന്നാണിത്. ഞാൻ പുഴത്തടത്തിലെത്തി കൂടുതൽ സൗകര്യപ്രദമായ വല്ല സ്ഥലവും ഉണ്ടോയെന്നന്വേഷിക്കുന്നതിനിടയിൽ പാണ്ടൻ വേഴാമ്പൽ കൂട്ടിൽ ഒന്നുവന്നു പോയി. ക്യാമറാമാന് അത് കാണാനും കഴിഞ്ഞില്ല. പിന്നെ ഒൻപതരവരെ ഞങ്ങൾ അവിടെ കാത്തിരുന്നപ്പോഴാണ് പാണ്ടൻ വേഴാമ്പൽ തീറ്റയുമായി കൂടിനരികിലേക്ക്

പറന്നുവന്നത്. ചീനിമരത്തിന്റെ പല കൊമ്പുകളിലും മാറിമാറിയിരുന്ന ശേഷം കൂടിനുള്ളിലേക്ക് കയറി പിടയ്ക്ക് തീറ്റ കൈമാറി. പിന്നെ പുഴയ്ക്ക് മീതെക്കൂടി ഒഴുകിപ്പറന്നുപോയി. പാണ്ടൻ വേഴാമ്പലുകൾ പുഴയോരവനങ്ങൾക്ക് മീതെ ഒഴുകിപ്പറക്കുന്ന മാസ്മരികദൃശ്യം നന്നായി പകർത്താൻ സുരേഷ്ഉണ്ണിക്ക് കഴിഞ്ഞു. ഇതിനിടയിൽ മറ്റൊരു വേഴാമ്പൽകൂടി അതുവഴി വന്നു. സൂക്ഷിച്ചു നോക്കിയപ്പോൾ മലമുഴക്കിയാണെന്നു കണ്ടു. എന്നാൽ അത് വേഗം പച്ചിലപ്പടർപ്പിനുള്ളിലേക്ക് അപ്രത്യക്ഷമായി. അവയുടെ കൂട് ഒരുതരത്തിലും ദൃശ്യമായിരുന്നില്ല.

പതിനൊന്ന് മണിയോടെ വീണ്ടും പാണ്ടൻ വേഴാമ്പൽ തീറ്റയുമായിവന്നു. ഏതാണ്ട് ഒന്നരമണിക്കൂർ ഇടവിട്ടാണ് പാണ്ടൻ വേഴാമ്പൽ തീറ്റയുമായി എത്തുന്നതെന്ന് എനിക്കു മനസ്സിലായി. രണ്ടുപ്രാവശ്യം തീറ്റനൽകുന്ന ദൃശ്യങ്ങൾ ലഭിച്ച സാഹചര്യത്തിൽ ഞങ്ങൾ ഷോളയാർ കാട്ടിലേക്ക് പോകാൻ തീരുമാനിച്ചു. വേഴാമ്പലുകളുടെ സുന്ദരമായ പറക്കൽകിട്ടാൻ ഏറെ അനുയോജ്യമായ സ്ഥലം അവിടെയാണ്. മഴക്കാടിന്റെ സമൃദ്ധിയും ആസ്വദിക്കാം. ആനകൾമേയുന്ന കാടുകൾക്കിടയിലൂടെ ഞങ്ങൾ ഷോളയാർ കാട്ടിലെത്തി. കാട്ടിലെ ചില വൻമരങ്ങളിൽ കൃത്രിമക്കൂടുകൾ സ്ഥാപിച്ചിരിക്കുന്നതു കണ്ടു. സാധാരണ വേഴാമ്പലുകൾ വൻമരങ്ങളുടെ സ്വാഭാവികപോട്ടിലാണ് കൂടൊരുക്കുക. കൃത്രിമക്കൂട് വച്ചാൽ അതിൽകയറി വേഴാമ്പലുകൾ മുട്ടയിടുമോയെന്ന പരീക്ഷണത്തിന്റെ ഭാഗമായാണ് സ്ഥാപിച്ചിരിക്കുന്നതെന്ന് അമിതാഭ്ബച്ചൻ പറഞ്ഞു. എന്നാൽ ഇതുവരെയത് ഇത്തരം കൂട്ടിൽ മുട്ടയിട്ടിട്ടില്ല.

ഞങ്ങളുടെ യാത്രക്കിടയിൽ ഒരുസംഘം ആദിവാസികൾ തേൻ എടുക്കാനായി പോകുന്നതു കണ്ടു. നാലഞ്ചു പട്ടികളുമൊക്കെയായാണ് കാട്ടിലേക്ക് പോകുന്നത്. മൂന്നാലുദിവസം കഴിഞ്ഞേ കാട്ടിൽനിന്നു മടങ്ങൂ. കരടികളുടെ ശല്യത്തിൽനിന്ന് രക്ഷപ്പെടാനാണത്രേ നായ്കൂട്ടങ്ങളെയും ഒപ്പം കൂട്ടിയിരിക്കുന്നത്. കാടർസമുദായക്കാരാണ്. ശെൽവൻ എന്ന ആദിവാസിയുവാവും ഞങ്ങൾക്കൊപ്പമുണ്ട്. ഇദ്ദേഹം വേഴാമ്പൽ സംരക്ഷണ പ്രവർത്തനങ്ങളിൽ പങ്കാളിയാണ്. തേൻ എടുക്കാൻ പോകുന്നവർ മുമ്പ് വേഴാമ്പലുകളെ പിടിക്കാറുണ്ടായിരുന്നു. എന്നാൽ ഇപ്പോൾ ആദിവാസിസമൂഹം വേഴാമ്പൽ സംരക്ഷകരായി മാറിയിട്ടുണ്ട്. ഈ യാത്രയിൽ ചാലക്കുടി പുഴയോരവനങ്ങളുടെയും പുഴയുടെയും മനോഹരദൃശ്യങ്ങൾ ഞങ്ങൾക്കൊപ്പിയെടുക്കാൻ കഴിഞ്ഞു. തിരികെ ഞങ്ങൾ അഞ്ചു മണിയോടെ പാണ്ടൻ വേഴാമ്പലിന്റെ കൂടിനരികിലെത്തി കാത്തിരുന്നു.

പുഴയ്ക്കു മുകളിലൂടെ മലമുഴക്കി തന്റെ കൂട്ടിലേക്ക് പറന്നുപോകുന്നതു കണ്ടു. എന്നാൽ അതിന്റെ കൂട് ഞങ്ങൾക്കപ്രാപ്യമായിരുന്നു. സന്ധ്യമയങ്ങിത്തുടങ്ങി. ആറരയോടെ പാണ്ടൻ വേഴാമ്പൽ തന്റെ പിടയ്ക്കും കുഞ്ഞുങ്ങൾക്കും അത്താഴവുമായി വന്നു. രണ്ടുമൂന്നു പ്രാവശ്യം കൂട്ടിലേക്ക് കയറി. തലതിരിച്ചും മുകളിലേക്ക് ഏന്തിയും തീറ്റ

കൊക്കിലാക്കിയാണ് പിടയ്ക്ക് കൊടുക്കുന്നത്. വള്ളിപ്പടർപ്പുപോലെ പടർന്നു വളർന്നു കിടക്കുന്ന ചീനിമരം കാടിന്റെ മാസ്മരികഭാവത്തിനു മാറ്റുകൂട്ടുന്നുണ്ട്. കൂട്ടിനുള്ളിലേക്ക് കയറി പാണ്ടൻ വേഴാമ്പൽ നിമിഷ നേരത്തിനുള്ളിൽ കുത്തനെ താഴേക്ക് വീണു. ഇലപ്പടർപ്പുകളിൽനിന്ന് എന്തോ കൊത്തിയെടുത്തു വീണ്ടും കൂട്ടിലേക്ക് പറന്നു. സാധാരണ പഴവർഗ്ഗങ്ങൾ കഴിക്കാനിഷ്ടപ്പെടുന്ന പക്ഷികളാണ് വേഴാമ്പലുകൾ. എന്നാൽ പ്രജനനകാലത്തിവ ചിലതരം പ്രാണികളെയും ഓന്തുകളെയും ആഹരിക്കാറുണ്ടെന്നുള്ളത് ഞാനോർത്തു. താഴെ പുഴയോരത്തെ കുറ്റിക്കാട്ടിൽ ഏതെങ്കിലും ഓന്തുകൾ തലപൊക്കിയിട്ടുണ്ടാവും. അതിനെ കൊത്തിയെടുക്കാനാവും വെടിയുണ്ടപോലെ ഇലച്ചാർത്തുകൾക്കിടയിലേക്കവ വന്നുപതിച്ചത്. തന്റെ പ്രിയപ്പെട്ടവളും കുഞ്ഞുങ്ങളും അന്തിയുറങ്ങുന്ന കൂട്ടിനരികിൽ കുറച്ചുനേരംകൂടിയിരുന്നശേഷം പുഴയ്ക്കുമുകളിലൂടെ ഒഴുകി കനത്ത പച്ചപ്പിനുള്ളിലേക്ക് പറന്നിറങ്ങി. പുഴയിൽനിന്ന് പത്തിരുപതടി ഉയരത്തിൽ പച്ചിലപ്പടർപ്പുകളുടെ കനത്ത ആവരണത്തിനിടയിൽ പാണ്ടൻ വേഴാമ്പൽ ഒളിച്ചു. രാത്രി ഉറക്കം ഇവിടെയാവും. കാലത്ത് വീണ്ടും തന്റെ പിടയേയും കുഞ്ഞുങ്ങളേയും തീറ്റാനായി അത് കാട്ടുപഴങ്ങൾതേടി അലഞ്ഞുതുടങ്ങും.

വേഴാമ്പലുകളുടെ കുടുംബജീവിതം ത്യാഗത്തിന്റെയും സ്നേഹത്തിന്റെയും മഹത്തായ ഉദാഹരണമാണ്. കുടുംബാംഗങ്ങൾ തമ്മിലുള്ള ആർദ്രമായ സ്നേഹസ്പർശം വേഴാമ്പലുകൾക്കിടയിലുണ്ട്. ഓരോ പക്ഷിയേയും സൂക്ഷ്മമായി നിരീക്ഷിക്കുമ്പോൾ അവ മനുഷ്യരിൽനിന്ന് വലിയ അകലത്തിലല്ലെന്നാണ് എനിക്കു തോന്നിയിട്ടുള്ളത്. മനുഷ്യനനുഭവിക്കുന്ന എല്ലാ വികാരവിചാരങ്ങളും ഈ പക്ഷികൾക്കുമുണ്ട്. ഗാഢമായ കുടുംബബന്ധങ്ങളുണ്ട്. ഒരു വേഴാമ്പലിനെ നമ്മൾ വെടിവെച്ചിടുമ്പോൾ അതിന്റെ ചിറകടിയൊച്ച കാതോർത്തിരിക്കുന്ന ഒരു പെണ്ണും കുഞ്ഞുങ്ങളും കാട്ടിനുള്ളിലെവിടെയോ കാത്തിരിപ്പുണ്ടാകും. തങ്ങൾക്ക് ആഹാരവുമായി എത്തേണ്ട ഇണപ്പക്ഷിയെത്തിയില്ലെങ്കിൽ ആ വേഴാമ്പൽകുടുംബം ഒന്നാകെ വിശന്നു മരിക്കുകയാണ് ഫലം. ഇത് ഒരു വേഴാമ്പലിന്റെ കാര്യം മാത്രമല്ല. ഒട്ടുമിക്ക ജീവികളുടെയും കഥ ഇങ്ങനെയൊക്കെത്തന്നെ. മലമുഴക്കി വേഴാമ്പലിന്റെ കൂടുതേടിയാണ് പോയതെങ്കിലും പാണ്ടൻ വേഴാമ്പലിന്റെ കൂടാണ് കണ്ടത്. പക്ഷികളെത്തേടിയുള്ള യാത്രകളൊക്കെ അങ്ങനെയാണ്. ഒന്നിനെ മോഹിച്ചു നമ്മൾ യാത്രചെയ്യുന്നു. മറ്റൊന്ന് നമ്മെ തേടിയെത്തുന്നു. അഭൗമമായ ഇത്തരം ഇടപെടലുകൾ നമ്മെ പ്രകൃതിക്കുമുമ്പിൽ വിനയാന്വിതരാക്കാതിരിക്കില്ല.

25

ബുൾബുൾ

എനിക്കെത്രനേരം നോക്കിയിരുന്നാലും മതിവരാത്ത പക്ഷികളാണ് ബുൾബുൾ പക്ഷികൾ. അവയുടെ പാട്ടുകേട്ടിരിക്കാനും ബഹുരസമാണ്. മണിനാദമുതിർക്കുമ്പോഴുണ്ടാകുന്ന നേർത്ത അലയൊലിപോലെയാണിവയുടെ പാട്ട്. വളരെ ആസ്വാദ്യകരമായി നമുക്കതു തോന്നും. കുട്ടിക്കാലത്തുതന്നെ ഞാൻ പരിചയപ്പെട്ട പക്ഷിയാണ് ബുൾബുൾ. പരിസരശ്രദ്ധ തീരെയില്ലാത്ത ഒരു പക്ഷിയാണിതെന്ന് പലപ്പോഴും എനിക്കു തോന്നിയിട്ടുണ്ട്. നമ്മൾ നോക്കിയിരുന്നാലുമൊന്നും അതിന് യാതൊരു കൂസലുമില്ല. നമ്മളെ കണ്ടഭാവം കാണിക്കാതെ അലസമായിരുന്നങ്ങനെ പാടിക്കൊണ്ടിരിക്കും. തന്റെ ശ്രദ്ധ മുഴുവൻ പാട്ടിലാണെന്നാണ് ഈ പക്ഷികളുടെ ഭാവം. പേർഷ്യൻ കവിതകളിലും മറ്റും ബുൾബുൾ പക്ഷികളുടെ പാട്ടിനെ ഏറെ പുകഴ്ത്തിയിട്ടുണ്ട്. എന്നാൽ പേർഷ്യക്കാർ

'ബുൾബുൾ' എന്നു വിളിക്കുന്നത് നമ്മുടെ ബുൾബുൾ പക്ഷികളെയല്ല. രാപ്പാടികളുടെ ബന്ധുവായ മറ്റൊരിനം പക്ഷിയെയാണ്. എങ്കിലും നമ്മുടെ ബുൾബുൾ പക്ഷികളുടെ പാട്ടും വളരെ ഹൃദ്യമാണ്. വലിയ വളവുതിരിവുകളില്ലാത്ത നേർത്ത സംഗീതമായാണ് ബുൾബുളുകളുടെ പാട്ട് എനിക്കനുഭവപ്പെടുന്നത്. ശുദ്ധസംഗീതം. ബുൾബുൾ പക്ഷികളുടെ ഈ ശുദ്ധത അവയുടെ ജീവിതത്തിലെമ്പാടും കാണാം. ആരെയും വിശ്വസിക്കുന്ന പച്ചപാവങ്ങളാണീ

പക്ഷികൾ. അതുകൊണ്ട് വലിയ പ്രയാസംകൂടാതെ നമുക്ക് അടുത്തു കാണാൻ കഴിയുന്ന പക്ഷിയാണ് ബുൾബുൾ.

എന്റെ സുഹൃത്ത് ദില്ലിന്റെ ഭാര്യവീട് പത്തനംതിട്ടയിലാണ്. അവിടെ വീട്ടിനുള്ളിൽ ഒരു ഇരട്ടത്തലച്ചി ബുൾബുൾ കൂടൊരുക്കുന്നുണ്ടെന്ന് എനിക്ക് വിവരം ലഭിച്ചു. വീട്ടിനുള്ളിൽ ഇരട്ടത്തലച്ചി കൂടൊരുക്കുന്നുണ്ടെങ്കിൽ പിന്നെ ഷൂട്ടുചെയ്യാൻ അതാണു പറ്റിയ അവസരമെന്നുകണ്ട് ഞങ്ങൾ അവിടേക്ക് വച്ചുപിടിച്ചു. അവരുടെ സ്വീകരണമുറിയുടെ ഭിത്തിയിൽ തടികൊണ്ട് നിർമ്മിച്ച ഒരു പുള്ളിമാൻതല പതിച്ചുവച്ചിട്ടുണ്ട്. അതിനു മുകളിൽ മിക്സിയുടെ അടപ്പിലാണ് ഇരട്ടത്തലച്ചി ബുൾബുൾ കൂടൊരുക്കിയിരുന്നത്. കുഞ്ഞുവിരിഞ്ഞകാലത്താണ് ഞങ്ങളവിടെയെത്തിയത്. യാതൊരു ഭയപ്പാടും കൂടാതെ വീട്ടിനുള്ളിൽ തള്ളപ്പക്ഷിയും തന്തപ്പക്ഷിയും വന്ന് കുഞ്ഞുങ്ങൾക്ക് തീറ്റകൊടുത്തുകൊണ്ടിരുന്നു. സിനിമയ്ക്കും മറ്റും സെറ്റിട്ട് ഷൂട്ട് ചെയ്യാറുണ്ടെന്നു പറയുംപോലെ ആവശ്യത്തിന് ലൈറ്റുപയോഗിച്ച് ഞങ്ങൾ ഇരട്ടത്തലച്ചിയുടെ കൂടിനെയും കുഞ്ഞിനെയും അവയുടെ തീറ്റകൊടുക്കലുമൊക്കെ നന്നായി ഷൂട്ടുചെയ്തു. തൊട്ടരികിൽ വച്ചു ക്യാമറ ചലിപ്പിച്ചിട്ടുപോലും തള്ളപ്പക്ഷിക്ക് യാതൊരു കൂസലുമില്ലായിരുന്നു. ഞാനിതെത്ര കണ്ടിരിക്കുന്നു എന്ന ഭാവമായിരുന്നു അതിന്റെ മുഖത്ത്. കുഞ്ഞുങ്ങൾക്ക് തീറ്റകൊടുക്കുന്നതും മറ്റും ടോപ്പ് ആംഗിളിൽ ഷൂട്ടുചെയ്യാൻ കഴിഞ്ഞു.

ബുൾബുൾ പക്ഷികളുടെ പൂവനുകളും ഇവിടെ വരാറുണ്ടെന്ന് വീട്ടുകാർ ഞങ്ങളോടു പറഞ്ഞു. അപ്പോൾ ജനലിനരികിൽ ഇരട്ടത്തലച്ചിയുടെ പൂവൻ വന്നിരിക്കുന്നതു ഞാൻ കണ്ടു. ഈ പക്ഷിയാണോയെന്നു ഞാൻ ചോദിച്ചു. അത് പിടയാണെന്നും പൂവൻ വേറെയാണെന്നും അവർ പറഞ്ഞു. ഇരട്ടത്തലച്ചിയുടെ പൂവൻ ജനലിൽ വന്നിരിക്കുന്ന പക്ഷിയാണെന്ന് പറഞ്ഞിട്ട് വീട്ടുകാർക്ക് മനസ്സിലാകുന്നില്ല. കാര്യം ചോദിച്ചു മനസ്സിലാക്കിയപ്പോഴാണ് നാട്ടുബുൾബുൾ പക്ഷിയെയാണ് ഇരട്ടത്തലച്ചിയുടെ പൂവനായി വീട്ടുകാർ ധരിച്ചു വച്ചിരിക്കുന്നത്. അവരുടെ വീട്ടുമുറ്റത്തുതന്നെ നാട്ടുബുൾബുൾ പക്ഷികളെ ഞങ്ങൾക്ക് കാണാൻ കഴിഞ്ഞു. തൊട്ടടുത്ത വീട്ടിലേക്ക് നാട്ടുബുൾബുൾ പക്ഷികൾ കൂടെക്കൂടെ പറന്നുപോകുന്നത് എന്റെ ശ്രദ്ധയിൽപ്പെട്ടു. അവിടെ ഒരുപക്ഷെ അതിന്റെ കൂട് ഉണ്ടാകുമെന്ന് ഞാൻ കരുതി. എന്റെ പ്രതീക്ഷ തെറ്റിയില്ല. അവരുടെ സ്വീകരണമുറിയിലെ ട്യൂബ്ലൈറ്റിന്റെ മുകളിൽ കൂടൊരുക്കി നാട്ടുബുൾബുൾപിട സുഖമായി അടയിരിക്കുന്നു. ട്യൂബിന്റെ ചൂടും മുട്ടവിരിയാൻ സഹായിക്കുമെന്ന് അനുഭവത്തിൽനിന്ന് ഈ നാട്ടുബുൾബുൾ പഠിച്ചിട്ടുണ്ടാവും. എന്തായാലും ഒരു യാത്രയിൽത്തന്നെ ഇരട്ടത്തലച്ചി ബുൾബുളിനെയും നാട്ടുബുൾബുൾ പക്ഷിയേയും കിട്ടിയതിൽ മനസ്സ് ഏറെ സന്തോഷിച്ചു.

നാട്ടുബുൾബുൾ പക്ഷിയുടെ കൂടുതൽ നല്ല ഷോട്ടുകൾ ലഭിച്ചത്

നാട്ടുബുൾബുൾ

കൂന്തംകുളത്തുനിന്നാണ്. അവിടുത്തെ തടാകത്തിനോട് ചേർന്ന് ഒരു കോവിൽ ഉണ്ട്. അതിന്റെ മുന്നിലുള്ള വേപ്പ് മരത്തിന്റെ താഴ്ന്നകൊമ്പിൽ നാട്ടുബുൾബുൾ കൂട് കൂട്ടിയിരുന്നു. നിലത്തുനിന്ന് പത്തടി ഉയരത്തിലായിരുന്നു കൂട്. നാട്ടുബുൾബുളിന്റെ കൂടും മറ്റും ഭംഗിയായി അവിടുന്നു കിട്ടി. നമ്മുടെ നാട്ടിൽ മൂന്നിനം ബുൾബുൾ പക്ഷികളെയാണ് സാധാരണ കണ്ടുവരുന്നത്. നാട്ടുബുൾബുൾ (red vented bulbul) , ഇരട്ടത്തലച്ചി ബുൾബുൾ (red whiskered bulbul), തവിടൻ ബുൾബുൾ (white browed bulbul). ഒറ്റനോട്ടത്തിൽത്തന്നെ ഈ മൂന്നിനം പക്ഷികളെയും തിരിച്ചറിയാനാവും. നാട്ടുബുൾബുൾ പക്ഷികൾക്ക് ആകെപ്പാടെ കറുപ്പുകലർന്ന തവിട്ടുനിറമാണ്. പുറത്തും ചിറകിലുമുള്ള ചെറിയ തൂവലുകളുടെ അറ്റത്ത് വിളർത്ത കരയുള്ളതിനാൽ കണ്ടാൽ മത്സ്യത്തിന്റെ ചെതുമ്പൽപോലെ തോന്നും. വാലിനടിയിൽ ചുവന്ന ത്രികോണം കാണാം. ചെതുമ്പൽ അടയാളമില്ലാത്ത പക്ഷിയാണ് ഇരട്ടത്തലച്ചി ബുൾബുൾ. തലയിൽ കറുത്തതും കൂർത്ത് മുന്നോട്ടു വളഞ്ഞുനിൽക്കുന്നതുമായ നീണ്ട ശിഖ ഇതിന്റെ പ്രത്യേകതയാണ്. വാലിനടിയിൽ ചുവപ്പ് കാണാം. അതുപോലെ കവിളിൽ ചുകന്ന പൊട്ടും അതിനടിയിൽ വെള്ളപ്പൊട്ടും കാണാം. ഇത്രയും കാര്യങ്ങൾ ഓർത്തുവച്ചാൽ തന്നെ ഈ പക്ഷികളെ തിരിച്ചറിയാൻ എളുപ്പമാണ്. തവിടൻ പക്ഷികളെ തിരിച്ചറിയാൻ എളുപ്പമാണ്. തവിടൻ ബുൾബുൾ പക്ഷിക്ക് ശിഖയോ തൊപ്പിയോ ഉണ്ടാവില്ല. തവിടൻ ബുൾബുൾ പക്ഷികൾ മറ്റ് രണ്ടു പക്ഷികളെപ്പോലെ സാധാരണമല്ല.

26

നീലക്കോഴി

കുളക്കോഴിയുടെ ബന്ധുക്കളാണ് നീലക്കോഴികൾ. നെൽവയലുകളിലും ചതുപ്പുപ്രദേശങ്ങളിലും നീലക്കോഴികളെ സാധാരണ കാണാം. ഒറ്റനോട്ടത്തിൽത്തന്നെ നീലക്കോഴികളെ തിരിച്ചറിയാനാവും. നാട്ടുകോഴിയോളം വലുപ്പമുള്ള നീലനിറമുള്ള പക്ഷിയാണിത്. കണ്ണുകൾ, കൊക്ക്, നെറ്റിത്തടത്തിലെ തിലകം, കാലുകൾ എന്നിവ ചുവപ്പാണ്. കുറിയ വാലിന്റെ അടിവശം വെള്ള. നൂറുകണക്കിന് നീലക്കോഴികൾ കൂട്ടത്തോടെ കഴിയുന്നയിടമാണ് ചാത്തന്നൂരിനു സമീപമുള്ള പോളച്ചിറ. വളരെ വിസ്തൃതമായ പോളച്ചിറയിൽ നീലക്കോഴികളുടെ വൻസംഘങ്ങൾ പാറിപ്പറന്നും തമ്മിൽ കൊത്തിക്കളിച്ചും കഴിയുന്നതു കാണാം. മറ്റ് പല ജാതി നീർപ്പക്ഷികളും നീലക്കോഴികൾക്ക് കൂട്ടുണ്ടാവും. എരണ്ടകളും നീർകാക്കകളും ചേരക്കോഴികളുമൊക്കെ സാധാരണ ഇവിടെ കാണാം. പലകാലങ്ങളിൽ പോളച്ചിറയിൽപോയി നീലക്കോഴികളെ ഷൂട്ടു ചെയ്തിട്ടുണ്ട്. വളരെ മനോഹരമായ ദൃശ്യങ്ങൾ ലഭിച്ചു. ചുറ്റും തെങ്ങുകൾ അതിരിട്ട ചിറയാണിത്. ചിറയിൽ പായലുകളും നിരവധി മറ്റ് സസ്യങ്ങളും പടർന്നു കിടപ്പുണ്ട്. കരയോട് ചേർന്ന ഭാഗത്ത് ചെമ്പിച്ച ഒരുതരം നീണ്ട പുല്ലുകൾ വളർന്നുകിടപ്പുണ്ട് വെളുപ്പാൻകാലത്തും സായാഹ്നങ്ങളിലും അതിമനോഹരമായ ഒരു ദൃശ്യവിരുന്നാണിവിടം.

പോളച്ചിറയിൽ എത്തുന്ന നീലക്കോഴികളെ നാട്ടുകാരിൽ ചിലർ പിടിക്കാറുണ്ട്. നാട്ടുകാരിൽനിന്ന് ശല്യങ്ങൾ ഉണ്ടാവുന്നതുകൊണ്ടുകൂടിയാവണം ചിറയുടെ ഒത്തനടുക്കാണ് നീലക്കോഴികളുടെ നിൽപ്പ്. എന്നാൽ വെളുപ്പാൻകാലത്തും വൈകുന്നേരങ്ങളിലും നീലക്കോഴി കൂട്ടങ്ങൾ കരയോട് ചേർന്നു നിൽക്കാറുണ്ട്. ഈ സമയത്ത് ഇവയെ അടുത്തു നിരീക്ഷിക്കാൻ കഴിയും. കൂടെക്കൂടെ വാലുപൊക്കുകയും താഴ്ത്തുകയും ചെയ്യുന്ന ശീലവും ഈ പക്ഷികൾക്കുണ്ട്. ചില പക്ഷി

കൾ തമ്മിൽ അടിച്ചേച്ചാട്ടം കളിക്കുംപോലെ ഓടിക്കളിക്കുന്നതു കാണാം. തമ്മിൽ പോരുനടത്തുന്നതും അപൂർവ്വമല്ല. ചിറക് വിടർത്തി വാശിയോടും വീറോടുംകൂടി നേർക്കുനേർ പാഞ്ഞടുത്ത് കൊത്തുകൂടാൻ ഭാവിക്കുന്നത് അങ്കച്ചേകവന്മാരെയാണ് ഓർമ്മിപ്പിക്കുന്നത്. നീലക്കോഴികൾ സാധാരണ ചതുപ്പുകളിലുള്ള പുല്ലുകൾക്കിടയിലാണ് കൂടൊരുക്കുന്നത്.

പുല്ലുവളച്ചാണ് കൂട് നിർമ്മിതി. പോളച്ചിറയിൽ ചിലകാലത്ത് നീലക്കോഴികളുടെ കൂടുകൾ കാണാം. ഒരിക്കൽ ഞാനവിടെ ചെന്നപ്പോൾ കുറച്ചു കുട്ടികൾ നീലക്കോഴിയുടെ കൂടു കാട്ടിത്തരാമെന്നു പറഞ്ഞ് ഒരു കൈതക്കാട്ടിലേക്ക് കൂട്ടിക്കൊണ്ടുപോയി. അവിടെ കുറച്ചു മുട്ടത്തോടുകൾ കണ്ടു. കുട്ടികളുമായി കൂടുതൽ സംസാരിച്ചപ്പോൾ എനിക്ക് മനസ്സിലായത് അത് കുളക്കോഴിയുടെ കൂടായിരിക്കുമെന്നാണ്. സാധാരണ കുളക്കോഴികളാണ് കൈതക്കാട്ടിലും മറ്റും ഇത്തരത്തിൽ മുട്ടകളിട്ടു വിരിയിക്കുക.

നീലക്കോഴികൾ പുല്ലുവകഞ്ഞാണ് കൂടൊരുക്കുക. നെൽകൃഷിയില്ലാതെ പല പാടങ്ങളും ചതുപ്പായി കിടക്കുന്നതിനാലാവും നീലക്കോഴികളെ ഇപ്പോൾ കൂടുതലായി കണ്ടുവരുന്നുണ്ട്. ചവറയ്ക്കു സമീപമുള്ള കാരാളി ചതുപ്പിലും ധാരാളം നീലക്കോഴികളെ ഞാൻ കണ്ടു. നൂറനാടിനു സമീപമുള്ള കരിങ്ങാലിപുഞ്ചയിലും ജനുവരി – ഫെബ്രുവരി മാസങ്ങളിൽ നീലക്കോഴികളെ ഞാൻ കണ്ടിട്ടുണ്ട്. കേരളത്തിന്റെ ഒട്ടുമിക്ക ഭാഗങ്ങളിലും നീലക്കോഴികളെ കാണാൻ കഴിയും. Purple moorhen എന്നാണിതിന്റെ ഇംഗ്ലീഷ് പേര്. പ്രകൃതി രമണീയമായ പോളച്ചിറ നീലക്കോഴികളുടെ സംരക്ഷിത പ്രദേശമായി പ്രഖ്യാപിക്കാൻ ഏറെ അനുയോജ്യമാണ്. പോളച്ചിറയുടെ പല ഭാഗങ്ങളിലും കയ്യേറ്റങ്ങൾ നടക്കുന്നുണ്ട്. കൂടാതെ മെറ്റൽ ക്രഷർ ഫാക്ടറികളുടെ സാന്നിധ്യം ഈ പ്രദേശത്തിന്റെ ശാന്തമായ അന്തരീക്ഷത്തിനു ഭംഗം വരുത്തുന്നുണ്ട്. പോളച്ചിറയിൽ എരണ്ടകളും മറ്റനവധി പക്ഷികളും ധാരാളം എത്തുന്ന സങ്കേതമായതിനാൽ പക്ഷിനിരീക്ഷകർക്കും ഏറെ പ്രിയപ്പെട്ട പ്രദേശമാണിവിടം.

27

തേൻകിളികൾ

നാട്ടുംപുറത്തുള്ള മിക്ക വീടുകളെയുംപോലെ കിളിയൊച്ചകൾ മുഴങ്ങുന്ന വീടാണ് ഞങ്ങളുടേതും. ചാമ്പയും ഡബിളോലിയും മാവും ഓമയും ചെറിയും തുടങ്ങി കുറച്ചു ഫലവൃക്ഷങ്ങൾ ഉള്ളതുകൊണ്ടാവാം ധാരാളം പക്ഷികൾ നൂറനാട്ടെ വീട്ടുവളപ്പിൽ വന്നുപോകാറുള്ളത്. വീടിനോട് ചേർന്ന് കല്ലട ഇറിഗേഷന്റെ കനാൽ പോകുന്നതിനാൽ തുറസായ ഒരിടം പക്ഷികൾക്കിവിടെ കിട്ടുന്നുണ്ട്. പ്രാണികളെയും മറ്റും പിടിക്കാൻ ഈ തുറസായ സ്ഥലം ഏറെ സഹായിക്കുന്നു. ചിലകാലത്ത് അപൂർവമായി കാടുമുഴക്കികളും അവിടെ പാറിപ്പറന്ന് ഇരതേടുന്നതു കാണാം. വലിയ പ്രയാസം കൂടാതെ തന്നെ പത്തിരുപത്തിയഞ്ചിനം പക്ഷികളെയെങ്കിലും ദിവസവും പരിചയപ്പെടാം.

ധാരാളം പക്ഷികൾ വന്നുപോകുന്ന വീട്ടുവളപ്പാണെങ്കിലും അവിടെ പതിവായി കൂടൊരുക്കാനെത്തിയിരുന്നത് തേൻകിളികളും തുന്നാരനുകളുമാണ്. മുറ്റത്തെ ചെടിയുടെ മറവിൽ ഇല തുന്നിയാണ് തുന്നാരന്റെ കൂടൊരുക്കം. മുറ്റത്തെ ചെടികളിലും കുരുമുളകുവള്ളികളിലുമൊക്കെ തേൻകിളികൾ കൂടൊരുക്കും. ഞങ്ങളുടെ സഹവാസികൾ എന്ന നിലയിൽ കുട്ടിക്കാലത്തുതന്നെ എനിക്കടുപ്പമുണ്ടായിരുന്ന പക്ഷികളാണ് തേൻകിളികളും തുന്നാരനും. എങ്കിലും തേൻകിളികളോട് എനിക്ക് ഒരു പ്രത്യേക മമതയുണ്ട്. ഒരിക്കൽ തേൻകിളികൾ എന്റെ മുറിയോടു ചേർന്ന് വളർന്നു കിടന്നിരുന്ന പാമ്പുകേറാവള്ളിയിൽ കൂടൊരുക്കി. ഒരു ജനലിന് അപ്പുറവും ഇപ്പുറവും ഞങ്ങൾ കിടന്നുറങ്ങി. എപ്പോൾ വേണമെങ്കിലും അവയുടെ വരവുംപോക്കും എനിക്കു നോക്കിയിരിക്കാം. ഒന്നുരണ്ടു തവണ തുടർച്ചയായി തേൻകിളികൾ അവിടെ കൂടൊരുക്കിയിരുന്നു. പാമ്പുകേറാവള്ളിയിൽ പാമ്പുകേറില്ലെന്നാണ് പറയാറുള്ളതെങ്കിലും ഒരിക്കൽ അതിലൂടെ 'വാലുചുരുട്ട' എന്നൊരിനം ചെറിയ പാമ്പ് എന്റെ

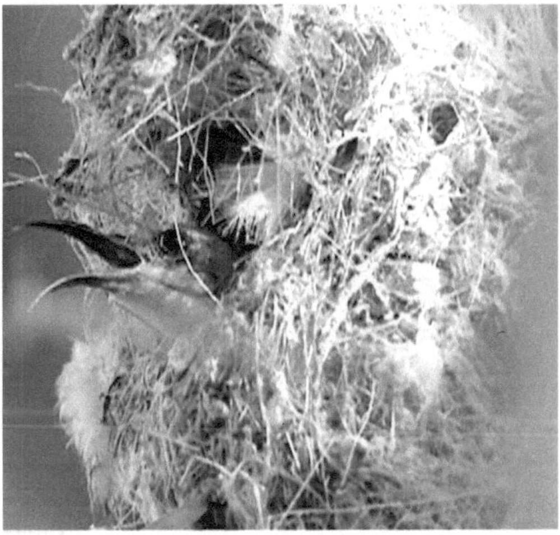
തേൻകിളി കൂട്ടിൽ

മുറിക്കുള്ളിൽ കയറി. പാമ്പുകേറാവള്ളി അതോടെ മുറിച്ചുനീക്കപ്പെട്ടു. തേൻകിളിയുടെ കൂടൊരുക്കം വീണ്ടും പറമ്പിലേക്ക് മാറി. കൊക്കൻ തേൻകിളിയും കറുപ്പൻ തേൻകിളിയും ഞങ്ങളുടെ വീട്ടുവളപ്പിൽ കൂടൊരുക്കാറുണ്ടെങ്കിലും എന്റെ മുറിക്കരികിൽ വന്ന് കൂടൊരുക്കിയത് കറുപ്പൻ തേൻകിളിയായിരുന്നു. ഈ കറുപ്പൻ തേൻകിളിയുടെ കൂടൊരുക്കം വളരെ നന്നായി തമിഴ്നാട്ടിലെ കൂന്തംകുളത്തുനിന്ന് ഷൂട്ടുചെയ്യാൻ കഴിഞ്ഞു.

കൈരളി ടിവിയുടെ ഓഫീസിന്റെ വാതിൽക്കലുള്ള പേരയിൽ കറുപ്പൻ തേൻകിളി കൂടൊരുക്കാനെത്തിയതാണ് ഏറെ കൗതുകമായത്. നിരവധി വാഹനങ്ങളും മനുഷ്യരും വന്നുപോകുന്ന സ്ഥലത്തായിരുന്നു കറുപ്പൻ തേൻകിളിയുടെ കൂട്. ഏതു ബഹളത്തിനിടയിലും ഒരു ചെറു മരക്കൊമ്പും ഇത്തിരി സ്വകാര്യതയും ലഭിച്ചാൽ കൂടൊരുക്കാൻ തയ്യാറാണെന്ന് കറുപ്പൻ തേൻകിളി തെളിയിക്കുകയായിരുന്നു. പക്ഷികളെക്കുറിച്ചുള്ള *കിളിവാതിൽ* പരിപാടിയുള്ളതറിഞ്ഞ് അവരവിടെവന്ന് കൂടൊരുക്കം തുടങ്ങിയതാണെന്ന് ചാനലിലുള്ള പലരും കൗതുകപൂർവ്വം പറയുന്നതു കേൾക്കാമായിരുന്നു. എന്തായാലും ഞങ്ങളെ തേടിവന്ന കറുപ്പൻ തേൻകിളിയെ മറ്റൊരു എപ്പിസോഡിലൂടെ അവതരിപ്പിക്കുകയുണ്ടായി. കറുപ്പൻ തേൻകിളികളെ വരണ്ട പ്രദേശങ്ങളിലാണ് കൂടുതലായി കണ്ടുവരുന്നത്. കൊക്കൻ തേൻകിളികളാകട്ടെ മഴ കൂടുതലുള്ള പ്രദേശങ്ങളിലും. കേരളത്തിൽ ഈ രണ്ടു തേൻകിളികളെക്കൂടാതെ മഞ്ഞത്തേൻകിളി ചെറുതേൻകിളി എന്നീ പക്ഷികൾ കൂടിയുണ്ട്. കറുപ്പൻ തേൻകിളിയും കൊക്കൻ തേൻകിളിയും തമ്മിൽ ഏറെ സാമ്യങ്ങളുണ്ട്. പേരുസൂചിപ്പിക്കുംപോലെ കൊക്കിന് നീളക്കൂടുതലുള്ള പക്ഷിയാണ് കൊക്കൻ തേൻകിളി. ഈ രണ്ടു ജാതിക്കാരിലെയും ആണിനെയും പെണ്ണിനെയും വേഗം തിരിച്ചറിയാം. പ്രത്യേകിച്ചും സന്താനോൽപ്പാദന കാലത്ത്. പൂവൻ നല്ല തിളങ്ങുന്ന കറുത്ത നിറക്കാരനായിരിക്കും. പിടയ്ക്ക് ശോഭ കുറവായിരിക്കും. ഏതാണ്ട് ഇരുണ്ട തവിട്ടുനിറക്കാരാണ് പിടകൾ.

28

വാലൻ എരണ്ട

എരണ്ടകൾ എന്നും എനിക്കൊരദ്ഭുതമായിരുന്നു. കുട്ടിക്കാലത്ത് എരണ്ടക്കൂട്ടങ്ങൾ ശീഘ്രം പറന്നുപോകുന്നതിന്റെ സീൽക്കാരം എന്നെ ആഹ്ലാദിപ്പിച്ചിരുന്നു. വൃശ്ചികം, ധനു മാസങ്ങളിലാണ് മാലപോലെ ആയിരക്കണക്കിന് എരണ്ടകൾ എന്റെ വീടിനുമുകളിലൂടെ പറന്നുപോകുന്നത്. സന്ധ്യമയങ്ങിത്തുടങ്ങുന്ന നേരത്തും വെളുപ്പാൻകാലത്തുമാണിവയുടെ സഞ്ചാരം. ഒന്നിനുപുറകെ ഒന്നായി എരണ്ടക്കൂട്ടങ്ങൾ പറന്നുപോകുന്നതു ഞാൻ കൗതുകത്തോടെ നോക്കിനിന്നിരുന്നു. ഈ എരണ്ടക്കൂട്ടങ്ങൾ കരിങ്ങാലി പുഞ്ചയിലേക്കാണ് പോകുന്നതെന്ന് പിന്നീട് ഞാൻ മനസ്സിലാക്കി. രാത്രിഞ്ചരരായ ഈ പക്ഷികൾ പകൽനേരത്ത് ശാസ്താംകോട്ട കായലിൽ വിശ്രമിക്കുന്നുണ്ടെന്നും ആരോ പറഞ്ഞു. പിന്നീട് പക്ഷിനിരീക്ഷണത്തിൽ കൗതുകം വർദ്ധിച്ചപ്പോൾ പലജാതി എരണ്ട

വാലൻ എരണ്ടയും നാട്ടുതാറാവും

കളെയും അടുത്തുനിന്ന് നിരീക്ഷിക്കാൻ എനിക്കവസരം ലഭിച്ചിട്ടുണ്ട്.

തമിഴ്നാട്ടിലേക്കുള്ള യാത്രകൾക്കിടയിലാണ് വാലൻ എരണ്ടകളെ കൂടുതൽ അടുത്തു പരിചയപ്പെടുന്നത്. കൂന്തംകുളത്തെ തടാകത്തിൽ വിവിധജാതി എരണ്ടകൾ കൂട്ടമായി വന്നിറങ്ങാറുണ്ട്. വരിഎരണ്ടയും വെള്ളക്കണ്ണിഎരണ്ടയും ചൂളൻഎരണ്ടയുമൊക്കെ കൂട്ടത്തിലുണ്ടാവും. ഒരിക്കൽ വാലൻഎരണ്ടയെ വളരെനേരം നോക്കിയിരിക്കാൻ അവസരം ലഭിച്ചു. *കിളിവാതിൽ* പരിപാടിയിൽ വാലൻഎരണ്ടയെ പരിചയപ്പെടുത്തുകയും ചെയ്തു. ഒരു നാട്ടുതാറാവിനെ ചുറ്റിപ്പറ്റിയാണ് വാലൻഎരണ്ടയെ കണ്ടത്. ഇരുവരും ഇണകളെപ്പോലെ ശൃംഗാരത്തിലുമായിരുന്നു. നാടൻതാറാവുമായി വാലൻഎരണ്ട ഇണചേരുന്നതു കണ്ടതായി കൂന്തംകുളത്തെ പക്ഷിസംരക്ഷകനായ ബാൽ പാണ്ഡ്യൻ എന്നോടു പറഞ്ഞു. കുറച്ചുദിവസങ്ങളായി ഇരുവരും ഈ തടാകത്തിൽ ചുറ്റിത്തിരിയുകയാണെന്നും അദ്ദേഹം എന്നോടുപറഞ്ഞു. വാലൻഎരണ്ടയും നാട്ടുതാറാവും തമ്മിലുള്ള സ്നേഹപ്രകടനങ്ങളും മറ്റും ഞങ്ങൾ ക്യാമറയിൽ പകർത്തുകയും ചെയ്തു.

എരണ്ടകൾ താറാവുകളുടെ അടുത്ത ബന്ധുക്കളാണ്. രൂപത്തിലും ഭാവത്തിലും ഇവതമ്മിൽ ഏറെ സാമ്യങ്ങൾ കാണാം. എന്നാൽ നാട്ടുതാറാവുകൾക്ക് എരണ്ടകളെപ്പോലെ ആകാശത്തിന്റെ വിശാലതയിലൂടെ പറന്ന് നീങ്ങാൻ കഴിയില്ലെന്നു മാത്രം. ഒരുപക്ഷെ ഈ നാട്ടുതാറാവുകൾക്കും ഒരുകാലത്ത് പറക്കാനുള്ള കഴിവുണ്ടായിരുന്നിരിക്കാം. കാലക്രമത്തിൽ ആ ശേഷി കുറഞ്ഞതാവാം. എന്തായാലും ഒരു രാജ്യത്തുനിന്ന് മറ്റൊരു രാജ്യത്തിലേക്ക് വിരുന്നുപോകുന്ന പക്ഷികളാണ് എരണ്ടകൾ. ഇവിടെക്കാണുന്ന എരണ്ടകളിൽ നല്ലൊരുഭാഗവും ദേശാടകരായി ഇവിടെയെത്തുന്നവരാണ്. വാലൻഎരണ്ടയുടെ ഇംഗ്ലീഷ് പേര് Pintail Duck എന്നാണ്. Anas Acutamale എന്നു ശാസ്ത്രനാമം. പുറകോട്ട് ചൂണ്ടിനിൽക്കുന്ന നീണ്ടുകൂർത്ത വാൽ ഇതിന്റെ പ്രത്യേകതയാണ്. ചോക്ലേറ്റ് നിറമുള്ള തലയും കഴുത്തും, കഴുത്തിന്റെ ഇരുവശത്തുമുള്ള കൂർത്തപട്ടയും ഈ ജാതിയിലെ പൂവനെ പെട്ടെന്നു തിരിച്ചറിയാൻ സഹായിക്കുന്നു.

ഒക്ടോബർ മുതൽ മാർച്ചുവരെ വാലൻഎരണ്ടകളെ കേരളത്തിൽ കാണാം. തൊണ്ണൂറുകളുടെ തുടക്കത്തിൽ പക്ഷികളെക്കുറിച്ചുള്ള ഒരു ഡോക്യുമെന്ററിയെടുക്കാൻ സന്തോഷ് നൂറനാടിനൊപ്പം ഞാൻ കുമരകത്തു പോയപ്പോൾ പതിനായിരക്കണക്കിനുവരുന്ന എരണ്ടക്കൂട്ടങ്ങളെ കണ്ടു. വേമ്പനാട്ടു കായലിൽ എരണ്ടക്കൂട്ടങ്ങൾ വിശ്രമിക്കുകയായിരുന്നു. ഞങ്ങൾ ഒരു ചെറുവള്ളത്തിൽ കയറി അതിനടുത്തേക്ക് പോയപ്പോൾ ഒരു പക്ഷിഗോളംപോലെ എരണ്ടകൾ ഞങ്ങൾക്കുചുറ്റും വട്ടമിട്ടുപറന്നു. അവയിൽ നല്ലൊരുഭാഗവും വാലൻ എരണ്ടകളായിരുന്നു. ജലസസ്യങ്ങളാണ് എരണ്ടകളുടെ സാധാരണ ആഹാരം. അപൂർവ്വമായി ഇവ ജലജീവികളെയും ആഹരിക്കാറുണ്ട്.

29

അരിപ്രാവും ഓമനപ്രാവും

പക്ഷികളെത്തേടിയുള്ള ഓരോ യാത്രയും പുതിയ അനുഭവവും അനുഭൂതിയുമാണ് നമ്മിൽ കോരിനിറയ്ക്കുക. പ്രത്യേകിച്ചും അറിയപ്പെടാത്ത സ്ഥലങ്ങളിലൂടെയുള്ള സഞ്ചാരം കൂടുതൽ ആനന്ദകരമായിരിക്കും. മുമ്പു കണ്ടിട്ടില്ലാത്ത ഒരു പക്ഷിയെ അപ്രതീക്ഷിതമായി കാണുമ്പോഴുള്ള ആനന്ദവും പറഞ്ഞറിയിക്കാനാവില്ല. ഒരിക്കൽ ഞങ്ങൾ വാനമ്പാടിയുടെ കൂട് തേടി തമിഴ്നാട്ടിലെ ഒരു ഉൾഗ്രാമത്തിൽ അലയുകയായിരുന്നു. അവിടവിടെയായി ഒറ്റപ്പെട്ട ബാബുൾ മരങ്ങൾ മാത്രമെ ഉണ്ടായിരുന്നുള്ളൂ. നോക്കെത്താദൂരത്തോളം വിജനമായ അർദ്ധമരുഭൂപ്രദേശം. ആട്ടിടയന്മാർ ആടുകളെ മുമ്പെപ്പോഴോ മേച്ചുകൊണ്ടുപോയ പാടുകൾ നിലത്തുകാണാം. വാനമ്പാടിയുടെ കൂട് നേരത്തെ കണ്ടുവച്ചിരുന്നതാണെങ്കിലും വിജനമായ ഈ മരുഭൂപ്രദേശത്തുനിന്ന് അവയെ വീണ്ടും കണ്ടെടുക്കാൻ ഞങ്ങൾ പണിപ്പെട്ടു. ഒടുക്കം വാനമ്പാടിയുടെ കൂട് കണ്ടെത്തി.

വാനമ്പാടിയുടെ കൂടിനടുത്തായി വലിയപൊക്കത്തിലല്ലാതെ ഒരു മുൾമരം നിന്നിരുന്നു. നാലഞ്ചടിമാത്രം ഉയരമേ അതിനുണ്ടായിരുന്നുള്ളൂ. ആ മുൾച്ചെടിയിൽ കുറച്ചു കമ്പുകൾ വാലാകോലാ അടുക്കിവച്ചിരിക്കുന്നത് എന്റെ ശ്രദ്ധയിൽപ്പെട്ടു. അതിനടുത്തുചെന്നു നോക്കിയപ്പോൾ രണ്ടു വെള്ള മുട്ടകൾ! കൂട് പരിശോധിച്ചപ്പോൾ അത് അരിപ്രാവിന്റെ കൂടാണെന്ന് ബോധ്യപ്പെട്ടു. ക്യാമറയിൽ പകർത്താൻ വളരെ അനുയോജ്യമായ സ്ഥിതിയിലായിരുന്നു കൂടും മുട്ടയും. കിട്ടിയ അവസരം ഞങ്ങൾ പ്രയോജനപ്പെടുത്തുകതന്നെ ചെയ്തു. അരിപ്രാവിന്റെ കൂടിന്റെയും മുട്ടയുടെയും മനോഹരമായ ദൃശ്യങ്ങൾ അവിടെനിന്നു കിട്ടി. പരിസരത്ത് കൂടുതൽ പരിശോധനകൾ നടത്തിയപ്പോൾ മറ്റ് ചില കൂടുകളും കാണാൻ കഴിഞ്ഞു. എന്നാൽ അതൊക്കെ ഉയരമുള്ള ബാബുൾ മരങ്ങ

മാലപ്രാവ്

ളിലായിരുന്നു. അരിപ്രാവിന്റെ വരവിനായി ഞങ്ങൾ ആ എരിപൊരി വെയിലത്ത് കാത്തിരുന്നു. അരിപ്രാവ് ചുറ്റുവട്ടത്തു വന്നിരുന്നതല്ലാതെ കൂട്ടിൽ കയറാൻ കൂട്ടാക്കിയില്ല. അതുകൊണ്ടുതന്നെ അരിപ്രാവുകൾ മുട്ടയ്ക്കടയിരിക്കുന്ന ദൃശ്യം ലഭിച്ചില്ല. എന്നാൽ അരിപ്രാവിന്റെ ധാരാളം ദൃശ്യങ്ങളും മറ്റും ഞങ്ങൾക്ക് ലഭിച്ചു. Spotted Dove എന്ന് ഇംഗ്ലീഷു കാർ വിളിക്കുന്ന ഈ പ്രാവിന് മണിപ്രാവ്, ചങ്ങാലം, കുട്ടത്തിപ്രാവ്, ചക്കരക്കുട്ടപ്രാവ് എന്നീ പേരുകളുമുണ്ട്. കാണാനഴകുള്ള പ്രാവാണിത്. പുറവും ചിറകുകളുടെ മുൻപകുതിയും തവിട്ടുനിറം. ഇതിൽ ഇളം റോസ് നിറമുള്ള ധാരാളം വട്ടപ്പുള്ളികളുണ്ട്. തലയും കഴുത്തും ചുകപ്പുഛായ യുള്ള ചാരനിറമാണ്. പിൻകഴുത്തിലും പിറകിലുമായി കിടക്കുന്ന വീതി യുള്ള കറുത്ത പട്ടയിൽ നിറയെ വെള്ളപ്പുള്ളികളുള്ളതിനാൽ ഇവയെ ഒരിക്കലും തെറ്റുകയില്ല.

തമിഴ്നാട്ടിലൂടെയുള്ള യാത്രകളിൽ ഞങ്ങൾ അടുത്തു പരിചയ പ്പെട്ട മറ്റൊരു പക്ഷിയുണ്ട് – പൊട്ടൻ ചെങ്ങാലി. മാലപ്രാവെന്നും ഇതി നുപേരുണ്ട്. കൃഷിയിടങ്ങളിലാണ് പൊട്ടൻ ചെങ്ങാലിയെ കൂടുതലായി കണ്ടത്. കാപ്പിനിറമുള്ള ഇവയുടെ പിൻകഴുത്തിൽ കറുത്തവരയുണ്ടെന്ന് ഓർത്തുവച്ചാൽ മറ്റു പക്ഷികളുമായി തെറ്റുകയില്ല. തവിടൻ ചെങ്ങാലി യെന്ന മറ്റൊരിനം പ്രാവിന്റെ കൂടും മുട്ടയുമൊക്കെ കണ്ടതും തമിഴ്നാ ട്ടിൽ വച്ചാണ്. ഞങ്ങൾ വയൽക്കണ്ണൻ പക്ഷിയുടെ കൂട് തേടിപ്പോകു മ്പോൾ യാദൃച്ഛികമായാണ് തവിടൻ ചെങ്ങാലി കൂട്ടിലിരിക്കുന്നത് കണ്ടത്. ധാരാളം ബാബുൾ മരങ്ങൾ നിറഞ്ഞൊരു പ്രദേശത്തായിരുന്നു വയൽക്ക

ണ്ണന്റെ കൂട്. വയൽക്കണ്ണൻ നിലത്താണ് മുട്ടയിടുക. വയൽക്കണ്ണന്റെ കൂട് കണ്ടെത്തിക്കഴിഞ്ഞപ്പോൾ വെറുതെ അവിടെയുള്ള മരങ്ങളിൽ ഒന്നു പരിശോധിച്ചു. അപ്പോഴാണ് തവിടൻ ചെങ്ങാലിയുടെ കൂട് കാണാൻ കഴിഞ്ഞത്. പൊട്ടൻ ചെങ്ങാലിയെക്കാൾ ചെറിയ വാലാണിതിന്റേത്. നീല കലർന്ന ചാരനിറമുള്ള തലയും, പിങ്കും തവിട്ടും കലർന്ന ചുവപ്പുനിറമുള്ള ശരീരോപരിഭാഗവും, പിങ്ക്നിറത്തിലുള്ള അടിവശവുമാണിതിനുള്ളത്. തുറസ്സായ പ്രദേശങ്ങളിലാണിവയെ കൂടുതലായി കണ്ടുവരുന്നത്. Red Collared Dove എന്നാണിതിന്റെ ഇംഗ്ലീഷ് പേര്. തവിടൻ ചെങ്ങാലിയുടെ കുറച്ചു നല്ല ഷോട്ടുകൾ ഞങ്ങൾക്കവിടെനിന്നു ലഭിച്ചു.

ഓമനപ്രാവിന്റെ കൂടൊരുക്കവും മറ്റും ഞങ്ങൾക്ക് ലഭിച്ചത് തട്ടേക്കാട് പക്ഷിസങ്കേതത്തിൽ നിന്നാണ്. മാക്കാച്ചിക്കാടയുടെ ദൃശ്യങ്ങൾ പകർത്തിയശേഷം കാട്ടിനുള്ളിലൂടെ നടന്നുവരുമ്പോൾ ഓമനപ്രാവുകൾ നിലത്തുനിന്ന് ചുള്ളിക്കമ്പുകൾ കൊത്തിപ്പറക്കുന്നത് ശ്രദ്ധയിൽപ്പെട്ടു. കാട്ടിനുള്ളിൽ അവയുടെ കൂട് ഉണ്ടാകുമെന്ന് ഞങ്ങൾ ഉറപ്പിച്ചു. ആ ചുറ്റുവട്ടത്തുനിന്ന് വലിയ അലച്ചിൽകൂടാതെ തന്നെ ഓമനപ്രാവിന്റെ കൂട് കണ്ടെത്താൻ കഴിഞ്ഞു. ഓമനപ്രാവുകൾ കൂട് ഉണ്ടാക്കുന്നതിന്റെയും മുട്ടയ്ക്കടയിരിക്കുന്നതിന്റെയും നല്ല ദൃശ്യങ്ങൾ ലഭിക്കുകയും ചെയ്തു. മരക്കൊമ്പിൽ ചുള്ളിക്കമ്പുകൾ ചേർത്തുവച്ചാണ് ഓമനപ്രാവുകൾ കൂടൊരുക്കുന്നത്. മിക്കപ്പോഴും കാട്ടിൽ കഴിയാനിഷ്ടപ്പെടുന്ന പക്ഷിയാണിത്. ഈ പക്ഷിയുടെ ശരീരത്തിന്റെ മുകൾഭാഗം പച്ചയും പുറത്തും അരപ്പട്ടയിലും കറുപ്പും വെളുപ്പും കലർന്ന വരകളുമുണ്ട്. ആണിന്റെ മൂർദ്ധാവ് ചാരനിറവും തോളിൽ വെളുത്തപാടുമുണ്ട്. പലജാതി പച്ച പ്രാവുകളെയും ഞങ്ങൾ കാട്ടിനുള്ളിൽ കണ്ടു. തട്ടേക്കാട് വനംവകുപ്പിന്റെ ഗസ്റ്റ്ഹൗസിന് പിന്നിലുള്ള ഒരു മരത്തിൽ പച്ചപ്രാവുകൾ കൂട്ടമായി വന്നിരിക്കാറുണ്ട്. അമ്പലപ്രാവുകളെക്കുറിച്ചുള്ള എപ്പിസോഡും ഭേദപ്പെട്ടതായിരുന്നുവെന്നാണെന്റെ വിശ്വാസം. അതിനെക്കുറിച്ചു മുമ്പെഴുതിയിട്ടുള്ളതിനാൽ ഇവിടെ ആവർത്തിക്കുന്നില്ല.

30

ആൽക്കിളി

ആൽക്കിളിയെക്കുറിച്ച് ഓർക്കുമ്പോഴൊക്കെ മുഖത്തു ചായംതേച്ച കഥകളിക്കാരനെയാണ് എനിക്കോർമ്മവരുക. വിവിധ നിറത്തിലുള്ള ചായംപൂശിയ കഥകളിക്കാരൻ തന്റെ ആട്ടത്തിലൂടെയും ഭാവത്തിലൂടെയും നമ്മെ രസിപ്പിച്ചുകൊണ്ടേയിരിക്കും. കഥകളിയിൽ കമ്പമുള്ള ഒരാൾക്ക് കഥകളികാണാൻ അവസരം ലഭിക്കുംപോലെയാണ് പക്ഷിപ്രിയർക്ക് ആൽക്കിളിയെ ഒന്നടുത്തു കാണാൻ കഴിയുന്നത്. കടുംപച്ച, ഇളംപച്ച, കടുംചുവപ്പ്, മഞ്ഞ, ഇളംമഞ്ഞ, കറുപ്പ് തുടങ്ങിയ ചായങ്ങൾ മുഖത്തുതേച്ചാണ് ആൽക്കിളിയുടെ നടപ്പ്. ആൽക്കിളിയെ വളരെ അടുത്തുനിരീക്ഷിക്കാൻ അവസരം ലഭിച്ചത് തമിഴ്നാട്ടിലെ കൂന്തംകുളം പക്ഷിസങ്കേതത്തിൽ വച്ചാണ്.

കൂന്തംകുളം ഗ്രാമത്തിൽ ആൾത്താമസമില്ലാത്ത ഒരു വീടുണ്ടായിരുന്നു. വർഷങ്ങളായി അവിടെ ആരും താമസമില്ല. ഗ്രാമത്തിൽ നിന്ന് അവർ പട്ടണത്തിലേക്ക് കുടിയേറിയത്രെ. ഇത്തരത്തിലുള്ള കുടിയേറ്റങ്ങൾ തമിഴ്നാട്ടിൽ സർവ്വസാധാരണമാവുകയാണ്. ആൾക്കാർ ഒഴിഞ്ഞുപോയ വീട്ടുമുറ്റത്ത് തേൻകിളികൾ കൂടൊരുക്കുന്നുവെന്ന വിവരം ലഭിച്ചാണവിടെയെത്തിയത്. പ്രതീക്ഷിച്ചതുപോലെ തേൻകിളികൾ തകൃതിയായി കൂടൊരുക്കത്തിലാണ്. ഞങ്ങൾ വീടിന്റെ ഒരു മൂലയിൽ പമ്മിയിരുന്ന് തേൻകിളികളുടെ വരവും പോക്കും കൂടുനെയ്യലുമൊക്കെ ക്യാമറയിൽ പകർത്തുകയാണ്. ഞാൻ വെറുതെ ചുറ്റുപാടുമൊന്നു കണ്ണോടിച്ചപ്പോൾ ഞങ്ങളുടെ തലയ്ക്കുമുകളിലായി ഒരു മുരിങ്ങക്കൊമ്പ് ഒടിഞ്ഞുകിടക്കുന്നതു കണ്ടു. അതിൽ ഒരു ദ്വാരം വ്യക്തമായി കാണാം. ഏതെങ്കിലും ഒരു പക്ഷിയുടെ കൂടാവുമതെന്ന് ഞാനുറപ്പിച്ചു. എങ്കിലും ഞങ്ങളുടെ ശ്രദ്ധ മുഴുവൻ തേൻകുരുവികളിലായിരുന്നു. പെട്ടെന്ന് തൊട്ടടുത്തുള്ള പേരമരത്തിൽ ഒരു കിളിയനക്കം. വായ് നിറയെ മഞ്ഞ നിറത്തിലുള്ള ഏതോ പഴമോ പൂവോ മറ്റോ കൊത്തി ഒരു ആൽക്കിളി അതിൽ വന്നിരിക്കുന്നു! വളരെ മനോഹരമായ ദൃശ്യം. കാഴ്ചയുടെ ഉത്സവം എന്നൊക്കെ വിശേഷിപ്പിക്കാറില്ലേ. ആൽക്കിളികൾക്ക് ചേരുന്ന വിശേഷണമാണിത്.

തേൻകുരുവിയെ ഉപേക്ഷിച്ച് ആൽക്കിളിയിലേക്ക് ക്യാമറ ഫോക്കസ് ചെയ്യാൻ ഞാൻ നിർദ്ദേശിച്ചു. ആൽക്കിളി പേരയിൽനിന്ന്

പാറിപ്പറന്ന് മുരിങ്ങക്കൊമ്പിനു തൊട്ടടുത്തുള്ള ഒരു മരത്തിൽ വന്നിരുന്ന് ചുറ്റുംനോക്കി. ഞങ്ങളൊരു ചെറുചലനംപോലും ഉണ്ടാക്കാതെ ശ്വാസമടക്കിയിരുന്നു. സുരക്ഷിതമെന്ന് അതിനു തോന്നിയതുകൊണ്ടാവും മുരിങ്ങക്കൊമ്പിൽ വന്നിരുന്ന് ഒരു കൊമ്പിൽനിന്ന് മറ്റൊരു കൊമ്പിലേക്ക് ചാടി കൂട്ടിനരികിൽ എത്തി. എന്നിട്ട് ചുറ്റുമൊന്ന് കണ്ണോടിച്ചിട്ട് കൂട്ടിനുള്ളിലേക്ക് കയറി. കുറച്ചു നിമിഷങ്ങൾക്കുശേഷം ആൽക്കിളി തല പുറത്തേക്കിട്ട് ചുറ്റുപാടും നോക്കി. മുരിങ്ങക്കൊമ്പിനുള്ളിലിരുന്ന് തന്റെ ചായംതേച്ച മുഖം പുറത്തേക്ക് നീട്ടിയപ്പോൾ എന്തഴകായിരുന്നുവെന്നോ? കൂട്ടിനുള്ളിൽ ആൽക്കിളിയുടെ കുഞ്ഞുങ്ങൾ ഉണ്ടാകുമെന്നുറപ്പായി. ഇനി പലവുരു തീറ്റയുമായി ആൽക്കിളി വരാതിരിക്കില്ല. മനസ്സ് വല്ലാതെ കുളിർത്തു. കൂട്ടിൽനിന്നത് പുറത്തേക്ക് പറന്നുപോയി. തീറ്റയുമായി വീണ്ടും മടങ്ങിവരുന്നതുവരെ ഞങ്ങളുടെ നോട്ടം തേൻകുരുവികളിലായി. തേൻകുരുവി പിടയും പൂവനും സംയുക്തമായാണ് കൂടുനെയ്യുന്നത്. പൂവന്റെ മയിൽപ്പീലി തിളക്കം ഒന്നു കാണേണ്ടതുതന്നെ. പിടയ്ക്ക് ശോഭ കുറവാണ്. തേൻകുരുവി പൂവൻ തന്റെ ചിറക് തുരുതുരെ വിറപ്പിച്ച് അന്തരീക്ഷത്തിൽ കാറ്റുചവുട്ടി നിൽക്കുന്ന മനോഹരദൃശ്യം ഞങ്ങൾക്ക് ലഭിച്ചു. ഞങ്ങൾ പ്രതീക്ഷിച്ചതുപോലെ ആൽക്കിളി വീണ്ടും തീറ്റയുമായി എത്തി. ഒരു മണിക്കൂറിനുള്ളിൽ മൂന്നാലുപ്രാവശ്യം അതിന്റെ വരവും പോക്കും ഞങ്ങൾക്ക് ചിത്രീകരിക്കാനായി.

Crimson Throughted Barbet എന്നാണ് ആൽക്കിളിയുടെ ഇംഗ്ലീഷ് പേര്. ഇവയുടെ ശബ്ദം ചെമ്പുപാത്രത്തിൽ ചുറ്റികകൊണ്ട് അടിക്കുന്നതുപോലിരിക്കും. ആൽക്കിളിയുടെ ബന്ധുവാണ് ചെമ്പുകൊട്ടി (Crimson Breasted Barbet). കൂടെക്കൂടെ ശബ്ദമുതിർക്കുന്ന പക്ഷിയാണിത്. എന്നാൽ ഈ ശബ്ദം വളരെ അകലെയെവിടെനിന്നോ കേൾക്കുംപോലെ ചിലപ്പോൾ തോന്നിയേക്കും. അതുകൊണ്ട് ശബ്ദംകേട്ട് പക്ഷിയെ കണ്ടെത്തുക അത്ര എളുപ്പമല്ല. തലചെരിച്ചും ശബ്ദം കുറുക്കിയും മറ്റും പുറപ്പെടുവിക്കുന്നതുകൊണ്ടാണ് പല ഭാഗത്തുനിന്നായി ശബ്ദം കേൾക്കുന്നതായി തോന്നിക്കുന്നത്. മാർച്ച്–ഏപ്രിൽ മാസങ്ങളിലാണിവയുടെ കൂടൊരുക്കം. ഒരു കൂട്ടിൽ സാധാരണ മൂന്നു മുട്ടകളാണുണ്ടാവുക. മുട്ടവിരിഞ്ഞ് പുറത്തുവരുന്ന കുഞ്ഞുങ്ങൾക്ക് അച്ഛനമ്മമാരുടെ നിറസൗകുമാര്യം ഉണ്ടായിരിക്കില്ല. വളർച്ച പൂർത്തിയാകുന്നതോടെ കുഞ്ഞുങ്ങളും അച്ഛനമ്മമാരെപ്പോലെയായിത്തീരും.

31

മൈനകൾ

ക്ലാക്ലാ... ക്ലിക്ലി... ക്ലൂക്ലൂ... സുരേഷ് തിരിഞ്ഞുനോക്കി. അതാ മുറ്റത്തൊരു മൈന. പള്ളിക്കൂടത്തിൽ കുട്ടിക്കാലത്തു പഠിച്ച ഒരു പാഠഭാഗം തുടങ്ങുന്നതിങ്ങനെയാണ്. നമ്മുടെ വീട്ടുവളപ്പിലും നാട്ടിൻപുറങ്ങളിലും സാധാരണ കണ്ടുവരുന്ന പക്ഷികളാണ് മൈനകൾ. മൈനകൾതന്നെ പല ജാതികളുണ്ട്. നാട്ടുമൈന, കിന്നരിമൈന എന്നീ ഇനങ്ങളെയാണ് നാട്ടിൻപുറങ്ങളിൽ കണ്ടുവരുന്നത്. എല്ലാവർക്കും സുപരിചിതം നാട്ടുമൈനതന്നെ. നാട്ടുമൈനക്ക് ആകെപ്പാടെ കാപ്പിനിറമാണ്. തല കറുത്തതാണ്. കണ്ണിനുചുറ്റും മഞ്ഞപ്പട്ട കാണാം. ചിറകിൽ വെളുത്ത പാട് ഒളിപ്പിച്ചുവെച്ചിട്ടുണ്ട്. വാലറ്റത്തും വെളുപ്പുണ്ട്. എന്നാൽ കിന്നരിമൈനക്ക് നെറ്റിയിൽ ചെറിയ ശിഖയുണ്ട്. ചിറകിലെ പാടും വാലിനറ്റത്തെ വെളുപ്പും ഏറെക്കുറെ നാട്ടുമൈനയെപ്പോലെതന്നെ. എന്നാൽ കിന്നരിമൈനക്ക് കണ്ണിനുചുറ്റും മഞ്ഞ നിറമുണ്ടായിരിക്കില്ല. നാട്ടുമൈനയെപ്പോലെ അത്ര സാധാരണമാണ് കിന്നരിമൈനകളെന്നു പറയാനാവില്ല. എങ്കിലും വീട്ടുവളപ്പുകളിലും നാട്ടിൻപുറങ്ങളിലും ഇവയെ കാണാം. കാട്ടുമൈനകളെ പേരു സൂചിപ്പിക്കുംപോലെ കാനനപ്രദേശങ്ങളിലാണ് കണ്ടുവരുന്നത്. ചാലക്കുടി പുഴയോരവനക്കാടുകളിൽ കാട്ടുമൈനകളെ ധാരാളമായി ഞാൻ കണ്ടിട്ടുണ്ട്. പാണ്ടൻ വേഴാമ്പലിനെ വാഴിച്ചാൽ ഭാഗത്തുനിന്ന് ക്യാമറയിൽ പകർത്തുമ്പോൾ ഞങ്ങളുടെ തൊട്ടരികിലുള്ള മരങ്ങളിൽ കാട്ടുമൈനകളുടെ ഒരു ചെറുസംഘം വന്നിരിപ്പുണ്ടായിരുന്നു. ഇവയുടെ കണ്ണിനു താഴെയും പിടലിയിലും മഞ്ഞനിറമുള്ള നഗ്നചർമ്മമുണ്ട്. കൊക്ക് വലുതും ഓറഞ്ചു കലർന്ന മഞ്ഞനിറത്തിലുള്ളതുമാണ്. ചിറകിൽ വെളുത്തപാടുണ്ട്. കറുപ്പും മഞ്ഞയും കലർന്ന മനോഹരപക്ഷിയാണിത്.

ഞങ്ങളുടെ ശ്രദ്ധമുഴുവൻ പാണ്ടൻ വേഴാമ്പലിന്റെ കൂട്ടിലായിരു

ബ്രാഹ്മിണി മൈന

ന്നതിനാൽ കാട്ടുമൈനകളുടെ നല്ല ദൃശ്യങ്ങൾ കിട്ടുമായിരുന്നുവെങ്കിലും അതെടുക്കാൻ തുനിഞ്ഞില്ല. എങ്കിലും ഇടവേളകളിൽ കുറച്ചു ദൃശ്യങ്ങൾ പകർത്താനായി എന്നതും വിസ്മരിക്കുന്നില്ല. കരിന്തലച്ചിക്കാളി എന്നു വിളിക്കുന്ന ബ്രാഹ്മണി മൈനയേയും ചെങ്കണ്ണൻ മൈനയെന്നു പേരിട്ടിട്ടുള്ള ബാങ്ക് മൈനയേയും പരിചയപ്പെട്ടത് തമിഴ്നാട്ടിലെ ഒരുൾപ്രദേശത്തു നിന്നാണ്. ഞങ്ങൾ അതുവഴി യാത്രചെയ്യുമ്പോൾ ഒരു ബാബുൾ മരത്തിലിരുന്ന് കുറേ പക്ഷികൾ ചിലയ്ക്കുന്നതുകേട്ടു. ഞങ്ങളവിടെ വണ്ടിനിർത്തി പരിശോധിക്കുമ്പോൾ കരിന്തലച്ചിക്കാളികളുടെയും ചെങ്കണ്ണൻ മൈനകളുടെയും ഒരുസംഘം ഇരിക്കുന്നതു കണ്ടു. ചാരത്തലക്കാളി എന്നുവിളിക്കുന്ന മൈനകളും കൂട്ടത്തിലുണ്ടായിരുന്നു. കരിന്തലച്ചിക്കാളിയുടെ തല കറുപ്പാണ്. തലയുടെയും ശരീരത്തിന്റെയും അടിവശം ചെമ്പിച്ച ഓറഞ്ച് നിറമാണ്. ചെങ്കണ്ണൻ മൈനയുടെ കണ്ണിന് ചുറ്റും ഓറഞ്ചുകലർന്ന മഞ്ഞനിറം. നെറ്റിയിൽ ഒരു ചെറിയ ശാഖയുമുണ്ട്. പുള്ളിക്കാളിക്കിളി, ചാരത്തലക്കാളി, റോസ്മൈന, കാളിക്കിളി തുടങ്ങിയ മൈനജാതിക്കാരെയും ദക്ഷിണേന്ത്യയിൽ കാണാൻകഴിയും.

32

കാടുമുഴക്കി

കാടുമുഴക്കി പക്ഷികൾ വല്ലപ്പോഴുമൊക്കെ ഞങ്ങളുടെ വീട്ടുവളപ്പിലും എത്താറുണ്ട്. കാടിനെ സദാ ശബ്ദമുഖരിതമാക്കുന്ന പക്ഷിയായതിനാലാവണം ഇതിനെ കാടുമുഴക്കിയെന്നു വിളിക്കാൻ കാരണം. കാടുമുഴക്കിയുടെ ശബ്ദം കേട്ടിരിക്കുക രസമാണ്. മണിനാദത്തിന്റെ മാന്ത്രികസ്പർശം നമുക്കതിലനുഭവിക്കാം. ധ്യാനാത്മകമായി കാടുമുഴക്കിയുടെ ശബ്ദം ശ്രവിച്ചാൽ സുഷുമ്നനാഡിയിൽ സുഖദമായൊരു തരിപ്പനുഭവപ്പെടും. ധ്യാനത്തിന്റെ ഉച്ചസ്ഥായിയിൽ അനുഭവിക്കുന്ന അപാരതയുടെ സംഗീതംതന്നെ! കാടുമുഴക്കിയുടെ കൂട് ഞാനാദ്യമായി കാണുന്നത് തെന്മല കാടുകളിൽ വച്ചാണ്. ഒരു ഏപ്രിൽ മാസത്തിലായിരുന്നുവെന്നാണെന്റെ ഓർമ്മ. വേനൽമഴയിൽ കാടൊക്കെ തളിർത്തു നിൽക്കുന്ന കാലമായിരുന്നു. ഒരു വലിയ മരത്തിന്റെ താണകൊമ്പിലായിരുന്നു കാടുമുഴക്കിയുടെ കൂട്. പക്ഷി കൂട്ടിൽ വന്നുംപോയും ഇരിക്കുന്നത് കുറച്ചുനേരം നോക്കിയിരുന്നു. പേന പ്രചാരത്തിലാവുന്നതിനുമുമ്പ് എഴുതാനുപയോഗിച്ചിരുന്ന 'തൂവൽപേന'യെ അനുസ്മരിപ്പിക്കും വിധമാണ് കാടുമുഴക്കിയുടെ വാൽ. കമ്പിവാലിനറ്റത്ത് ഒരു ബ്രഷ് ഘടിപ്പിച്ചിരിക്കുന്നു. വായുവിൽ തന്റെ പേനാവാലുകൾകൊണ്ട് വിവിധതരത്തിലുള്ള ചിത്രങ്ങൾ വരച്ചുകൊണ്ടാണിവയുടെ പറക്കൽ. പ്രത്യേകിച്ചും പ്രാണികളെയും മറ്റും റാഞ്ചിപ്പിടിക്കുന്നത് കാണാൻ നല്ല ഭംഗിയാണ്. അന്തരീക്ഷത്തിൽ എത്ര വിദഗ്ധമായാണിവ ചിത്രങ്ങൾ കോറിയിടുന്നത്.

പക്ഷികളെക്കുറിച്ച് ഓരോരോ കഥകൾ മിനഞ്ഞെടുത്ത നമ്മുടെ പൂർവ്വികർ കാടുമുഴക്കികളെക്കുറിച്ചു വല്ല കഥകളും പറഞ്ഞു പരത്തിയിട്ടുണ്ടോ എന്നെനിക്കറിയില്ല. എന്തായാലും ഈ കാടുമുഴക്കി പക്ഷികൾ പൂർവ്വജന്മം ഒരു ചിത്രകാരനായിരുന്നുവെന്ന് വിശ്വസിക്കാനാണെനിക്കിഷ്ടം. ഒരുപക്ഷെ ഇവയുടെ പാട്ടുകേട്ടിട്ടുള്ളവർ ഇതിനോട് വിയോ

കാക്കത്തമ്പുരാട്ടി കൂട്

ജിച്ചേക്കാം. കാടുമുഴക്കിയെ ഒരു ഗാനഗന്ധർവ്വനായി സങ്കല്പിക്കാനാവും അവർക്കിഷ്ടം. എല്ലാവർക്കും കഥകൾ മെനഞ്ഞെടുക്കാനുള്ള സ്വാതന്ത്ര്യത്തെ ഞാനംഗീകരിക്കുന്നു. പക്ഷെ കഥയെ കഥയായി മാത്രം നമുക്കുൾക്കൊള്ളാം. അതിനെ യാഥാർത്ഥ്യവുമായി കൂട്ടിക്കലർത്താതിരിക്കാം. Racket-Tailed Drongo എന്നാണ് കാടുമുഴക്കിയുടെ ഇംഗ്ലീഷ്പേർ. Dicrurus Paradiseus എന്ന് ശാസ്ത്രീയനാമം. ആനറാഞ്ചി പക്ഷികളുടെ കുലത്തിലെ ഏറ്റവും വലിയ പക്ഷിയാണിത്.

മിക്കപ്പോഴും അടിക്കാടുകളെ ചുറ്റിപ്പറ്റിയാണിവയുടെ ജീവിതം. എങ്കിലും വല്ലപ്പോഴും നാടുകാണാനും ഇവ ഇറങ്ങാറുണ്ട്. മറ്റ് പക്ഷികളുടെയും ചില മൃഗങ്ങളുടെയും ശബ്ദം അനുകരിക്കാൻ കഴിവുള്ള പക്ഷികളാണ് കാടുമുഴക്കികളെന്ന് പക്ഷിനിരീക്ഷകർ കണ്ടെത്തിയിട്ടുണ്ട്. ശത്രുക്കൾക്കെതിരെ ധീരമായി പോരാടാൻ കഴിവുള്ള പക്ഷികളാണ് കാടുമുഴക്കികൾ. ഈ പ്രത്യേകത മറ്റ് പക്ഷികൾ തിരിച്ചറിഞ്ഞതിനാലാവാം കാടുമുഴക്കികൾ കൂടൊരുക്കുന്നതിന് സമീപത്ത് സാധുപക്ഷികൾ വന്ന് കൂടൊരുക്കാറുള്ളത്. ശക്തനോടു ചേർന്നു നിൽക്കുമ്പോൾ ലഭിക്കുന്ന സുരക്ഷിതത്വം ഈ പക്ഷികൾ അനുഭവിക്കുന്നുണ്ടാകാം. മഞ്ഞക്കിളി, അരിപ്രാവ്, പൂത്താങ്കിരി തുടങ്ങിയ പക്ഷികൾ ഇങ്ങനെ കാടുമുഴക്കിയുടെ കൂടിനരികിൽ കൂടുകെട്ടുന്ന പക്ഷികളാണ്. ആനറാഞ്ചി (Black Drongo), കാക്കത്തമ്പുരാൻ (Grey Drongo), കാക്കരാജൻ (White Bellied Drongo), ലളിത കാക്ക (Bronzed Drongo) എന്നിവ കാടുമുഴക്കിയുടെ ബന്ധുക്കളാണ്. ആനറാഞ്ചി പക്ഷികൾ കൂന്തംകുളം പക്ഷിസങ്കേതത്തിന് സമീപത്ത് ധാരാളം കൂടൊരുക്കാറുണ്ട്. ഒരിക്കൽ ഞാനവിടെ ചെല്ലുമ്പോൾ ആനറാഞ്ചിയുടെ മൂന്ന് കൂടുകൾ കണ്ടു. ഉയർന്ന മരത്തിന്റെ ശിഖരത്തിലായിരുന്നു കൂട്. ഒരുവിധം അവയുടെ കൂടുകൾ ക്യാമറയിൽ പകർത്താനും കഴിഞ്ഞു. കാക്കത്തമ്പുരാട്ടി കറുത്ത മണവാട്ടി കൂടെവിടെയെന്നു കവി പാടിയത് ആ പക്ഷികളെ നമ്മുടെ കവികളും ശ്രദ്ധിക്കുന്നുവെന്നതിന്റെ തെളിവാണ്.

33

കോഴിക്കാട

തമിഴ്നാടിന്റെ ഉൾപ്രദേശങ്ങളിലൂടെയുള്ള യാത്രകളിൽ വളരെ സുലഭമായി കോഴിക്കാടകളെ കാണാം. എന്നാൽ നാണം കുണുങ്ങിയായ ഈ പക്ഷി നമ്മുടെ കൺവെട്ടത്തുനിന്ന് വേഗം ഓടിയൊളിച്ചുകളയും. പല യാത്രകളിലും കോഴിക്കാടകൾക്ക് പിന്നാലെ അലയുക എന്റെ സ്ഥിരം ശീലമായി മാറിയിരുന്നു. വഴിയരികിൽ കോഴിക്കാട തള്ളയും പൂവനും കുഞ്ഞുങ്ങളും തീറ്റതേടുന്നതു കണ്ടാവും നമ്മൾ വണ്ടി നിർത്തുക. നിമിഷനേരം കൊണ്ടവ കുറ്റിക്കാട്ടിനുള്ളിലേക്ക് മറയും. മഷി യിട്ടുനോക്കിയാൽപോലും കോഴിക്കാടകളെ അവിടെയെങ്ങും കാണാ നാവില്ല. സമർത്ഥമായി നമ്മളെ കബളിപ്പിക്കാൻ കഴിവുള്ള പക്ഷികളാ ണിത്. ഇവയുടെ നിറം ഏതാണ്ട് ഉണക്ക ഇലയോടും മറ്റും സാമ്യമുള്ള തിനാൽ നിലത്തമർന്നാൽ പിന്നെ കണ്ടെത്തുക ബുദ്ധിമുട്ടുതന്നെ. കോഴി ക്കാടകളെ കാണുമ്പോഴൊക്കെ ഞാൻ സൂഫിവര്യനായിരുന്ന ഫരിദു

ദ്ദീൻ അത്താറിനെ ഓർക്കും. ഇറാനിലെ നാഷാപൂരിൽ പന്ത്രണ്ടാം നൂറ്റാണ്ടിൽ (1142–1220) ജീവിച്ചിരുന്ന മഹാനായ സൂഫിവര്യനായിരുന്നു അത്താർ.

പേർഷ്യൻ സാഹിത്യത്തിലെ ക്ലാസിക്കുകളായ ധാരാളം കൃതികൾ ഇദ്ദേഹത്തിന്റേതായുണ്ട്. നൂറിലധികം കൃതികൾ ഫരിദുദ്ദീൻ അത്താർ രചിച്ചെങ്കിലും മുപ്പതോളം എണ്ണം മാത്രമെ കണ്ടെടുക്കാനായിട്ടുള്ളൂ. ഇതിൽ ഏറെ പ്രശസ്തമായ കൃതിയാണ് *പക്ഷികളുടെ സമ്മേളനം* (The Conference of Birds). ഇറാനിയൻ മിഥോളജിയിലെ നിഗൂഢപക്ഷിയായ സിമൂർഗിനെത്തേടി ലോകമെമ്പാടുമുള്ള പക്ഷികൾ നടത്തുന്ന സാഹസികയാത്രയാണിത്. ഈ യാത്ര ഒടുവിൽ ആത്മാന്വേഷണമായിമാറുന്നു. സൂഫിസത്തിന്റെ ഔന്നത്യത്തിലേക്കുള്ള പാതയാണ് ഈ അന്വേഷണത്തിലൂടെ തുറക്കപ്പെടുന്നത്. *പക്ഷികളുടെ സമ്മേളന*ത്തിൽ മുഖ്യമായി പരാമർശിക്കപ്പെടുന്നത് ഉപ്പൂപ്പൻ പക്ഷിയെയാണെങ്കിലും കോഴിക്കാടകൾക്കും അതിന്റേതായ പ്രാധാന്യം ഈ കൃതിയിൽ നൽകിയിട്ടുണ്ട്. പുരാതനകാലത്തുതന്നെ കോഴിക്കാടകളെ മനുഷ്യർ ശ്രദ്ധിച്ചിരുന്നുവെന്നതിന്റെ തെളിവാണിത്. കോഴിക്കാടകളെ ഉപയോഗിച്ച് പോരു നടത്തുന്നത് ഉത്തരേന്ത്യൻ സംസ്ഥാനങ്ങളിലെ ഗ്രാമീണരുടെ വിനോദമായിരുന്നു. കോഴിപ്പോരുപോലെ കോഴിക്കാടകളുടെ പോരു കാണാനും ആളുകൾക്ക് വലിയ ഉത്സാഹമായിരുന്നു. അപൂർവ്വമായി ചില ഗ്രാമങ്ങളിൽ ഇപ്പോഴും കോഴിക്കാടപ്പോര് നടക്കാറുണ്ട്. മനുഷ്യരുമായി വളരെ ഇണങ്ങുന്ന പക്ഷിയാണിതെന്ന് കോഴിപ്പോരുകാരുടെ പക്കൽ ഈ പക്ഷികളുള്ളപ്പോൾ നമുക്ക് ബോധ്യപ്പെടും. തങ്ങളുടെ യജമാനനു പിന്നിലെ അനുസരണയുള്ള ഒരു കുട്ടിയെപ്പോലെ കോഴിക്കാടകൾ നടന്നുപോകുന്നതു കാണാം. പലജാതി കോഴിക്കാടകളുണ്ട്. ഇതിൽ ചാരനിറത്തിലുള്ള കോഴിക്കാടകളെയാണ് പോരിന് ഉപയോഗിക്കുന്നത്. കറുപ്പ്, ചെമ്പൻ എന്നീ കോഴിക്കാടകൾ ചാരക്കോഴിക്കാടകളോളം സാധാരണമല്ല. കേരളത്തിൽ കോഴിക്കാടകളെ കണ്ടെത്തുക വളരെ ബുദ്ധിമുട്ടാണ്. ഇവിടുത്തെ മഴക്കാടുകളോട് കോഴിക്കാടകൾക്കത്ര മമതയില്ല. ചെറുകുറ്റിക്കാടുകൾ നിറഞ്ഞ വരണ്ട പ്രദേശങ്ങളോടാണിവയ്ക്ക് പ്രിയം. അതുകൊണ്ടുതന്നെ തമിഴ്നാട്ടിൽ സുലഭമായി കോഴിക്കാടകളെ കാണാൻ കഴിയും. ചാരനിറക്കാരായ കോഴിക്കാടകളെ ഇംഗ്ലീഷിൽ Grey Partridge എന്നാണ് വിളിക്കുന്നത്. പിടക്കോഴിയോളം വലിപ്പമുള്ള ഈ പക്ഷികൾക്ക് ഏതാണ്ട് ചെമ്പിച്ച നിറമാണ്. സാധാരണ കോഴികളെ അപേക്ഷിച്ച് കുറിയ വാലുകളാണിവയുടേത്. നിലത്തുകൂടി ഓടാനും പ്രാഞ്ചി പറക്കാനും ഇവയ്ക്കു കഴിയും. എന്നാൽ വളരെദൂരം ആകാശത്തുകൂടി പറക്കാനുള്ള കഴിവ് കോഴിക്കാടകൾക്കില്ല. എല്ലാ കാലത്തും മുട്ടയിട്ട് കുഞ്ഞുങ്ങളെ വിരിയിക്കുന്ന പക്ഷികളാണ് കോഴിക്കാടകൾ. പുൽവിത്തുകളും കൃമികീടങ്ങളുമാണിവയുടെ ആഹാരം.

34

ചുട്ടിയാറ്റ

മുനിയ വർഗ്ഗത്തിൽപ്പെട്ട പക്ഷിയാണ് ചുട്ടിയാറ്റ. കുങ്കുമക്കുരുവിയും ചുട്ടിയാറ്റകളുമാണ് ഈ വർഗ്ഗക്കാരിൽ ഏറ്റവും സുന്ദരന്മാരും സുന്ദരികളുമെന്നാണെന്റെ വിചാരം. ചുട്ടിയാറ്റകളെ കണ്ടാൽ ആരുമൊന്നു നോക്കിപ്പോകും. തൊണ്ടയിലും മാറിടത്തിനു മുകളിലും ചെങ്കൽ നിറമുള്ള പക്ഷിയാണിത്. ശരീരത്തിനടിഭാഗം വെളുത്ത ചെതുമ്പലുകൾപോലെ തോന്നും. വെളുത്ത തൂവലുകളുടെ അരികുകളിൽ കറുപ്പുനിറമുള്ളതിനാലാണ് ചെതുമ്പലുകൾപോലെ നമുക്ക് തോന്നുന്നത്. ഇവയുടെ കുഞ്ഞുങ്ങൾക്ക് എന്നാൽ മുതിർന്ന പക്ഷികളുടെ ഭംഗി ഉണ്ടാവില്ല. കുഞ്ഞുങ്ങളുടെ മുകൾവശം കാപ്പിനിറവും അടിവശം ഇളം മഞ്ഞ

നിറവുമാണ്. കൊക്ക് കറുത്തതാണ്. ഒരിക്കൽ ഞങ്ങൾ തമിഴ്നാട്ടിലെ തിരുനെൽവേലി ജില്ലയിൽപ്പെട്ട ഒരുൾനാടൻ ഗ്രാമത്തിലൂടെ സഞ്ചരിക്കുകയായിരുന്നു. വിസ്തൃതമായ ഒരു ജലാശയത്തിനരികിൽ ഒന്നു വിശ്രമിക്കാനായി വണ്ടി നിർത്തിയതാണ്. പാതയോരത്ത് ഒരു കിളിയനക്കം ശ്രദ്ധയിൽപ്പെട്ടു. സൂക്ഷിച്ചുനോക്കിയപ്പോൾ നമ്മുടെ ചുട്ടിയാറ്റ തന്നെ. പാതയോരത്ത് വള്ളിപ്പടർപ്പുകളുള്ള ഒരു മരത്തിൽനിന്ന് ഉണങ്ങിയ വള്ളികളും ചെറുചുള്ളികളും കൊത്തിയെടുക്കുന്ന തിര

ക്കിലായിരുന്നു പക്ഷി. ചുട്ടിയാറ്റകൾ കൂടൊരുക്കുന്ന കാലമാണ്. ഇവിടെ അരികിലെവിടെയോ ചുട്ടിയാറ്റകൾ കൂടൊരുക്കുന്നുണ്ടാവണം. എന്നാൽ വളരെ താഴ്ചയിൽ വിസ്തൃതമായി കിടക്കുന്ന പാടശേഖരത്തിറങ്ങി കൂട ന്വേഷിക്കുക അപ്പോൾ പ്രായോഗികമായിരുന്നില്ല. അതുകൊണ്ട് ചുട്ടി യാറ്റകളുടെ സൗന്ദര്യം കണ്ടിരിക്കാമെന്ന് തീരുമാനിച്ചു. ക്യാമറ റെഡി യായി. ക്യാമറ കണ്ടിട്ടൊന്നും ചുട്ടിയാറ്റയ്ക്ക് ഒരു കൂസലുമില്ല. നന്നാ യൊന്ന് അഭിനയിക്കാൻ തന്നെയുള്ള പുറപ്പാടാണത്. ചിറകുകുടഞ്ഞും മേനിവിറപ്പിച്ചും തങ്ങളുടെ സൗന്ദര്യം മുഴുവൻ ചുട്ടിയാറ്റകൾ പുറത്തു കാട്ടാൻ തുടങ്ങി. വള്ളിപ്പടർപ്പുകളിൽനിന്ന് വളരെ പ്രയാസപ്പെട്ട് കൊമ്പു കൾ മുറിച്ചെടുക്കുന്നത് കൗതുകപൂർവ്വം ഞങ്ങൾ നോക്കിയിരുന്നു. കൂടെ ക്കൂടെ ഒടിച്ച ചുള്ളിക്കമ്പുകളുമായി ചുട്ടിയാറ്റ വൃക്ഷപ്പടർപ്പുകൾക്കുള്ളി ലേക്ക് മറഞ്ഞു. ഏതാനും നിമിഷങ്ങൾക്കുള്ളിൽ മടങ്ങിവന്ന് വീണ്ടും ചുള്ളിയൊടിക്കാനുള്ള ശ്രമം തുടങ്ങി. ഒരു മണിക്കൂറോളം ചുട്ടിയാറ്റക ളുടെ വരവും പോക്കും ഞങ്ങളവിടെ നോക്കിയിരുന്നു. പെരുംകുളത്തേക്ക് ഞങ്ങൾക്കു പോകേണ്ടതുള്ളതിനാൽ കൂടുതൽ സമയം അവിടെ ചില വഴിക്കാനായില്ല.

ആ യാത്രകൾക്കിടയിൽ മുനിയവർഗ്ഗക്കാരായ ആറ്റുചെമ്പനെയും തോട്ടക്കാരൻപക്ഷിയേയും കാണാനായി. തമിഴ്നാട്ടിൽ മുനിയവർഗ്ഗക്കാ രായ പലജാതി പക്ഷികളെയും കാണാൻ കഴിയും. ചെറുകുറ്റിക്കാടും കൃഷിഫലങ്ങളുമുള്ള പ്രദേശങ്ങളിലാണ് ഈ വർഗ്ഗക്കാരായ പക്ഷികളെ കൂടുതലായി കാണപ്പെടുന്നത്.

35

കാട്ടുകോഴി

നമ്മുടെ ചുറ്റുപാടുകളിൽ മുമ്പ് കണ്ടിരുന്ന പല ജീവികളെയും ഇന്ന് കാണാതായിട്ടുണ്ട്. കെട്ടിടങ്ങളും റോഡുകളും വാഹനങ്ങളുമൊക്കെയായി കേരളം മുഴുവൻ ഒരു നഗരമായി വളർന്നതോടെ നമ്മുടെ സഹജീവികൾക്ക് അന്തിയുറങ്ങാനിടമില്ലാതായി. കുട്ടിക്കാലത്ത് നമ്മുടെ ചുറ്റുമുള്ള ജീവജാലങ്ങളെക്കുറിച്ചറിയാനുള്ള ആകാംക്ഷ വളരെ കൂടുതലാണ്. എന്റെ കുട്ടിക്കാലത്ത് കുറുക്കൻ ഓരിയിടുന്നതിനെക്കുറിച്ച് മുതിർന്നവർ പറയുന്നതു കൗതുകപൂർവ്വം ഞാൻ കേട്ടിരിക്കുമായിരുന്നു. എന്നാൽ ഞാനെത്ര ചെവിയോർത്തിട്ടും കുറുക്കന്റെ ഓരിയിടൽ കേൾക്കാൻ കഴിഞ്ഞിരുന്നില്ല. ചിലപ്പോൾ കോഴിക്കൂട്ടിൽനിന്ന് കുറുക്കൻ കോഴിയെ കൊണ്ടുപോയെന്നൊക്കെ ചിലർ പറയാറുണ്ട്. അപ്പോഴൊക്കെ കുറുക്കനെയൊന്നു അടുത്തുകാണണമെന്ന് മനസ്സാമോഹിച്ചിട്ടുണ്ട്. ഞങ്ങളുടെ തെക്കേപ്പറമ്പിൽ കുട്ടികളായ ഞങ്ങൾ തുകൽപന്തുകളിയും മറ്റും കളിച്ചുകൊണ്ടിരിക്കുമ്പോൾ, കുട്ടികളിലാരെങ്കിലും ഇതു കുറുക്കന്റെ കാഷ്ഠമാണെന്ന് ചില പുഴുക്കകൾ കാട്ടി പറഞ്ഞുതരാറുണ്ട്. കുറുക്കനെ കാണാൻ കഴിഞ്ഞില്ലെങ്കിലും കുറുക്കന്റെ കാഷ്ഠമെങ്കിലും കണ്ടല്ലോയെന്ന ആഹ്ലാദമായിരിക്കുമപ്പോൾ.

ഉടുമ്പിനെയും മറ്റും ചിലർ ഓടിച്ചിട്ടു പിടിച്ച് കൊണ്ടുപോകുന്നത് പലപ്രാവശ്യം ഞാൻ കണ്ടിട്ടുണ്ട്. എന്നാൽ ഇപ്പോൾ അവിടെ ഉടുമ്പുകൾ ഉള്ളതായി എനിക്കറിയില്ല. കല്ലട കനാലുള്ളതിനാൽ കീരികളെ പറമ്പിൽ വലപ്പോഴും കാണാൻ കഴിയുന്നുണ്ട്. എന്തായാലും ഇത്തരത്തിൽ വന്യമായ ജീവികളെ കാണുമ്പോഴൊക്കെ നമ്മുടെ ഏതോ ഒരടുത്ത ബന്ധുവിനെ വർഷങ്ങൾക്കുശേഷം കാണുന്ന ആനന്ദമാണെനിക്കനുഭവപ്പെടുക. കാട്ടുയാത്രകളിൽ ഞാൻ എപ്പോഴും കാട്ടുകോഴികളെ തെരയാറുണ്ട്. അവയുടെ കൊത്തിച്ചിനക്കലും പാറിപ്പറക്കലും എനിക്കാ

ഹ്ലാദം പകരാറുണ്ട്. കാട്ടുകോഴിയുടെ കൊക്കരിക്കൽ കേൾക്കുമ്പോൾ ഗൃഹാതുരതയോടെ ഞാനെന്റെ കുട്ടിക്കാലം ഓർക്കും. പൂവൻകോഴിയുടെ കൊക്കരിക്കൽ കേട്ടാവും മിക്ക ദിവസങ്ങളിലും ഞാനുണരുക. വീട്ടിൽത്തന്നെ എട്ടുപത്ത് കോഴിയെങ്കിലും ഉണ്ടാവും. അയൽവീടുകളിലും ധാരാളം കോഴികളുണ്ടാവും. ഇതിൽ ഏതെങ്കിലും കൊക്കരിക്കാതിരിക്കില്ല. എന്നാൽ പൂവൻകോഴി കൊക്കരിക്കുന്ന പ്രഭാതങ്ങൾ നമുക്കു നഷ്ടമായിക്കഴിഞ്ഞു. പൗൾട്രിഫാമുകളിൽ വിരിയിച്ചിറക്കുന്ന കോഴികൾക്ക് ഒന്ന് കൊക്കരിക്കാനുള്ള ശേഷിയുണ്ടോയെന്ന് എനിക്കറിയില്ല. എന്തായാലും നമ്മുടെ കാടുകളിൽ ധാരാളം കാട്ടുകോഴികൾ ഉണ്ടെന്നുള്ളത് ആഹ്ലാദകരമാണ്. കാട്ടുകോഴികൾ നമ്മളെ കണ്ടാൽ ഉടൻ ഓടിയൊളിച്ചുകളയും. അതുകൊണ്ട് വളരെ ക്ഷമയോടെ കാട്ടിനുള്ളിൽ

മറഞ്ഞിരുന്നാൽ മാത്രമെ കാട്ടുകോഴികളെ അടുത്തു കാണാൻ കഴിയുകയുള്ളൂ. തട്ടേക്കാട് പക്ഷിസങ്കേതത്തോടു ചേർന്നുള്ള വനംവകുപ്പിന്റെ ഗസ്റ്റ്ഹൗസിൽ താമസിക്കാനവസരം കിട്ടിയപ്പോൾ കാലത്ത് കാട്ടുകോഴികളുടെ കൂവലുകളും ബഹളവും കേട്ടിരിക്കാൻ കഴിഞ്ഞു. കാട്ടുകോഴികളുടെ കൊക്കരിക്കൽ നമ്മുടെ നാട്ടുപൂവൻകോഴികളുടെ കൊക്കരിക്കലിന്റെ അത്ര നീണ്ടതല്ല. കാട്ടുകോഴികളുടെ ഭാഷ നമ്മുടെ നാട്ടുകോഴികളുടെ ഭാഷയോളം വളർന്നിട്ടുണ്ടാവില്ല. എന്തായാലും കാട്ടിൽ വിവിധ ജാതിപക്ഷികൾ കാലത്തുണർന്ന് ബഹളംവയ്ക്കുന്നത് കേട്ടിരിക്കുക ബഹുരസമാണ്. അവാച്യമായൊരനുഭൂതി നമ്മെ വന്നു പൊതിയും. എല്ലാ സംഗീതധാരയും ഈ കാട്ടുമേളനത്താൽ ലയിച്ചിട്ടുണ്ടാവുമെന്നുറപ്പാണ്.

കാട്ടുകോഴികളെ ഒറ്റനോട്ടത്തിൽ നാട്ടുകോഴികളാണെന്ന് തെറ്റിദ്ധരിക്കാമെങ്കിലും സൂക്ഷിച്ചുനോക്കിയാൽ ചില്ലറവ്യത്യാസങ്ങൾ കാണാൻ കഴിയും. പൂവന് കഴുത്തിനുചുറ്റും വെള്ളയും മഞ്ഞയും കലർന്ന പുള്ളികൾ കാണാം. തോളിൽ സുവർണത്തൂവലുകളുണ്ട്. പിടയുടെ അടിഭാഗത്ത് വെള്ളവരകൾ കാണാം. കാട്ടുകോഴികൾ മനോഹരപക്ഷികളാണ്.

36

അങ്ങാടിക്കുരുവി

നഗരങ്ങളിലും ചെറുപട്ടണങ്ങളിലും ധാരാളമായി കണ്ടുവരുന്ന പക്ഷിയാണ് അങ്ങാടിക്കുരുവി. മനുഷ്യർ തിങ്ങി നിരങ്ങി നീങ്ങുന്ന ചന്തകളിലും അങ്ങാടികളിലും യാതൊരു ഭയപ്പാടുമില്ലാതെ കഴിയുന്ന പക്ഷിയാണിത്. ഒരുപക്ഷേ, മനുഷ്യരുമായി ഇത്രമാത്രം അടുത്തുകഴിയുന്ന മറ്റൊരു പക്ഷിയുണ്ടാവില്ല. കാക്കകൾ മനുഷ്യവാസമുള്ളിടത്താണ് സാധാരണയായി കണ്ടുവരാറ്. എന്നാൽ കാക്കയൊരിക്കലും മനുഷ്യരുമായി അടുത്തിടപഴകാറില്ല. കൗശലപൂർവമായൊരകലം അതെപ്പോഴും സൂക്ഷിക്കും. എന്നാൽ അങ്ങാടിക്കുരുവികളുടെ കാര്യം അങ്ങനെയല്ല. ധാന്യക്കടകളിലും മറ്റും സദാകയറി ഇറങ്ങിക്കഴിയുന്ന അങ്ങാടിക്കുരുവികൾ മനുഷ്യരുടെ കാൽച്ചുവട്ടിൽ നിന്നുപോലും ധാന്യമണികൾ കൊത്തിപ്പെറുക്കി തിന്നും. മനുഷ്യരെ തീരെ ഭയമില്ല. അങ്ങാടിക്കുരുവികളെ മുമ്പ് തിരുവനന്തപുരത്തെ ചാലക്കമ്പോളത്തിൽ ധാരാളമായി കാണാമായിരുന്നു. അങ്ങാടിക്കുരുവികളെ തേടി ഞാൻ ചാലകമ്പോളത്തിൽ ഏറെയലഞ്ഞെങ്കിലും വളരെക്കുറച്ചെണ്ണത്തെ മാത്രമേ കാണാനായുള്ളൂ. അങ്ങാടികളിൽ 'അങ്ങാടിക്കുരുവികളുടെ' എണ്ണം കുറഞ്ഞുവരികയാണെന്ന് വേണം കരുതാൻ. കച്ചവടസ്ഥാപനങ്ങളിൽ പലതും പരിഷ്കരിച്ചതോടെ അങ്ങാടിക്കുരുവികൾക്ക് കൂടൊരുക്കാനുള്ള അവസരം നഷ്ടമായത് ഇതിനൊരു കാരണമാകാം. കൂടാതെ ധാന്യങ്ങളിലും മറ്റും കീടനാശിനികൾ പ്രയോഗിക്കുന്നതിന്റെ ഫലമായി അതു ഭക്ഷിക്കുന്ന അങ്ങാടിക്കുരുവികളുടെ വംശവർധനവിനെ പ്രതികൂലമായി ബാധിക്കുന്നുണ്ടാവാം. പലചരക്കുകടകൾ സൂപ്പർമാർക്കറ്റുകളായി മാറിയതോടെ അങ്ങാടിക്കുരുവികൾക്ക് ആവശ്യത്തിന് ധാന്യങ്ങൾ ലഭിക്കാതെയായി. ഇതിനൊക്കെ പുറമെ പക്ഷിക്കച്ചവടക്കാർ അങ്ങാടിക്കുരുവികളെ പിടിച്ച് നല്ല വിലയ്ക്ക് വിറ്റഴി

ക്കുന്നുണ്ട്. ലൗവ് ബേർഡ്സും മറ്റും വലിയ പരിചരണം ലഭിച്ചില്ലെങ്കിൽ ചത്തുപോകും. എന്നാൽ പ്രതിരോധശക്തികൂടിയ അങ്ങാടിക്കുരുവികൾ നല്ല ചുറുചുറുക്കോടെ കൂട്ടിൽ ജീവിക്കുമെന്നതിനാൽ പക്ഷി വ്യാപാരരംഗത്ത് അങ്ങാടിക്കുരുവികൾക്ക് നല്ല ഡിമാന്റുകളുണ്ട്. ഇങ്ങനെ നിരവധി കാരണങ്ങളാൽ അങ്ങാടികളെ ശബ്ദമുഖരിതമാക്കിയിരുന്ന അങ്ങാടിക്കുരുവികൾ അങ്ങാടികളിൽനിന്ന് പടിയിറങ്ങുകയാണ്. പാളയത്തെ കണ്ണിമേറ ചന്തയിൽ കുറച്ചു അങ്ങാടിക്കുരുവികൾ പാറിപ്പറക്കുന്നുണ്ട്. പഴക്കടകളും പച്ചക്കറിക്കടകളും മീൻചന്തകളും തൊട്ടുരുമ്മിക്കിടക്കുന്ന ഇവിടെ മനുഷ്യരുടെ തോളുരുമ്മിയാണ് ഇവ ജീവിക്കുന്നത്. 'കിളിവാതിൽ' പരിപാടിക്കായി കുറച്ച് അങ്ങാടിക്കുരുവികളെ കണ്ണിമേറ മാർക്കറ്റിൽനിന്നാണ് ചിത്രീകരിച്ചത്. ക്യാമറ കണ്ടാലൊന്നും ഇവയ്ക്ക് യാതൊരു കൂസലുമില്ല. അങ്ങാടിക്കുരുവികളുടെ വലിയ കൂട്ടത്തെ ഇവിടെയും കാണാൻ കഴിഞ്ഞില്ലെന്ന ദുഃഖമുണ്ട്. മുമ്പ് പാളയം മുസ്ലീം പള്ളിക്കകത്തെ കവാടത്തിനു മുകളിൽ തടികൊണ്ടു നിർമിച്ച ഭാഗത്തെ അറകളിൽ അങ്ങാടിക്കുരുവികൾ കൂടൊരുക്കുമായിരുന്നു. നിസ്കരിക്കുന്നവരുടെ ഇടയിലൂടെ അങ്ങാടിക്കുരുവികൾ പാറിപ്പറക്കും. പാളയംപള്ളിയിൽ അങ്ങാടിക്കുരുവികളുടെ വരവും പോക്കും നോക്കി ഞാനിരുന്നിട്ടുണ്ട്. നമസ്കരിക്കുന്നവർക്ക് അതൊരിക്കലും അലോസരങ്ങൾ സൃഷ്ടിച്ചില്ലെന്നാണ് ഞാൻ കരുതുന്നത്. എന്തായാലും ഇപ്പോൾ പള്ളിക്കകത്ത് അങ്ങാടിക്കുരുവികളെ കാണാനില്ല. ഞാൻ കുരുവിയെ തിരക്കിയപ്പോൾ അത്

പള്ളിക്കകത്ത് കാഷ്ഠിച്ച് മലീമസാക്കുന്നതിനാൽ അതിനെ ഒഴിവാക്കി വിട്ടുവെന്നാണ് അധികൃതർ പറഞ്ഞത്. സന്ധ്യാനേരങ്ങളിൽ നാമം ജപിക്കുന്നതുപോലെ ചിലയ്ക്കുന്ന സ്വഭാവക്കാരാണിവർ. അതുകൊണ്ട് ഈ പക്ഷികളെ മുസ്ലീങ്ങൾ 'ദിഖിർചൊല്ലി' കിളികളെന്നു വിളിക്കാറുണ്ട്. നാരായണ, നാരായണ എന്നു ജപിക്കുന്ന അങ്ങാടിക്കുരുവികളെ ഹിന്ദുക്കൾ നാരായണക്കിളികളെന്നും വിളിക്കുന്നു. വർഷത്തിൽ പലപ്രാവശ്യം അടയിരുന്നു മുട്ടവിരിക്കുന്ന പക്ഷികളാണ് അങ്ങാടിക്കുരുവികൾ. എന്നാൽ അങ്ങാടിക്കുരുവികളുടെ എണ്ണത്തിൽ വലിയ വർധനവുണ്ടാകാറില്ല. കുഞ്ഞുങ്ങളിൽ നല്ലൊരുശതമാനവും ശത്രുപക്ഷികളുടെയും ജീവികളുടെയും ആക്രമണത്തിൽ കൊല്ലപ്പെടാറാണ് പതിവ്. ചെറുത്, ചുറുചുറുക്കുള്ളതാവും എന്ന നിരീക്ഷണം അർഥവത്തായതാണ് അങ്ങാടിക്കുരുവികൾ. എപ്പോഴും ചിലച്ചുകൊണ്ടിരിക്കുന്ന ഒരു പക്ഷിയാണ്. ഉന്മേഷത്തോടെയും സന്തോഷത്തോടെയും കഴിയാനാണിവയ്ക്കിഷ്ടം. പ്രകൃതിയെ ചലനാത്മകതയോടെ നിലനിർത്തുന്നതിൽ അങ്ങാടിക്കുരുവികൾക്കും ഒരു പങ്കുണ്ടെന്നു കരുതുന്നതിൽ തെറ്റില്ല. നമ്മുടെ അങ്ങാടികൾ ആധുനികവൽക്കരിക്കുന്നതോടെ ഇത്തരത്തിൽപ്പെട്ട നിരവധി ജീവിവർഗങ്ങൾകൂടി കുടിയിറങ്ങുന്നുവെന്നതാണ് നേര്. അങ്ങാടിക്കുരുവികളുടെ ചീ.....ചീ.... ചീർ......ചീർ എന്നുള്ള പാട്ട് എത്രകാലം അങ്ങാടികളിൽനിന്നും മുഴങ്ങുമെന്ന് കണ്ടറിയണം. അങ്ങാടിക്കുരുവികളുടെ സംരക്ഷണവുമായി ബന്ധപ്പെട്ട് ഏപ്രിൽ ഇരുപത് അങ്ങാടിക്കുരുവി ദിനമായി ആചരിക്കാറുണ്ട്. നാരായണ പക്ഷി, അരിക്കിളി, ഇറക്കിളി, അന്നക്കിളി, വീട്ടുകുരുവി എന്നീ പേരുകളിലും ഇതറിയപ്പെടുന്നു.

തലയുടെ മുകളിൽ ചാരനിറം. കണ്ണിനു ചുറ്റും കറുത്തപാടുകൾ കാണാം. കവിളുകൾക്ക് നല്ല വെളുപ്പ് നിറമാണ്. താടിയും മാറിടവും കറുപ്പ്. മുതുകും ചിറകുകളും വാലും മങ്ങിയ തവിട്ടുനിറം. ചിറകിൽ ഭംഗിയുള്ള വെളുത്ത പട്ടകളുമുണ്ട്. പൂവനാണ് കടുത്ത നിറം. പിടയ്ക്ക് സൗമ്യ നിറമാണ്.)

37

മണ്ണാത്തിപ്പുള്ള്

ഒരിക്കൽ കഥാകാരൻ ടി പത്മനാഭൻ എന്നോട് ചോദിച്ചു, ഏറ്റവും നന്നായി പാടുന്ന കിളി ഏതാണ് എന്ന്. ഞാൻ പറഞ്ഞു 'ഷാമ.' വിവിധ ജാതി പക്ഷികളുടെ പാട്ട് ഞാൻ ശ്രദ്ധിച്ചുകേട്ടിട്ടുണ്ടെങ്കിലും അതിൽ ഏതു പക്ഷിയാണ് ഏറ്റവും നന്നായി പാടുന്നതെന്ന് ഞാൻ ആലോചിച്ചിരുന്നില്ല. എന്നാൽ ഇന്ദുചൂഡന്റെ *കേരളത്തിലെ പക്ഷികൾ* എന്ന പുസ്തകത്തിൽ ഏറ്റവും നന്നായി പാടുന്ന കിളി 'ഷാമ'യാണെന്ന് അദ്ദേഹം എഴുതിയത് ഓർത്തതുകൊണ്ടാണ് ഞാനത് പറഞ്ഞത്. എന്നാൽ എന്റെ ഉത്തരം പത്മനാഭൻ മാഷിന് അത്ര ബോധിച്ചില്ല. അദ്ദേഹം കുറച്ചു നേരം ആലോചിച്ചിട്ട് പറഞ്ഞു, ഞാനതിന്റെ ശബ്ദം കേട്ടിട്ടില്ല. ഞാനുടൻ പറഞ്ഞു 'മണ്ണാത്തിപ്പുള്ള്.' അദ്ദേഹം നൂറുവട്ടം ശരിയെന്നു സമ്മതിച്ചുകൊണ്ട് തലകുലുക്കി. എന്നിട്ട് പറഞ്ഞു, ഞാൻ കേട്ടിട്ടുള്ളതിൽവെച്ച് ഏറ്റവും നല്ല കിളിപ്പാട്ട് മണ്ണാത്തിപ്പുള്ളിന്റേതാണ്. മണ്ണാത്തിപ്പുള്ളിന്റെ പാട്ടിനെക്കുറിച്ച് തന്റെ കഥയിൽ പരാമർശിച്ചിട്ടുണ്ടെന്നും അദ്ദേഹം പറഞ്ഞു. ശരിയാണ് നാട്ടിൻപുറങ്ങളിൽ നമുക്ക് കേൾക്കാൻ കഴിയുന്ന സുന്ദരമായ കിളിപ്പാട്ടുകൾ മണ്ണാത്തിപ്പുള്ളിന്റെയും കുയിലിന്റേതുമാകണം. കുയിൽനാദം പലപ്പോഴും ഉച്ചത്തിലാകാറുണ്ട്. ശബ്ദത്തിന് ഏറ്റക്കുറച്ചിലുകളും വരും. എന്നാൽ മണ്ണാത്തിപ്പുള്ളിന്റെ ശബ്ദം കൂടുതൽ ശ്രുതിമധുരമാണ്. ലളിതവും, ഷാമക്കിളികളുടെ പാട്ടിനെക്കുറിച്ച് ഇന്ദുചൂഡൻ പറയുന്നത് ഇന്ത്യയിലെ പക്ഷികൾക്കിടയിൽ ഏറ്റവും നല്ല പാട്ടുകാരൻ ഷാമയാണെന്നാണ്. മണ്ണാത്തിപ്പുള്ളിന്റെ അടുത്ത ബന്ധുവായ ഷാമ നാണം കുണുങ്ങിയും വനവാസിയുമായതിനാൽ പലർക്കും ഇതിന്റെ പാട്ട് ആസ്വദിക്കാൻ അവസരം ലഭിക്കാറില്ല. ഷാമയുടെ പാട്ട് കവികളുടെയും മറ്റും ശ്രദ്ധയിൽപ്പെടാതെ പോയതിനാലാണ് അതിന് കൂടുതൽ പ്രശസ്തി ലഭിക്കാതി

രുന്നതെന്നും അദ്ദേഹം ചൂണ്ടിക്കാട്ടുന്നു. എന്തായാലും മണ്ണാത്തിപ്പുള്ളും ഷാമയും ഒരു കുടുംബക്കാരായതിനാൽ ഇവരിൽ ആരുടെ പാട്ടാണ് ഏറെ മികച്ചതെന്ന കാര്യത്തിലേ തർക്കമുള്ളൂ. രണ്ടുപേരും നല്ല പാട്ടുകാരണെന്ന കാര്യത്തിൽ ആർക്കും തർക്കമുണ്ടാകാനിടയില്ല. കുട്ടിക്കാലത്തുതന്നെ എനിക്ക് പരിചയമുള്ളൊരു പക്ഷിയാണ് മണ്ണാത്തിപ്പുള്ള്. ഞങ്ങളുടെ പറമ്പിൽ മിക്കകാലത്തും മണ്ണാത്തിപ്പുള്ളിന്റെ സാന്നിധ്യം ഉണ്ടായിരുന്നു. ചെമ്പരത്തിയിലും ചാമ്പയിലും നാരങ്ങാമാവിൻകൊമ്പിലുമൊക്കെ വന്നിരുന്നവ പാടാറുണ്ട്. കാപ്പിത്തോട്ടത്തിലും വരും. ഇവയുടെ പാട്ട് എത്ര കേട്ടിരുന്നാലും നമുക്ക് ബോറടിക്കില്ല. മണ്ണാത്തിപ്പുള്ളിനെ മണ്ണാത്തിപീച്ചി, വണ്ണാത്തിക്കിളി, ഈശോപക്ഷി എന്നുകൂടി പേരുണ്ട്. മണ്ണാത്തിപ്പുള്ളെന്ന് ഇവയ്ക്ക് പേരു വരാൻ കാരണം മണ്ണാത്തികളെപ്പോലെ ഒരുങ്ങിനടക്കുന്നവരാണീക്കൂട്ടരെന്നതിനാലാണ്. മണ്ണാത്തികൾ അലക്കു തൊഴിലാക്കിയ ജാതിക്കാരാണ്. വെയിലത്തുനിന്ന് പണിയെടുക്കുന്നതിനാലും മറ്റും സാധാരണ കറുത്ത നിറക്കാരാണിവർ. തൊഴിൽ അലക്കുകൂടിയായതിനാൽ ഇവർ അലക്കിതേച്ച മുണ്ടും ധരിച്ചാവും നടപ്പ്. മണ്ണാത്തിപ്പുള്ളുകൾക്ക് കറുപ്പിന്റെയും വെള്ളുപ്പിന്റെയും അഴകുണ്ട്. കൂടാതെ മണ്ണാത്തികൾ മുണ്ട് കല്ലിൽ അടിച്ച് കഴുകുന്നതിനെ ഓർമിപ്പിക്കുമാറ് മണ്ണാത്തിപ്പുള്ളുകൾ 'വാല്' കുടെക്കൂടെ പൊക്കുകയും താഴ്ത്തുകയും ചെയ്യാറുണ്ട്. മണ്ണാത്തിപുള്ളുകളെ സൂക്ഷിച്ചൊന്ന് നോക്കിയാലറിയാം, ഇവയുടെ വാലുകൊണ്ടുള്ള ഈ കളി. ഇതു നിരീക്ഷിച്ച് ഏതോ രസികൻ ഇട്ടതാകാം ഈ പക്ഷിക്ക് മണ്ണാത്തിപ്പുള്ളെന്ന പേര്. ഇംഗ്ലീഷിൽ Mag-

pie Robin എന്നാണിവരുടെ പേര്. ജനുവരി മുതൽ ഏപ്രിൽ വരെയുള്ള കാലയളവിൽ മണ്ണാത്തിപ്പുള്ളുകളുടെ പാട്ട് സാധാരണയായി മുഴങ്ങി കേൾക്കാറുണ്ട്. ആലപ്പുഴയിൽ ഒരു വീടിനു മുന്നിലിരുന്ന് പാടുന്ന മണ്ണാത്തിപ്പുള്ളുകളുടെ പാട്ട് ഞങ്ങൾ ഏറെ നേരം റിക്കാർഡ് ചെയ്തു. കേരളത്തിന്റെ എല്ലാ ഭാഗത്തും മണ്ണാത്തിപ്പുള്ളുകളെ കാണാം. സ്വീ......സ്വീ.......സ്വീ..... എന്ന ശബ്ദത്തിലാണ് സാധാരണ കരയാറ്. ചേക്കേറുന്ന സമയത്ത് ശശ് ശ്ശ്ശ്ശ് എന്ന് കരയാറുണ്ട്. ശശ് എന്ന കരച്ചിൽ കേട്ടിട്ടാവണം മധ്യതിരുവിതാംകൂറിൽ ഇതിനെ ഈശോ പ്പക്ഷി എന്നു വിളിക്കാൻ കാരണം. ഇവരിലും പൂവൻ പക്ഷികളാണ് പാട്ടുകാർ. ഇരുണ്ട മാളങ്ങളിലാണ് മണ്ണാത്തിക്കിളികൾ കൂടൊരു ക്കുന്നത്. എന്നാൽ ഇരുണ്ട മാളങ്ങളിൽ കൂടൊരുക്കുന്ന മറ്റു പക്ഷി കളുടെ മുട്ടകൾപോലെ ഇവയുടെ മുട്ടകൾ വെളുത്തവയല്ല. നേർത്ത ഊതനിറമാണവയ്ക്ക്. അനവധി ചുകന്നപൊട്ടുകളും അതിൽ കാണാം. മണ്ണാത്തിപ്പുള്ളുകൾ മാളങ്ങളിൽ മുട്ടയിട്ട് ശീലിച്ചു തുടങ്ങി യിട്ട് അധിക കാലമാവാത്തതാവാം അവയുടെ മുട്ടകൾക്ക് വെളുപ്പു നിറം ലഭിക്കാത്തതിന് കാരണമെന്ന് പക്ഷിശാസ്ത്രജ്ഞർ അഭിപ്രായ പ്പെടുന്നു. കാലം കഴിയുമ്പോൾ ഇവയുടെ മുട്ടയും വെളുപ്പായി മാറുമത്രെ. എന്തായാലും നമുക്ക് കാത്തിരുന്ന് കാണുകതന്നെ.

ഒരു ബുൾബുള്ളിനോളം വലിപ്പമുള്ള കറുപ്പും വെളുപ്പും നിറമുള്ള പക്ഷി. ചിറകിലുള്ള വെള്ളപ്പട്ട പൂട്ടിയ ചിറകിലും തെളിഞ്ഞുകാണാം. പൂവന്റെ ദേഹത്തിലുള്ള കറുപ്പു നിറം കടുത്തതും തിളക്കം കൂടിയ തുമാണ്. പിടയ്ക്ക് മങ്ങിയ കറുപ്പാണ്. പ്രായപൂർത്തിയാകാത്ത കുഞ്ഞുങ്ങൾക്ക് തൊണ്ടയും മാറിടവും അനവധി വെള്ള വരകൾ കലർന്നു കിടക്കുന്ന തവിട്ടുനിറമാണ്.

38

തുന്നാരൻ

തുന്നാരൻ പക്ഷികളെ കണ്ടിട്ടില്ലാത്തവർ ആരെങ്കിലും ഉണ്ടാവുമെന്ന് തോന്നുന്നില്ല. സർവസാധാരണമായി നമ്മുടെ വീട്ടുമുറ്റത്തെത്തുന്ന ചെറു കുരുവിയാണിത്. ഇലകൾ തുന്നി കൂടൊരുക്കുന്ന പക്ഷി

എന്ന നിലയിൽ ഏറെ പ്രസിദ്ധനായ പക്ഷിയുമാണ്. അടയ്ക്കാക്കുരുവി, പാണക്കുരുവി എന്നീ പേരുകളിലും ഇതറിയപ്പെടുന്നു. പാണന്മാർ തുന്നൽ തൊഴിലാക്കിയ ജാതിക്കാരാണ്. ഇലകൾ പരസ്പരം പഞ്ഞികൊണ്ടും മറ്റും ബന്ധിപ്പിച്ച് അതിൽ കൂടൊരുക്കുന്നതിനാലാണ് ഇവയെ 'പാണപ്പക്ഷി' എന്നു വിളിക്കുന്നത്. എന്നാൽ തൂക്കണാംകുരുവികളുടെ കൂടു നിർമിതി കണ്ടിട്ടുള്ളവർ യഥാർഥപാണക്കുരുവി തൂക്കണാംകുരുവികളാണെന്ന് പറയും. നാരുകൾ അക്ഷരാർഥത്തിൽ കൊരുത്തും തുന്നിയുമാണത് കൂടൊരുക്കുന്നത്! കൂടൊരുക്കുന്ന കാലത്ത്

തുന്നാരന് ഭംഗി കൂടും. തവിട്ടു ഛായയുള്ള ഇളം പച്ച നിറം മേലാകെ വാരിപ്പുതയ്ക്കും. നെറ്റിയിലും മൂർധാവിലും കുങ്കുമം തേച്ച പോലെ ചുകപ്പ് തെളിഞ്ഞുകാണാം. തൊണ്ട മുതൽ വയറ്റിന്റെ അടിഭാഗം വരെ വെള്ളനിറമാണ്. കഴുത്തിനിരുവശവും കറുത്ത ഓരോ പൊട്ടുകാണാം. അഞ്ചിഞ്ചുമാത്രം നീളമുള്ളൊരു ചെറുപക്ഷിയാണിത്. ഇംഗ്ലീഷിൽ Tailor Bird എന്നാണിവയെ വിളിക്കുക. പൂവൻ തുന്നാരന്റെ വാലിന് ഒരിഞ്ചോളം നീളംകൂടും. ദേഹത്തോളംതന്നെ നീളമുള്ള വാൽ രണ്ടു ഭാഗമായാണ് കാണുക. ഒന്നരയിഞ്ചുമാത്രം നീളമുള്ള യഥാർഥ വാലിന്റെ നടുക്കുള്ള രണ്ടു തൂവലുകൾ പിന്നെയും ഒരിഞ്ചോളം നീണ്ടുകിടക്കുന്നതുകൊണ്ട് തോന്നുന്നതാണിത്. തുന്നാരന്റെ ജീവിതം ക്യാമറയിൽ പകർത്താനായി അതിന്റെ കൂടന്വേഷിച്ച് നടക്കുകയാണ്. മാർച്ച് ഏപ്രിൽ മാസങ്ങളിലാണ് തുന്നാരന്റെ കൂട് കൂടുതലായി കണ്ടു വരാറുള്ളത്. സെപ്റ്റംബർ മാസത്തിൽ ആലപ്പുഴയിലുള്ള സുഹൃത്ത് പ്രസാദിന്റെ വീട്ടുമുറ്റത്ത് തുന്നാരൻ കൂടൊരുക്കിയതായി അദ്ദേഹം വിളിച്ചു പറഞ്ഞു. ഞാനുടനെ കൈരളി ടി വി യിലെ പീറ്റർ ചേട്ടനുമായി ബന്ധപ്പെട്ടു. ഉടനൊരു ക്രൂ അയച്ചുതരണം. ക്യാമറാമാൻ പി ശ്രീകുമാറും സംഘവുമെത്തി. ഞങ്ങൾ പ്രസാദിന്റെ വീടിന്റെ അടുക്കളയോടു ചേർന്നുള്ള ഒരു ചെടിയിൽ തുന്നാരൻ കൂടൊരുക്കിയിരിക്കുന്നത് കണ്ടു. ക്യാമറ കൂടിനഭിമുഖമായി റോൾ ചെയ്തുവെച്ചു. മരക്കൊമ്പിലിരുന്ന് 'ച്ചുവിച്ചുവി.....ടുവി.....ടുവി....' എന്നു തുന്നാരൻ കരയുന്നുണ്ടായിരുന്നു. അതു മരക്കൊമ്പിൽനിന്ന് അടുത്തുള്ള ഒരു ചെറുചെടിയിൽ വന്നിരുന്നു. പിന്നെ ചാടിച്ചാടി കൂട്ടിനുള്ളിലേക്ക് കയറിയിരുന്നു. ക്യാമറാമാൻ സജീവമായി. എന്തോ പന്തികേടു തോന്നിയ തുന്നാരൻ പെട്ടെന്ന് പുറത്തേക്ക് പറന്നുപോയി. ഞങ്ങൾ വീണ്ടും ഒച്ചയുണ്ടാക്കാതെ ഇലകൾക്ക് മറവിൽ പാത്തിരുന്നു. തുന്നാരൻ ഞങ്ങളെ കണ്ടുപിടിച്ചിരിക്കണം. അതിനു കൂട്ടിലേക്ക് പറന്നിറങ്ങാൻ ധൈര്യം പോരാ. ച്ചുവി.. ച്ചുവി.... എന്നുച്ചത്തിൽ കരയാൻ തുടങ്ങി. ഞങ്ങൾ ശ്വാസംപിടിച്ച് ക്യാമറയ്ക്ക് പിന്നിലിരുന്നു. തുന്നാരൻ കൂടിനരികിലെത്തി പിന്നെയും പാറിപ്പറന്നു മാറി. കരച്ചിൽ ഉച്ചത്തിലായി എന്തോ ഒന്ന് തുന്നാരന്റെ ദേഹത്തുനിന്നുരുണ്ട് താഴേക്കു വീണു. അതുറക്കെ കരഞ്ഞുകൊണ്ട് പറന്നകന്നു. ഞാൻ പതിയെ ചെന്നുനോക്കുമ്പോൾ നിലത്തു മണലിൽ ഒരു തുന്നാരൻമുട്ട. നേരിയ പൊട്ടലു വീണിട്ടുണ്ട്. ഞങ്ങളുടെ മനസു നൊന്തു. വല്ലാതെ കുറ്റബോധം തോന്നി. ആ മുട്ടയെടുത്തു കൂട്ടിൽ നിക്ഷേപിച്ചാലോ എന്നാലോചിച്ചു. നേരിയ പൊട്ടലുള്ളതിനാൽ ഒരു പക്ഷേ രക്ഷപ്പെടില്ലായിരിക്കും. മനുഷ്യൻ മുട്ട കൊണ്ടുപോയി കൂട്ടിലിടുന്നത് തുന്നാരന് ഇഷ്ടമാകാതെ വന്നാലോ? ഒടുക്കം ആ ശ്രമം ഉപേക്ഷിച്ചു. ക്യാമറാമാൻ ശ്രീകുമാർ ക്യാമറ മടക്കി. ഇനി ഷൂട്ടിങ് വേണ്ടെന്ന് എല്ലാവരും തീരുമാനിച്ചു. പക്ഷിയെ പകർത്താനായില്ലെങ്കിലും വേണ്ടില്ല ആ കിളി മുട്ടയിട്ടുകൊള്ളട്ടെയെന്ന തീരുമാനത്തോടെ

ഞങ്ങൾ തൊപ്പിക്കിളിയുടെ കൂടുതേടിപ്പോയി. തുന്നാരന്റെ കൂടുകൾ കൗതുകകരമാണ്. അനുയോജ്യമായ രണ്ടിലകൾ കിട്ടിയാൽ അവ തമ്മിൽ കൂട്ടിയടിപ്പിച്ച് കൊക്കുകൊണ്ട് ഓരോ സുഷിരങ്ങളിടും. ചില ന്തിനൂലോ പഞ്ഞിക്കഷണമോ എന്തെങ്കിലും കൊണ്ടുവന്ന് ആ സുഷിരങ്ങൾ തമ്മിൽ ചേർത്തടയ്ക്കും. അങ്ങനെ നിരവധി സുഷിരങ്ങൾ തുന്നിക്കഴിയുമ്പോൾ തേയിലസഞ്ചിയുടെ ആകൃതിയിൽ ഒരു കൂട് രൂപപ്പെടും. ഈ കൂട്ടിൽ മൃദുവായ പഞ്ഞിയും അപ്പൂപ്പൻതാടിയും മറ്റും കൊണ്ടുവന്ന് നിക്ഷേപിച്ച് കൂടൊരുക്കും. ഈ കൂട്ടിലാണ് തുന്നാരൻ മുട്ടയിടുക. മൂന്നുനാലുമുട്ടകളെങ്കിലും കൂട്ടിലുണ്ടാവും. മുട്ടകളെല്ലാം ഇട്ടശേഷം അടയിരിക്കുന്ന പക്ഷിയായതിനാൽ കുഞ്ഞുങ്ങൾ ഏതാണ്ട് ഒരേ സമയം വിരിയാറുണ്ട്. രാത്രികാലങ്ങളിൽ വീടിനരികിലുള്ള ചെറുവൃക്ഷങ്ങളുടെ ശിഖിരങ്ങളിൽ കൂട്ടമായിരുന്നാണ് തുന്നാരൻ കുരുവികൾ രാത്രി ചിലവഴിക്കുന്നത്. നല്ല ഭംഗിയും ചുറുചുറുക്കുമുള്ള തുന്നാരൻ പക്ഷികൾ ആരുടെയും മനം കവരുന്ന പക്ഷിയാണ്.

അടയ്ക്കാക്കുരുവി, പാണക്കുരുവി എന്നീ പേരുകളിലും അറിയപ്പെടുന്ന തുന്നാരൻ സാധാരണ പക്ഷികളാണ്. ആകെ നീളം അഞ്ചിഞ്ചു മാത്രം. പൂവന്റെ വാലിന് ഒരിഞ്ചോളം നീളം കൂടും. പുറംചിറകുകൾ, വാൽ എന്നിവ മഞ്ഞകലർന്ന പച്ച നിറമാണ്. നെറ്റിയും മൂർധാവും ചുകപ്പാണ്. മുഖവും ദേഹത്തിന്റെ അടിവശവും വെള്ളനിറം.

39

ചേരക്കോഴികൾ

കാണാൻ കൗതുകമുള്ളൊരു നീർപ്പക്ഷിയാണ് ചേരക്കോഴികൾ. വളരെ നീണ്ട കഴുത്തും വിസ്തൃതമായ ചിറകുകളുമുള്ള ചേരക്കോഴികളുടെ വിരലുകൾ ചർമബന്ധിതമാണ്. പച്ചിലപ്പടർപ്പുകൾക്കിടയിലിരുന്ന് ചേരക്കോഴികൾ തലയുയർത്തി നോക്കുന്നതുകണ്ടാൽ പാമ്പാണെന്നു തോന്നാം. ജലാശയങ്ങളിലൂടെ ഇഴഞ്ഞുനീങ്ങുന്ന ചേരക്കോഴികളുടെ നീണ്ട കഴുത്ത് ജലപാമ്പുകളെ ഓർമിപ്പിക്കും. പാമ്പിനെപ്പോലെയുള്ള നീണ്ട കഴുത്തുള്ളതിനാലാവാം ചേരക്കോഴികളെ ഇംഗ്ലീഷിൽ സ്നേക്ക് ബേഡ് എന്ന് പേര് ചൊല്ലിവിളിക്കാൻ കാരണം. (Darter) ഡാർട്ടർ എന്നും ഇതറിയപ്പെടുന്നു. ചേരക്കോഴികളെ സാധാരണ കാണാവുന്ന പക്ഷി എന്നു പറയാനാവില്ല. വലിയ ജലാശയങ്ങളുടെ ഓരത്ത് കഴിയുന്നവർക്ക് ഒരുപക്ഷേ, ഈ പക്ഷിയെ തിരിച്ചറിയാൻ കഴിഞ്ഞെന്നിരിക്കും. തേക്കടിയിലെ ബോട്ടുയാത്രയ്ക്കിടയിൽ മരക്കുറ്റികളിൽ ചേരക്കോഴികൾ ചിറകുവിരിച്ചിരിക്കുന്ന കാഴ്ച പലരും കണ്ടിരിക്കുമല്ലോ. വളരെ മനോഹരമായൊരു ദൃശ്യമാണിത്. ചേരക്കോഴികളുടെ പുറം തൂവലുകളിൽ വെള്ളി ആഭരണം തൂക്കിയമാതിരിതിളങ്ങുന്ന തൂവലുകളുണ്ട്. ഈ വെള്ളിത്തൂവലുകൾ അന്തിവെയിലിലും തട്ടി തിളങ്ങുന്ന കാഴ്ച ഒന്നു കാണേണ്ടതുതന്നെയാണ്. ചേരക്കോഴികൾ കൂടെക്കൂടെ ചിറകുവിരിച്ചു വെയിൽകായുന്ന സ്വഭാവക്കാരായതി

നാൽ ഇത്തരം കാഴ്ചകൾ അപൂർവമല്ല. ചേരക്കോഴികൾ ഇങ്ങനെ കൂടെക്കൂടെ വെയിൽ കായുന്നതിന്റെ പിന്നിലൊരു കാര്യമുണ്ട്. മറ്റു പല പക്ഷികളെപ്പോലെ ചേരക്കോഴികളുടെ തൂവലുകളിൽ ആവശ്യത്തിന് എണ്ണമയമില്ല. പ്രകൃതി ചേരക്കോഴികൾക്ക് എണ്ണമയമുള്ള തൂവലുകൾ മനഃപൂർവം നൽകാത്തതാണ്. ജലാശയങ്ങളുടെ ആഴക്കയങ്ങളിൽ മുങ്ങിത്താഴാൻ എണ്ണമയമുള്ള തൂവലുകൾ തടസമാവും. വെള്ളത്തിൽ മുങ്ങാംകുഴിയിട്ട്പോയി ഇരപിടിക്കാൻ ചേരക്കോഴികളോളം സാമർഥ്യം മറ്റൊരു പക്ഷിക്കില്ല. വളരെ വേഗത്തിൽ ജലാശയങ്ങളുടെ ആഴക്കയങ്ങളിലൂടെ ചേരക്കോഴികൾ മുങ്ങാംകുഴിയിട്ട് നീങ്ങും. ജലജീവികളെ പിടിച്ചെടുത്ത് കുടഞ്ഞ് പതം വരുത്തി തല ഉള്ളിലേക്കാക്കിയാണ് വിഴുങ്ങുന്നത്. നീണ്ട ചുണ്ടുകളിൽ അരംപോലെയുള്ള മുള്ളുകൾ ഉള്ളതിനാൽ പിടിയിലാവുന്ന മത്സ്യങ്ങളും മറ്റും പുറത്ത് ചാടുകയില്ല. കുട്ടനാട്ടിൽ പക്ഷികളെത്തേടി നടക്കുമ്പോൾ പലയിടത്തും ചേരക്കോഴികൾ വെള്ളത്തിൽ മുങ്ങിനീങ്ങുന്നത് കണ്ടിട്ടുണ്ട്. കുട്ടിക്കാലത്തുതന്നെ അടുത്ത് പരിചയപ്പെടാൻ ഇടയായ പക്ഷിയാണ് ചേരക്കോഴി. ഞങ്ങളുടെ നൂറനാട് ഗ്രാമത്തിൽ 1980–മുതൽ ആയിരക്കണക്കിന് നീർപ്പക്ഷികൾ ജൂൺ ജൂലായ് മാസങ്ങളിൽ കൂടൊരുക്കാനെത്തുമായിരുന്നു. വെള്ളരിപ്പക്ഷികൾക്കും പാതിരാക്കോഴികൾക്കും നീർക്കാക്കകൾക്കുമൊപ്പം ചോരക്കോഴികളും അവിടെ കൂടൊരുക്കുമായിരുന്നു. 1991–ൽ അൻപതിലധികം ചേരക്കോഴിക്കൂടുകൾ ഞാൻ കണ്ടെത്തി റിപ്പോർട്ടു ചെയ്തിട്ടുണ്ട്. ചേരക്കോഴികൾ കൂടൊരുക്കം തുടങ്ങുമ്പോൾ ചുള്ളിക്കമ്പ് ശേഖരിക്കാനായി ഞങ്ങളുടെ വീട്ടുമുറ്റത്തുള്ള യൂക്കാലിപ്റ്റ്സ് മരത്തിലും മുറ്റത്തെ കൂറ്റൻ വരിക്കപ്ലാവിലും വരും. കനാലിന്റെ കരയിൽ അക്കേഷ്യമരം വളർന്നതോടെ അവിടെയും കമ്പ് ശേഖരിക്കാനായി ചേരക്കോഴികൾ എത്തുമായിരുന്നു. ചേരക്കോഴികളുടെ പ്രത്യേകതകൾ കൊണ്ടുതന്നെ അതിനെ ശ്രദ്ധിക്കാതിരിക്കാനാവില്ല. 90 കളുടെ അവസാനത്തോടെ നൂറനാട്ടെ പക്ഷിസങ്കേതം വളരെ ശോഷിച്ചു. എന്നിട്ടും കുറച്ച് ചേരക്കോഴികൾ പത്താംകുറ്റിയിലും ആശാൻകലുങ്കിലും കൂടൊരുക്കുന്നുണ്ട്. ഇരുപത്തഞ്ചോളം കൂടുകൾ 2005–ലും ഞാനിവിടെ കണ്ടു. ചേരക്കോഴിക്കൂട്ടിൽ മൂന്നുനാലു മുട്ടകളെങ്കിലും കാണും. മുട്ട വിരിഞ്ഞ് പുറത്ത് വരുന്ന കുഞ്ഞുങ്ങൾക്ക് തൂവെള്ള നിറമാണ്. പ്രായപൂർത്തിയാവുന്നതോടെ തൂവെള്ളനിറം കറുപ്പായിമാറും. ഒരിക്കൽ ഒരു ചേരക്കോഴിക്കുഞ്ഞ് പ്രാഞ്ചി പ്രാഞ്ചി ഞങ്ങളുടെ മൈലാഞ്ചിക്കരുകിലൂടെ വീട്ടിലേക്ക് കയറി വന്നു. ഞാനതിനെ പിടിച്ച് മാറോട് ചേർത്തുവെച്ചു. അതെന്റെ കൈകളിൽ കൊത്തി മുറിവേൽപ്പിച്ചു. എനിക്കതിൽ പരിഭവം തോന്നിയില്ല. ആകാശത്തുകൂടി പാറിപ്പറക്കുന്ന ചേരക്കോഴികളെ ഒന്നു തൊടാനായല്ലോ എന്ന സന്തോഷമായിരുന്നു മനസുനിറയെ. ഒന്നുരണ്ടു ദിവസം ഞാനതിനെ കൂട്ടിലടച്ചിട്ടു. മരക്കാത്തികളുടെ കൈയിൽ നിന്നും പുഞ്ചമീൻ വാങ്ങി

ക്കൊടുത്തു. തീറ്റയെടുക്കാൻ ചേരക്കോഴി മടികാണിച്ചതോടെ അതിനെ തുറന്നുവിടുകയായിരുന്നു. നവംബർ മാസമാകുമ്പോൾ ചേരക്കോഴിക്കുഞ്ഞുങ്ങൾ പറക്കൽ പരിശീലനം തുടങ്ങും. പക്ഷിസങ്കേതങ്ങൾക്കുമുകളിൽ അനന്തമായ ആകാശവിരിപ്പിൽ ചിറകുവീശിയും ചിറകുവീശാതെ റാകിപറന്നും ചേരക്കോഴിക്കുഞ്ഞുങ്ങൾ പറക്കൽ പരിശീലനത്തിനേർപ്പെടുന്ന കാഴ്ച ആരുടെയും മനം കവരും. ചേരക്കോഴികളെ കണ്ട് പരുന്തുകൾ വട്ടമിട്ടു പറക്കുകയാണെന്നു പോലും തെറ്റിദ്ധരിച്ചേക്കാം. ചേരക്കോഴികളെ ക്യാമറയിൽ പകർത്താനായി പോയപ്പോൾ നൂറനാട്ട് ഇത്തരത്തിൽ പറക്കൽ പരിശീലനത്തിലേർപ്പെട്ടിരുന്ന ഒരു സംഘത്തിനരികിൽ ഞങ്ങൾ ഏറെനേരം ചിലവഴിച്ചു. ലോകത്ത് വംശനാശം നേരിടുന്ന പക്ഷിവർഗങ്ങളിലൊന്നാണ് ചേരക്കോഴികൾ. റെഡ് ഡേറ്റാബുക്കിൽ ഈ പക്ഷികളെ ഉൾപ്പെടുത്തിയിട്ടുണ്ട്. ഇന്റർനാഷണൽ വാട്ടർഫോൾ ആന്റ് വെറ്റ്ലാന്റ് റിസർച്ച് ബ്യൂറോ (International Water fowl and Wetland research bureau) യുടെ 1993-ലെ ഏഷ്യൻ സെൻസസിൽ പറയുന്നത് 1526 ചേരക്കോഴികളാണ് ഏഷ്യയിലുള്ളതെന്നാണ്. ഇതിൽ 1196 എണ്ണത്തെ ഇന്ത്യയിൽ കണ്ടതാണ്. കേരളത്തിൽ 64 എണ്ണത്തെ കണ്ടതായും രേഖപ്പെടുത്തിയിട്ടുണ്ട്. എന്നാൽ കേരളത്തിൽ 64 ചേരക്കോഴികളിൽ കൂടുതൽ ഉണ്ടെന്നുള്ളത് വ്യക്തമാണ്. 2005-ൽ നൂറനാട്ട് 25 ചേരക്കോഴിക്കൂടുകൾതന്നെ ഉണ്ടായിരുന്നു. നവംബറിൽ അത് കൂടൊഴിയുമ്പോൾ 75 പക്ഷികളെങ്കിലും ഉണ്ടാകുമെന്നുറപ്പ്. കുമരകത്തും മറ്റും ചേരക്കോഴികൾ കൂടൊരുക്കുന്നുണ്ട്. കായംകുളം പുനലൂർ റോഡിന്റെ വികസനത്തിന്റെ ഭാഗമായി റോഡരികിലെ മരങ്ങൾ ഒന്നൊന്നായി മുറിച്ചു നീക്കിക്കൊണ്ടിരിക്കുന്നത് നൂറനാട്ടെ ചേരക്കോഴികൾക്ക് ഭീക്ഷണിയായിക്കഴിഞ്ഞു. വരുംവർഷങ്ങളിൽ ചേരക്കോഴികൾ നൂറനാട്ടെത്തുമെന്നതിന് യാതൊരുറപ്പുമില്ല. ഒരുപക്ഷേ, ചേരക്കോഴികളുടെ അവസാന ആശ്രയമാവാം ഇവിടെ വെട്ടിവീഴ്ത്തപ്പെട്ടുകൊണ്ടിരിക്കുന്നത്. 1980-കളിൽ വിവിധജാതി നീർപ്പക്ഷികൾ കൂട്ടമായി ഒരു മരത്തിൽ തന്നെ കൂടൊരുക്കിയിരിക്കുന്നതിവിടെ കാണാ

മായിരുന്നു. പിന്നീട് പലതരത്തിലും ശല്യങ്ങൾ ഉണ്ടായതുകാരണമാവാം പക്ഷികളിൽ നല്ലൊരു ഭാഗം വരാതായി. പത്താംകുറ്റിയിൽ ചേരക്കോഴികൾക്കൊപ്പം നീർക്കാക്കകൾ 2005-ൽ കൂടൊരുക്കാനെത്തിയപ്പോൾ ചേരക്കോഴികൾ അവയെ കൊത്തിത്തുരത്തിക്കളഞ്ഞു. നീർക്കാക്കകൾക്കുകൂടി കൂടൊരുക്കാനുള്ള സൗകര്യം ഇല്ലാത്തതാണ് അവയെ തുരത്താൻ പ്രേരിപ്പിച്ചതെന്ന് തോന്നുന്നു. പക്ഷിക്കാഷ്ഠം നാട്ടുകാർക്കും യാത്രക്കാർക്കും ബുദ്ധിമുട്ടുകൾ സൃഷ്ടിക്കുന്നതിനാൽ പക്ഷികൾ കൂടൊരുക്കുന്ന മരത്തിനടുത്തുള്ളവർ പക്ഷികളെ ഓടിക്കാൻ നിരന്തരം ശ്രമങ്ങൾ നടത്താറുണ്ട്. പക്ഷികളെ തുരത്താനായി അവറ്റകളുടെ വരവും പോക്കും ശ്രദ്ധിച്ചിരുന്നയാൾ തന്നെയാണ് ചേരക്കോഴികൾ നീർക്കാക്കകളെ ഓടിച്ചകാര്യം എന്നോട് പറഞ്ഞത്. ജീവിക്കുന്നതിനുള്ള അവസരങ്ങളും വിഭവങ്ങളും ചുരുങ്ങുന്നതാണ് പരസ്പരം പോരടിക്കാൻ ജീവജാലങ്ങളെ പ്രേരിപ്പിക്കുന്ന പ്രധാനഘടകങ്ങളിലൊന്നെന്ന കാര്യം വ്യക്തമാണ്. ഇവിടെയും അതാണ് സംഭവിച്ചത്. ചേരക്കോഴികൾ അവയുടെ നിലനിൽപ്പിനായി അവസാനത്തെ പോരാട്ടത്തിലാണ്. അത് വിജയിക്കുമോ എന്ന് കണ്ടറിയണം. മനുഷ്യർ സ്വന്തം താൽപ്പര്യംമാത്രം മുൻനിർത്തി മറ്റു ജീവജാലങ്ങളുടെ നിലനിൽപ്പുതന്നെ തകർക്കുകയാണ്. മറ്റു ജീവജാലങ്ങളുടെ നിലനിൽപ്പ് ഇല്ലാതാക്കുന്ന മനുഷ്യർ സ്വന്തം നിലനിൽപ്പുകൂടിയാണ് തകർക്കുന്നതെന്നാണാവോ തിരിച്ചറിയുക. തിരുവനന്തപുരം കാഴ്ചബംഗ്ലാവിൽ കൊറ്റികളെ കൂട്ടിലടച്ചിരുന്ന ഭാഗത്തെ ഒരു ആഞ്ഞിലിയിൽ ചേരക്കോഴികൾ കൂടൊരുക്കുന്നത് 2005-ൽ ഞാൻ കണ്ടു. പത്തോളം കൂടുകൾ. നാലഞ്ചു പാതിരാക്കൊക്കുകളുടെ കൂടുകളുമുണ്ടായിരുന്നു. കാഴ്ചബംഗ്ലാവിന്റെ അധികൃതർ ചേരക്കോഴികൾ അതിനുള്ളിൽ കൂടൊരു

ക്കുന്ന വിവരം അറിഞ്ഞിരുന്നില്ല. ഞാനതേക്കുറിച്ചു പറയുമ്പോഴാണ് അവരും ശ്രദ്ധിച്ചത്. 'കിളിവാതിൽ' പരിപാടിക്കുവേണ്ടി ചേരക്കോഴിക ളുടെ കൂടുകൾ ക്യാമറയിൽ പകർത്താൻ അധികൃതർ അനുവാദം തരികയും ചെയ്തു. 2010 ജൂണിൽ മൃഗശാലാ വളപ്പിൽ 12 ചേരക്കോഴി കൂടുകൾ കാണുകയുണ്ടായി. ചേരക്കോഴികൾ ജലരാജാക്കന്മാരാണ്. നെഹ്രുട്രോഫി ചുണ്ടൻവള്ളം മത്സരത്തിന്റെ ഔദ്യോഗിക ചിഹ്ന മായിരിക്കാൻ സർവ്വഥായോഗ്യൻ. നെഹ്രുട്രോഫി വള്ളംകളിയുടെ ഔദ്യോഗികചിഹ്നമായി ചേരക്കോഴിയെ പ്രഖ്യാപിച്ച് സംരക്ഷണ പ്രവർത്തനങ്ങൾക്ക് സർക്കാർ പദ്ധതി ആവിഷ്കരിക്കണമെന്നാവശ്യ പ്പെട്ട് ഞാൻ പലവുരു നിവേദനം നൽകിയിട്ടുണ്ട്. ഇപ്പോൾ സ്നേക്ക് ബേർഡ് ഫൗണ്ടേഷൻ എന്നൊരു സംഘടനയുണ്ടാക്കി അതിനുള്ള ശ്രമം തുടരുന്നു.

കേരളത്തിൽ കൂടൊരുക്കുന്ന പക്ഷിയാണ് ചേരക്കോഴികൾ. നൂറ നാടിന് സമീപം അതിക്കാട്ടുകുളങ്ങരയിൽ കുളത്തിന്റെ വടക്കതിൽ ജമാലുദ്ദീൻ എന്നയാളുടെ പറമ്പിലെ പതിമൂന്നോളം ആഞ്ഞിലിയി ലായി 150–ഓളം ചേരക്കോഴിക്കൂടുകൾ കാണുകയുണ്ടായി. ഏകദേശം 750–ഓളം ചേരക്കോഴികൾ ഇവിടെയുണ്ട്. ഒരുപക്ഷെ ഇന്ത്യയിലെ തന്നെ ഏറ്റവും വലിയ ചേരക്കോഴി സങ്കേതമാവാമിത്. ഒരു ചക്കിപ്പരു ന്തിന്റെ വലിപ്പവും വളരെ നീണ്ട കഴുത്തുമുള്ള പക്ഷിയാണിത്. ആക പ്പാടെ കറുപ്പു നിറമുള്ള പക്ഷിയാണെങ്കിലും പുറത്ത് തിളങ്ങുന്ന വെളുപ്പുകലർന്ന തൂവലുകൾ കാണാം. മുഖം, താടി, തൊണ്ട ഏറെ ക്കുറെ വെളുപ്പാണ്. താറാവിന്റേതുപോലെ ചർമബന്ധിതമാണ് വിരലു കൾ.

40

അമ്പലപ്രാവ്

നാട്ടിൻപുറങ്ങളിലും പട്ടണങ്ങളിലും ഒരു പോലെ കണ്ടുവരുന്ന പക്ഷിയാണ് അമ്പലപ്രാവുകൾ. മാടപ്രാവെന്നും കൂട്ടപ്രാവെന്നും ഇതിന് പേരുണ്ട്. അമ്പലപ്രാവുകളെ കണ്ടിട്ടില്ലാത്തവർ ആരുംതന്നെ ഉണ്ടാവുമെന്ന് തോന്നുന്നില്ല. കുട്ടിക്കാലത്തുതന്നെ നമ്മൾ പരിചയപ്പെടുന്ന പക്ഷിയാണിത്. പള്ളിക്കൂടത്തിന്റെ മേൽക്കൂരയിലും ഭിത്തിയിലുമെല്ലാം കൂടൊരുക്കുന്നത് സാധാരണ കാഴ്ചയാണ്. അതുകൊണ്ട് തന്നെ കുട്ടികൾ ഏറ്റവുമധികം ശ്രദ്ധിച്ചിട്ടുള്ളതും പ്രാവുകളെയായിരിക്കും. ഓമനത്തം തോന്നുന്ന പക്ഷിയാണിത്. തടിച്ച് കൊഴുത്ത ശരീരപ്രകൃതിയാണിവയ്ക്ക്. ചാരം പുരണ്ട നീലനിറം ദേഹമെങ്ങും വ്യാപിച്ചിരിക്കുന്നതു കാണാം. വെയിൽതട്ടി ഈ നീലിമ ഓളം വെട്ടുന്നതു കാണാൻ നല്ല അഴകാണ്. ചിറകുകളിൽ രണ്ടു കറുത്ത പട്ടകളുണ്ട്. കഴുത്തിലും മാറിടത്തിലും മയിൽപ്പീലി തിളക്കം കാണാം. പ്രാവുകൾ വാലു വിടർത്തുമ്പോൾ വിശറി വിരിച്ചതായി നമുക്ക് തോന്നാം. ഇവയുടെ വാലിലെ തൂവലുകൾ ഏതാണ്ട് ഒരേ നീളമുള്ളവയായതിനാലാണ് ഇത്തരത്തിൽ തോന്നുന്നത്. പ്രാവുകളെ ജോഡിയായാണ് മിക്കപ്പോഴും കാണാൻ കഴിയുക. കൂട്ടിൽ പരസ്പരം പേൻ

കൊത്തിയും കൊക്കുരുമ്മിയും പിടയും പൂവനും കഴിയുന്നു. പ്രണയ കാലത്ത് ഒരു പ്രത്യേക ശബ്ദത്തിൽ കുറുകുന്നതു അമ്പലപ്രാവുക ളുടെ സ്വഭാവമാണ്. അവ വീർപ്പുമുട്ടി കരയുകയാണെന്നു നമുക്കു തോന്നിപ്പോകും. എന്നാൽ പ്രണയാതുരമായ അവയുടെ സംഗീ തമാണിത്! ഗുർ.....ഗുർ....ഗുർ.... എന്നാണിവയുടെ പാട്ട്!! അമ്പലപ്രാവു കൾ അമ്പലങ്ങളിലും പള്ളികളിലും കോട്ടകളിലുമൊക്കെ കഴിയുന്ന താണ് സാധാരണ നമ്മൾ കണ്ടിട്ടുള്ളത്. എന്നാൽ പ്രാവുകളുടെ വൻ കൂട്ടം പാറയിടുക്കുകളിലും മലഞ്ചെരുവുകളിലും പാർക്കാറുണ്ട്. മൈസൂരിലെ ജോഗ് വെള്ളച്ചാട്ടത്തിനു ചുറ്റും ആയിരക്കണക്കിന് പ്രാവുകൾ കൂട്ടമായി കഴിയാറുണ്ടെന്ന് *കേരളത്തിലെ പക്ഷികളിൽ* ഇന്ദുചൂഡൻ പറയുന്നുണ്ട്. എന്നാൽ പതിനായിരക്കണക്കിന് പ്രാവു കളുടെ വൻകൂട്ടത്തെ ഞാൻ കാണുന്നത് കുട്ടനാട്ടിലെ വിതകാല ത്താണ്. പ്രാവുകളെത്തേടി ഞങ്ങൾ കുട്ടനാട്ടിൽ അലയുമ്പോൾ ഒരു പാടശേഖരത്തിനു മുകളിൽ ഒരു മേഘകൂട്ടം പോലെ പ്രാവുകൾ പാറിപ്പറക്കുന്നതു കണ്ടു. വ്യോമപ്രകടനംപോലെ അന്തരീക്ഷത്തിൽ പാറിപ്പറന്നും പെട്ടെന്ന് തിരിഞ്ഞും അവ അഭ്യാസം കാട്ടിക്കൊണ്ടിരി ക്കുമായിരുന്നു. കർഷകർ നെഞ്ചിടിപ്പോടെയാണ് ഈ കാഴ്ച നോക്കിനിൽക്കുന്നത്. പാടത്തിന്റെ വിവിധ ഭാഗങ്ങളിലായി പ്രാവിനെ ഓടിക്കാനായി കർഷകർ കാവലുണ്ട്. പ്രാവിൻകൂട്ടം ഞൊടിയിട നേരം കൊണ്ട് പാടത്തേക്ക് പറന്നിറങ്ങും. കർഷകർ അവിടേക്ക് ഓടിയെത്തി പടക്കം പൊട്ടിച്ചോ പാട്ട കൊട്ടിയോ കല്ലെറിഞ്ഞോ പ്രാവിനെ ഓടിക്കും. വീണ്ടും പ്രാവിൻകൂട്ടം ആകാശത്തു മേഘംപോലെ ഒഴുകി നടക്കും. കർഷകരുടെ കണ്ണൊന്നു ചിമ്മുമ്പോൾ കൂട്ടമായി പാട ത്തേക്കു വീഴും. വീണ്ടും കർഷകൻ പ്രാവിനെ ഓടിക്കും. വിതകാലത്ത് ഈ കളി പകൽ മുഴുവൻ തുടർന്നുകൊണ്ടേയിരിക്കും. പ്രാവിൻകൂട്ടം ഒരഞ്ചുമിനിട്ട് പാടത്തേക്കിറങ്ങിയാൽ പിന്നെ വിതച്ച നെല്ലിന്റെ നല്ലൊരു ശതമാനം അവ കൊത്തിതിന്നുകളയും. അതുകൊണ്ട് കർഷകർക്ക് ഏറെ ഭയമുള്ളൊരു പക്ഷി കൂടിയാണ് അമ്പലപ്രാവ്. പ്രാ വുകളെ സമാധാനത്തിന്റെ ചിഹ്നമായാണ് കണക്കാക്കുന്നത്. സമാധാ നത്തിനായുള്ള ചടങ്ങുകളിൽ സമാധാനത്തിന്റെ പ്രതീകങ്ങളായ പ്രാ വുകളെ ആകാശത്തേക്ക് ലോകനേതാക്കൾ പറത്തിവിടുന്നത് സാ ധാരണ ചടങ്ങായി മാറിയിട്ടുണ്ട്. ഐക്യരാഷ്ട്രസഭയുടെ ചിഹ്നം തന്നെ ഒലീവിലകൾ കൊത്തിപ്പറക്കുന്ന വെള്ളരിപ്രാവുകളാണ്. ഐ ക്യരാഷ്ട്രസഭ ഈ ചിഹ്നം തിരഞ്ഞെടുത്തതിന്റെ പിന്നിൽ ഒരു ചരി ത്രമുണ്ട്. പണ്ട് നോഹ(നൂഹ്) പ്രവാചകന്റെ കാലത്ത് വലിയ പ്രളയമു ണ്ടായി. പ്രളയമുണ്ടാകുമെന്നറിയാമായിരുന്ന നോഹ ഭൂലോകത്തെ എല്ലാ ജീവജാലങ്ങളിലെയും ഓരോ ജോഡിയെ പേടകത്തിൽ കയറ്റി സംരക്ഷിച്ചു. നോഹയുടെ പേടകം സിനായ് മലയിൽ ഉറച്ചുകഴിഞ്ഞ പ്പോൾ അദ്ദേഹം പ്രളയം അടങ്ങുന്നതിനായി കാത്തിരുന്നു. കുറച്ചു ദിവ

സം കഴിഞ്ഞു വെള്ളത്തിന്റെ നിരപ്പറിയാൻ നോഹ ആദ്യം കാക്കയെ പറഞ്ഞുവിട്ടു. പക്ഷേ കാക്ക തിരിച്ചു വന്നില്ല. അതുകഴിഞ്ഞ് പ്രാവിനെ വിട്ടു. പ്രാവ് ജലനിരപ്പിറങ്ങിയതിന്റെയും ജീവൻ മുളപൊട്ടുന്നതിന്റെയും തെളിവായി ഒലീവിലയും കൊത്തി പറന്നെത്തി. ഭൂമിയിൽ പുതിയ ജീവൻ മുളപൊട്ടുന്നതിന്റെ ശുഭസൂചനയുമായി എത്തിയ 'ഒലീവിലയുംകൊണ്ടെത്തിയ പ്രാവ്' ഭൂമിയിലെ ജീവന്റെ പ്രതീകമായി മാറി. ഐക്യരാഷ്ട്രസഭ രൂപീകരിച്ചപ്പോൾ 'ഒലീവിലകൊണ്ടെത്തിയ പ്രാവിനെ' ഔദ്യോഗിക ചിഹ്നമായി സ്വീകരിക്കാൻ രണ്ടാമതൊന്നാലോചിക്കേണ്ടിവന്നതുമില്ല. യേശുക്രിസ്തു സ്നാപകയോഹന്നാനിൽനിന്ന് ജലസ്നാനം സ്വീകരിക്കുമ്പോൾ പരിശുദ്ധാത്മാവ് പ്രാവിന്റെ രൂപത്തിലെത്തി. അദ്ദേഹത്തിന് ദിവ്യജ്ഞാനം നൽകിയതായാണ് ക്രിസ്ത്യാനികളുടെ വിശ്വാസം. അതുകൊണ്ടുതന്നെ പ്രാവുകൾക്ക് ക്രിസ്ത്യൻപള്ളികളിൽ പ്രത്യേക കൂടുകൾ പണിതു നൽകാറുണ്ട്. മുസ്ലീം പള്ളികളിലും പ്രാവുകൾക്ക് ഇരിപ്പിടം നൽകിവരുന്നു. ഇങ്ങനെ അമ്പലപ്രാവുകൾ എല്ലാവിഭാഗം ജനങ്ങളുടെയും സ്നേഹപാത്രമാണെന്നു കാണാം. അമ്പലപ്രാവുകൾ ഒട്ടുമിക്ക സീസണിലും കൂടൊരുക്കി കാണാറുണ്ട്. ഉണക്കക്കമ്പുകളും മറ്റും വാലാകോലാ തിരുകിയാണ് കൂടൊരുക്കം. കൂട്ടിൽനിന്ന് കമ്പുകൾ ഇടയ്ക്കിടെ നിലത്തു വീഴാറുണ്ട്. അതുകൊണ്ടുതന്നെ പ്രാവുകൾ കൂടൊരുക്കുന്നിടങ്ങൾ കമ്പു വീണും കാഷ്ഠം വീണും മലിനമാകും. പ്രാവുകൾക്ക് പ്രത്യേക കൂടുകൾ നിർമിച്ചു നൽകാൻ നമ്മെ പ്രേരിപ്പിക്കുന്നതുതന്നെ പ്രാവുകളുടെ ഈ ശീലം കൊണ്ടാണ്. തടികൊണ്ട് നല്ല കൂടൊരുക്കി നൽകിയാൽ പിന്നെ വീട്ടിന്റെ കോലായിൽ അവ കൂടൊരുക്കി വൃത്തികേടാക്കില്ലല്ലോ. അതുപോലെ പ്രാവുകൾക്ക് ഭംഗിയുള്ള കൂടൊരുക്കി നൽകുന്നത് തറവാടിത്തത്തിന്റെ ഭാഗമായും ചിലർ കാണുന്നു. പ്രാവുകൾക്ക് അഭയം നൽകുന്നതും തീറ്റ നൽകുന്നതും പുണ്യമായി കരുതുന്നവരും കുറവല്ല. ജൈനമത

ക്കാരിൽപലരും പ്രാവുകൾക്ക് തീറ്റ നൽകുന്നത് പതിവാക്കാറുണ്ട്. ആലപ്പുഴയിൽ ഇത്തരത്തിൽ പ്രാവുകൾക്ക് തീറ്റ നൽകുന്ന ജൈനമത ക്കാരെ കണ്ടിട്ടുണ്ട്. സാധുജീവിയായതിനാലാണത്രെ അവർ പ്രാവുക ൾക്ക് തീറ്റ നൽകുന്നത്. പ്രാവുപറത്തൽ ചില ദേശങ്ങളിൽ നിലനിൽ ക്കുന്നുണ്ട്. വളർത്തു പ്രാവുകളെ പറത്തിവിടുന്നു. ഏറ്റവും ഉയരത്തി ലും കൂടുതൽ സമയം അന്തരീക്ഷത്തിൽ തങ്ങി മടങ്ങിയെത്തുന്നതു മായ പ്രാവിനാണ് സമ്മാനം. ഇങ്ങനെ പറക്കാനും തിരികെ എത്തുന്ന തിനും പരിശീലനം പ്രാവുകൾക്ക് നൽകാറുണ്ട്. ഇങ്ങനെ ഏറെ പ്ര ത്യേകതകളുള്ളൊരു പക്ഷിയാണ് അമ്പലപ്രാവുകളെന്ന് കാണാം.

ആകെപ്പാടെ നീലഛായയുള്ള ചാരനിറമുള്ള പക്ഷി. പൂട്ടിയിരി ക്കുന്ന ചിറകുകളിൽ രണ്ടു വീതിയുള്ള പട്ടകൾ കാണാം. മങ്ങിയ കറുപ്പു നിറമാണ് പട്ടകൾക്ക്. കഴുത്തിലും മാറത്തും ചുകപ്പ്. പച്ച, ഊതനിറം തെളിഞ്ഞു കാണാം. മാടപ്രാവ്, കൂട്ടപ്രാവ് എന്നീ പേരുക ളിലും അറിയപ്പെടുന്നു.

41

പാതിരാക്കൊക്ക്

നാട്ടിൻപുറങ്ങളിലും ജലാശയങ്ങളുടെ സമീപത്തും കാണുന്ന പക്ഷിയാണ് പാതിരാക്കൊക്ക്. രാത്രിഞ്ചരനായതിനാൽ പകൽ ഇവയെ കാണാൻ ബുദ്ധിമുട്ടില്ല. മിക്കപ്പോഴും വല്ല കാവുകളിലോ, പച്ചിലപടർപ്പുകൾ യഥേഷ്ടമുള്ള മരത്തിലോ ആണ് പാതിരാക്കൊക്കുകൾ പകൽ ചിലവഴിക്കുക. അതിനാൽ പക്ഷിനോട്ടക്കാർക്ക് പാതിരാക്കൊക്കുകളെ നിരീക്ഷിക്കാൻ ഏറെ സൗകര്യമാണ്. കൊക്കുവർഗക്കാരുടെ യിടയിൽ നല്ലമേനിക്കൊഴുപ്പുള്ള പക്ഷിയാണ് പാതിരാക്കൊക്കുകൾ. അതു

കൊണ്ടുതന്നെ വേട്ടക്കാരുടെ തോക്കുകൾ ഏറെ ശബ്ദിക്കുന്നത് പാതിരാക്കൊക്കുകൾക്കെതിരെയാണ്. വളരെ ശാന്തസ്വഭാവക്കാരായ പക്ഷിയാണ് പാതിരാക്കൊക്കുകൾ. മരക്കൊമ്പിലിവ അനങ്ങാതെ ഇരിക്കുന്നതു കാണാം. എന്നാൽ വാ തുറന്നു ശബ്ദിക്കാൻ തുടങ്ങിയാൽ ആളൊരു ചട്ടമ്പിയാണെന്നുതോന്നും. വളരെ പരുക്കൻ ശബ്ദമാണിവയുടേത്. പല പക്ഷിനിരീക്ഷകരും പാതിരാകൊക്കുകളുടെ ശബ്ദം വളരെ മോശപ്പെട്ടതാണെന്ന് എഴുതികണ്ടിട്ടുണ്ട്. എന്നാൽ ഇവയുടെ ശബ്ദം ധ്യാനാത്മകമായി ശ്രദ്ധിച്ചാൽ പൗരുഷം തുളമ്പുന്ന ശബ്ദമെന്നേ തോന്നൂ. പാതിരാക്കൊക്കുകളെ പക്ഷിനോട്ടത്തിൽ കമ്പക്കാരല്ലാത്തവർ ഒരു പക്ഷേ അടുത്തു പരിചയപ്പെടാനിടയില്ല. എനിക്ക് കുട്ടിക്കാലത്തുതന്നെ പാതിരാക്കൊക്കുകളുമായി ഇടപഴകാൻ അവസരം ലഭിച്ചിരുന്നു. നൂറുകണക്കിന് പാതിരാക്കൊക്കുകളാണ് ഓരോവർഷവും കൂടുകൂട്ടാനായി ഞങ്ങളുടെ നാട്ടിൽ എത്തിയിരുന്നത്. ഞങ്ങളുടെ കടയുടെ മുകളിൽ കയറിയിരുന്നാൽ കപ്പമാവിൽ പാതിരാക്കൊക്കുകളുടെ കൂടുകൾ വളരെ അരികിലായി കാണാമായിരുന്നു. പകൽ മുഴുവൻ പാതിരാക്കൊക്കുകൾ മാവിൽ തന്നെയിരിക്കുന്നതിനാൽ എത്ര നേരംവേണമെങ്കിലും പാതിരാക്കൊക്കുകളെ നോക്കിയിരിക്കാൻ കഴിയും. പകൽനേരം നൂറുകണക്കിന് പാതിരാക്കൊക്കുകൾ മരക്കൊമ്പിലിരിക്കുന്ന കാഴ്ച ചേതോഹരമാണ്. പക്ഷിപ്രേമികളല്ലാത്തവർ പോലും ഈ പക്ഷികളുടെ ചന്തം നോക്കിയിരിക്കുന്നത് ഞാൻ കണ്ടിട്ടുണ്ട്. ആകെപ്പാടെയൊരു ചാരനിറമാണിവയ്ക്കെന്ന് ഒറ്റനോട്ടത്തിൽ തോന്നാം. എന്നാൽ സൂക്ഷിച്ചുനോക്കിയാൽ തലയും പുറവും കറുത്തതും നല്ല പച്ചരായമുള്ളതുമാണെന്ന് കാണാം. കഴുത്ത്, താടി എന്നിവ തൂവെള്ളയാണ്. ചിറകുകൾക്ക് ചാരനിറമാണ്. കണ്ണുകൾ ഉപ്പന്റെ കണ്ണുകൾപോലെ ചുകന്നതാണ്. പ്രജനനകാലത്ത് പാതിരാകൊക്കുകളുടെ തലയിൽ ഒരു നീണ്ട തൂവൽ കിളിർത്തു കിടക്കും. പ്രജനനകാലത്ത് ഈ പക്ഷിയുടെ അഴകിന് മാറ്റുകൂടും. ഇളം പച്ചയായ കാലുകൾ മഞ്ഞയോ ഇളം ചുകപ്പോ ആയി മാറുന്നതു കാണാം. പാതിരാക്കൊക്കുകളുടെ കുഞ്ഞുങ്ങൾക്ക് പുള്ളിയും പോരും നിറഞ്ഞ തൂവലുകളാണുള്ളത്. പാതിരാക്കൊക്കുകൾ കൂട്ടമായും ഒറ്റയ്ക്കും രാത്രികാലങ്ങളിൽ ഇരതേടാൻ പോകുന്നത് ചില നിലാവുള്ള രാത്രികളിൽ ഞാൻ നോക്കിയിരുന്നിട്ടുണ്ട്. ഷ്ളാർക്ക്.. ഷ്ളാർക്ക്..... എന്നിങ്ങനെ കൂടെക്കൂടെ കരഞ്ഞുകൊണ്ടാണിവയുടെ യാത്ര. അലസമായി ചിറകുവീശിയാണ് പാതിരാക്കൊക്കുകൾ പറക്കുന്നത്. പാതിരാക്കൊക്ക് രാത്രി ഇരതേടുന്നത് നന്നായി നോക്കിക്കാണാൻ അവസരം ലഭിച്ചത് പക്ഷികളെത്തേടി കുട്ടനാടിലൂടെ യാത്രചെയ്യുമ്പോഴാണ്. പകൽ ഷൂട്ടിംഗ് കഴിഞ്ഞ് രാത്രി ഞങ്ങൾ ഹൗസ്ബോട്ടിൽ പുന്നമടക്കായലിൽ വിശ്രമിക്കുകയാണ്. വള്ളംകളിയുടെ ഫിനിഷിങ് പോയിന്റിനുസമീപമുള്ള പവലിയനിൽ നിയോൺ ബൾബിന്റെ പ്രകാശത്തിൽ പാതിരാക്കൊക്കുകൾ

മീൻപിടിക്കുന്നതു കണ്ടു. ഉടൻ 'ക്രൂ' സജീവമായി. ബാബു ഭരദ്വാജ് ചേട്ടനും പാതിരാക്കൊക്കുകളുടെ ഇരതേടലിൽ കൗതുകമായി. ബാബുചേട്ടൻ കുട്ടനാട്ടിലെ മഴയെക്കുറിച്ച് ഒരു ഡോക്യുമെന്ററിയെടുക്കണമെന്ന മോഹവുമായായാണെത്തിയത്. എന്നാൽ ഞങ്ങൾ കുട്ടനാട്ടിൽ താമസിച്ച സമയത്ത് മഴ നന്നായി പെയ്തില്ല. അതുകൊണ്ട് ആ മോഹം നടന്നില്ല. എന്നാൽ ഒരു പക്ഷിനോട്ടക്കാരനായാണദ്ദേഹം മടങ്ങിയത്. പാതിരാക്കൊക്കുകളുടെ രാത്രിയിലെ ഇരതേടൽ കാണാനായി എന്ന സന്തോഷം എല്ലാവർക്കുമുണ്ടായിരുന്നു. വെള്ളം ഓളം തല്ലുമ്പോൾ പുറകോട്ട് മാറിയും വെള്ളത്തിലേക്ക് സൂക്ഷിച്ചുനോക്കി ചാടി ക്കൊത്തിയും മണിക്കൂറുകളോളം പാതിരാക്കൊക്കുകൾ നിയോൺ ബൾബിന്റെ പ്രകാശത്തിൽ ഇരതേടി. ഞങ്ങളത് ഷൂട്ട് ചെയ്യുകയും ചെയ്തു. സന്ധ്യമയങ്ങുവോളം പണിചെയ്ത് ക്ഷീണിച്ചിരുന്നെങ്കിലും എല്ലാവരും പക്ഷികളെകണ്ടതോടെ ഉഷാറായി. ഏറെ ശ്രമകരമായ പണികഴിഞ്ഞ് ഇനിയെന്തുവന്നാലും അരമണിക്കൂർകഴിഞ്ഞേ ഷൂട്ടിങ്ങിനുള്ളൂവെന്ന് പറഞ്ഞ് ക്യാമറാമാൻ പി ശ്രീകുമാർ മാറിയിരിക്കുമ്പോഴാവും ഒരു പക്ഷിയെത്തുക. ഇതൊരപൂർവ പക്ഷിയാണ്. ഇവനെയെപ്പോഴും കാണാനാവില്ല എന്നു ഞാനൊരു നമ്പറിടും. ഉടൻ ക്ഷീണമെല്ലാം മറന്ന് ശ്രീകുമാർ ക്യാമറയുമായി രംഗത്തിറങ്ങും. പതിരാക്കൊക്കുകളുടെ രാത്രി ഷൂട്ടിങ്ങിലും ഇതാണ് സംഭവിച്ചത്. ഒരു കാലത്ത് ധാരാളം പാതിരാക്കൊക്കുകൾ കൂടൊരുക്കാനെത്തിയിരുന്ന നൂറനാട്ടും സമീപങ്ങളിലും 2005-ൽ ഏറെ അലഞ്ഞിട്ടും ഒരു പക്ഷിക്കൂടുപോലും

കാണാനായില്ല. നൂറനാട്ട് എത്തിയിരുന്ന നൂറുകണക്കിന് പാതിരാക്കൊക്കുകൾ എവിടെപ്പോയാണ് പ്രത്യുൽപ്പാദനം നിർവഹിക്കുന്നത്? ശാന്തമായ പ്രജനന നിർവഹണത്തിനായൊരിടം അതിനു ലഭിച്ചിട്ടുണ്ടാകുമോ? 2010 ജൂണിൽ തിരുവനന്തപുരത്തിനടുത്തുള്ള കന്യാകുളങ്ങര മുസ്ലീം പള്ളി വളപ്പിൽ പാതിരാകൊക്കുകൾ കൂടൊരുക്കിയിരുന്നത് കണ്ടു. മറ്റ് നീർപക്ഷിക്കൾക്കൊപ്പമാണവ ഇവിടെ കൂടൊരുക്കുന്നത്. തിരുവനന്തപുരം മൃഗശാലാവളപ്പിൽ ചേരക്കോഴികൾ കൂടൊരുക്കിയിരിക്കുന്ന ആഞ്ഞിലിക്കു സമീപമുള്ള ഒരു മരത്തിൽ വർഷങ്ങളായി പാതിരാകൊക്കുകൾ ചേക്കേറിയിരിക്കുന്നുണ്ട്. പാതിരാകൊക്കുകളെ അടുത്തു കാണാൻ ഇവിടം പറ്റിയ സങ്കേതമാണ്.

പാതിരാക്കൊക്കുകൾ കേരളത്തിൽ സാധാരണ കണ്ടുവരാറുള്ള പക്ഷിയാണ്. ഇവിടെ കൂടൊരുക്കുന്ന പക്ഷികളിൽപ്പെട്ടതാണിത്. പകലുണ്ണാൻ എന്ന പേരിലും ഈ പക്ഷിയറിയപ്പെടുന്നു. പാതിരാക്കൊക്കുകളുടെ തലയും പുറവും നല്ല പച്ചഛായയുള്ള കറുപ്പാണ്. കഴുത്ത്, താടി, തൊണ്ട എന്നിവ വെള്ളനിറം. ചിറകുകൾക്ക് ചാരനിറമാണ്. പ്രജനനകാലത്ത് തലയിൽ നാടത്തൂവലുകൾ കാണാം. കണ്ണുകൾ മാണിക്യക്കല്ലുകൾപോലെ ചുകന്നതാണ്. ഇളം പച്ചയായ കാലുകൾ പ്രത്യുൽപ്പാദനകാലത്ത് ചുകപ്പോ ഇളംമഞ്ഞനിറമുള്ളതോ ആയി മാറും.

42

നീർക്കാക്ക

ജലാശയങ്ങളിൽ സാധാരണ കണ്ടുവരാറുള്ളൊരു പക്ഷിയാണ് നീർക്കാക്കകൾ. ചേരക്കോഴികളുടെ അടുത്തബന്ധു എന്നതിനെ വിളിക്കാം. ചെറിയതടാകങ്ങളിലും ചിറകളിലും കുളങ്ങളിലും നീർക്കാക്കകൾ മീൻ പിടിക്കാനെത്തുന്നത് സാധാരണ കാഴ്ചയായതിനാൽ നീർക്കാക്കകളെ കണ്ടിട്ടില്ലാത്തവർ ചുരുങ്ങും. എന്നാൽ പലരും നീർക്കാക്കകൾ എരണ്ടകളാണെന്നാണ് ധരിച്ചുവെച്ചിരിക്കുന്നതെന്നു മാത്രം! വളരെ കൗതുകമുള്ളൊരു പക്ഷിയാണിത്. നീർകാക്കകളുടെ കാലുകൾ ഗുദത്തിനരികിലായി സ്ഥിതിചെയ്യുന്നതിനാൽ ഇപ്പോൾ പറക്കും എന്നതുപോലെയാണിവയുടെ നിൽപ്പ്. നല്ല ഉന്മേഷത്തോടെയാണിവയുടെ നിൽപ്പും നടപ്പുമെല്ലാം. കാലിലെ വിരലുകൾ ചർമബന്ധിതമായതിനാൽ നടപ്പെന്നുപറയുന്നത് സൂക്ഷിച്ചുവേണമെന്നുമാത്രം. നീർക്കാക്കകളുടെ വേലത്തരങ്ങൾ കാണണമെങ്കിൽ പുഴയിലോ കായലിലോ നീർക്കാക്കകൾ ഇരതേടുന്നതു നോക്കിയാൽ മതി.

വെള്ളത്തിൽ കുത്തിമറിഞ്ഞു മിനിറ്റുകളോളം വെള്ളത്തിനടിയിലൂടെ മുങ്ങാംകുഴിയിട്ടുനീങ്ങിയും നീന്തിത്തുടിച്ചും ആകെ ബഹളമാണ്. കിണറ്റിൽ മുങ്ങിയാൽ പുഴയിൽപൊങ്ങുന്നവനാണിവനെന്നു ചിലരെക്കുറിച്ച് നാട്ടിൻപുറങ്ങളിൽ പറയാറുണ്ട്. മഹാവിരുതനാണെന്നാണതു കൊണ്ടുദ്ദേശിക്കുന്നത്. എന്നാൽ നീർക്കാക്കകളെ നോക്കിയിരുന്നാൽ കിണറ്റിൽ മുങ്ങിയാൽ പുഴയിൽ പൊങ്ങുകയത്ര അസാധ്യമായ കാര്യമല്ലെന്നു നമുക്കു തോന്നിപ്പോകും. ജലാശയങ്ങളിലൂടെ അതിവേഗം നുഴഞ്ഞു നീങ്ങാനും മുങ്ങാങ്കുഴിയിട്ടു നീങ്ങുന്നതിനും ഏറെ അനിയോജ്യമാണ് നീർകാക്കകളുടെ ശരീര പ്രകൃതി. ശരീരത്തെ തൂവലുകളിൽ എണ്ണമയമില്ലാത്തതിനാൽ ചേരക്കോഴികളെപ്പോലെ നീർക്കാക്കകൾക്കും കൂടെക്കൂടെ തൂവലുകൾ ഉണക്കേണ്ടതുണ്ട്. പുഴയോരത്തും വയലിറമ്പിലുമൊക്കെയിരുന്നു നീർക്കാക്കകൾ ചിറകുവിരിച്ചു തൂവലുണക്കുന്ന കാഴ്ച മനോഹരമാണ്. നീർക്കാക്കൾ 'കാക്കക്കറുമ്പന്മാരാണെങ്കിലും' കറുപ്പിന്റെ ഏഴഴകും നീർക്കാക്കകൾക്കുണ്ട്. പ്രത്യേകിച്ചും പ്രത്യുൽപ്പാദനകാലമാകുമ്പോൾ. ഒരു തിളങ്ങുന്ന നീലിമ കറുപ്പിനു ചുറ്റും ആവരണം ചെയ്തിരിക്കുന്നതായി തോന്നും. പുറം തൂവലുകളിൽ തവിട്ടുകലർന്ന ഒരുതരം പ്രഭ തങ്ങി നിൽക്കും. കഴുത്തിൽ മയിൽപ്പീലി തുണ്ടുകൾക്കുള്ള ഒരു തിളക്കമില്ലേയെന്നു തോന്നാം. ആയിരക്കണക്കിന് നീർക്കാക്കകളാണ് നൂറുനാട്ട് പണ്ട് കൂടൊരുക്കാനെത്തിയിരുന്നത്. പാറജംഗ്ഷൻ മുതൽ സബ്രജിസ്റ്റർ ഓഫീസ് വളപ്പുവരെയുള്ള റോഡരികിലെ മരത്തിൽ നീർക്കാക്കകൂടുകൾ നിറഞ്ഞു തുളുമ്പുമായിരുന്നു. എൺപതുകളിലെ ജൂൺ ജൂലൈ മാസങ്ങളിൽ നൂറനാട്ട് വന്നിട്ടുള്ള ആർക്കും പക്ഷിക്കൂടുകൾ പൂത്തുലഞ്ഞു നിൽക്കുന്ന മരങ്ങൾ വിസ്മരിക്കാനാവില്ല. വിവിധജാതി പക്ഷികൾ കൂടൊരുക്കാനെത്തിയിരുന്നെങ്കിലും നീർക്കാക്കകളായിരുന്നു എണ്ണത്തിൽ ഏറ്റവും കൂടുതൽ. നൂറനാട്ടും സമീപപ്രദേശങ്ങളിലുമായി പതിനായിരത്തിലധികം നീർക്കാക്കകളെങ്കിലും ഉണ്ടായിരുന്നു! എന്നാൽ 2005-ൽ പാറ ജംഗ്ഷൻ മുതൽ മാമൂട് ജംഗ്ഷൻവരെയുള്ള മരങ്ങളിൽ ഞാനരിച്ചു പെറുക്കിയിട്ടും ഒരൊറ്റ നീർക്കാക്കക്കൂടുപോലും കണ്ടില്ല!! കുറച്ചു ചേരക്കോഴികൾ മാത്രമാണിവിടെ ഇപ്പോൾ കൂടൊരുക്കാനായി എത്തുന്നത്. എന്നാൽ കറ്റാനത്തെ ഒരു സ്വകാര്യ ആശുപത്രി വളപ്പിൽ അൻപതോളം നീർക്കാക്കകളുടെ കൂടുകൾ കാണാനായി. ആശുപത്രി കെട്ടിടത്തിന്റെ മുകളിൽ കയറിനിന്നാൽ കൈയെത്തും ദൂരത്തിലാണ് നീർക്കാക്കകൾ കൂടൊരുക്കിയിരിക്കുന്നത്. പക്ഷികളെക്കുറിച്ച് ടി വി ചാനലിൽ പരിപാടി അവതരിപ്പിക്കാമെന്നേറ്റതോടെ പക്ഷിനോട്ടം ഉഷാറാക്കിയതിനാൽ നീർക്കാക്കക്കൂടുകൾക്കരികിൽ ചെന്ന് നോക്കി നിൽക്കുന്നതു പതിവാക്കിയിരുന്നു. നീർക്കാക്കകൾ ചുള്ളിക്കമ്പുകൾ വാലാകോലാ തിരുകിയാണ് കൂടൊരുക്കുന്നത്. ജൂൺ ജൂലൈ മാസങ്ങളിൽ കൂടൊരുക്കം തുടങ്ങും.

ഒരു കൂട്ടിൽ മൂന്നുനാലു മുട്ടകളെങ്കിലും കാണും. മുട്ടവിരിഞ്ഞ് പുറത്തു വരുന്ന കുഞ്ഞുങ്ങൾ തീറ്റിയോട് ആർത്തി കാട്ടാറുണ്ട്. മുതിർന്ന പക്ഷികൾ ആഹരിക്കുന്നതിന്റെ രണ്ടും മൂന്നും ഇരട്ടിയാണ് കുഞ്ഞുങ്ങൾ ആഹരിക്കുന്നത്! കൊറ്റിക്കുഞ്ഞുങ്ങളെപ്പോലെ നീർക്കാക്കക്കുഞ്ഞുങ്ങളും തീറ്റക്കായി പോരടിക്കാറുണ്ട്. നീർക്കാക്കകൾ കൂടൊരുക്കിയിരിക്കുന്നിടത്തു ചെന്നാൽ മൂന്നുനാലു നീർക്കാക്ക കുഞ്ഞുങ്ങളെങ്കിലും താഴെ വീണു ചത്തുമലർന്നു കിടക്കുന്നത് കാണാം. പലപ്പോഴും തീറ്റിക്കായുള്ള തിക്കിത്തിരക്കിനിടയിൽ വീണുപോകുകയാണ് പതിവ്. കുഞ്ഞുങ്ങൾക്ക് ആവശ്യത്തിന് തൂവൽ കിളിർക്കാത്തതിനാൽ ആഞ്ഞിലിച്ചക്ക വീഴുമ്പോലെ പക്ഷിക്കുഞ്ഞുങ്ങൾ നിലത്തുവീണു ചാകും. ശരീരഭാരം കുഞ്ഞുങ്ങൾക്ക് കൂടുതലാണ്. എന്നാൽ കൊറ്റിക്കുഞ്ഞുങ്ങൾ ഇങ്ങനെ നിലത്തു വീണു ചാകുന്നതു കാണാറില്ല. നീർപ്പക്ഷിത്താവളങ്ങളിൽ 'കാക്കകൾ' പലപ്പോഴും അവർക്ക് ശല്യമായിത്തീരാറുണ്ട്. തരം കിട്ടിയാൽ കാക്കകൾ വന്ന് മുട്ടയേയും കുഞ്ഞുങ്ങളേയും റാഞ്ചും. പരുന്തുകളും എത്താറുണ്ട്. ശത്രുക്കളെ നീർപ്പക്ഷികൾ കൂട്ടമായി കരഞ്ഞ് ബഹളം വെച്ച് ഓടിക്കും.

നീർപ്പക്ഷിത്താവളത്തിനരികിൽ പോയി ധ്യാനാത്മകമായി നിന്നാൽ പ്രത്യേകമായ താളത്തിൽ പക്ഷികൾ കരയുന്നത് കേൾക്കാം. ട്രെയിൻ ഓടുമ്പോഴുള്ള ഒച്ച ദൂരെനിന്നു ശ്രവിക്കുംപോലെ വിവിധ ജാതി പക്ഷികളുടെ കരച്ചിൽ കൂടിക്കലർന്ന് 'ഒരു സിംഫണി'യായി മാറും. പക്ഷികളുടെ താളത്തിലുള്ള ഈ കരച്ചിൽ എനിക്ക് ഹൃദ്യമായാണ് അനുഭവപ്പെടാറ്. പക്ഷികളുടെ ഈ ശബ്ദം ഡോക്യുമെന്ററികളിൽ പരമാവധി നിലനിർത്താൻ ശ്രമിച്ചിട്ടുണ്ട്. ഒരു പക്ഷിത്താവളമെന്ന്

പറയുമ്പോൾ ഈ പക്ഷികൾ മാത്രമല്ല, അതിന്റെ ശബ്ദവുംകൂടി ചേരേണ്ടതുണ്ടല്ലോ! നീർക്കാക്കകൾ കൂടെക്കൂടെ കാഷ്ഠിക്കുന്ന സ്വഭാവക്കാരാണ്. ഇവയുടെ കാഷ്ഠത്തിന് വല്ലാത്ത നാറ്റമാണ്. ജലജീവികളെ ധാരാളമായി ആഹരിക്കുന്നതിനാലാവാം ഒരു എണ്ണമയവും കാഷ്ഠത്തിനുണ്ട്. ഉടുപ്പിലും മറ്റും നീർക്കാക്കയുടെ കാഷ്ഠം വീണാൽ കഴുകിക്കളഞ്ഞാലും അതിന്റെ പാട് അവിടെ ദീർഘകാലം അവശേഷിക്കും. ഒരിക്കൽ നീർപ്പക്ഷിത്താവളത്തിനരികിലെ ഒരു സൈക്കിൾ റിപ്പയർ കടയുടെ വാതിൽക്കൽനിന്ന് ഞാൻ സൈക്കിളിനു കാറ്റടിക്കുകയായിരുന്നു. മുകളിൽനിന്ന് ഒരു കാക്ക കാഷ്ഠിച്ചത് നേരെവന്ന് ഉടുപ്പിൽ എന്റെ പോക്കറ്റിൽ വീണു. പോക്കറ്റ് നിറഞ്ഞുകവിഞ്ഞുവെന്ന് പറഞ്ഞാൽ അതിശയോക്തിയില്ല. നീർകാക്കകളുടെ കാഷ്ഠത്തിൽ അമോണിയയും ഫോസ്ഫറസും മറ്റും ധാരാളമായി അടങ്ങിയിട്ടുണ്ട്. സസ്യവളർച്ചയ്ക്ക് ഏറെ ഗുണകരമാണിതിന്റെ കാഷ്ഠം. പുഞ്ചപ്പാടത്തും മറ്റും മീനുകളെയും മറ്റു ജലജീവികളെയും ആഹരിക്കുന്ന നീർക്കാക്കകൾ പകരം ജൈവവളസമ്പുഷ്ടമായ കാഷ്ഠം സസ്യങ്ങൾക്ക് തിരികെ നൽകുന്നു. ഒരുപക്ഷേ, വയലേലകൾക്ക് ഈ നീർപ്പക്ഷി ഇത്തരത്തിൽ ചെയ്യുന്ന സേവനം ഇനിയും വിലയിരുത്തപ്പെട്ടിട്ടില്ല. കർഷകബന്ധുക്കളായ പക്ഷികളിൽ പ്രധാനപ്പെട്ടതാണ് നീർക്കാക്കകളെന്നു കാണാം. തമിഴ്നാട്ടിലെ കുന്നുംകുളം പക്ഷിസങ്കേതത്തിലെ തടാകത്തിൽ നീർകാക്കകൂട്ടം വെള്ളത്തിൽ മുങ്ങിയും പൊങ്ങിയും മീൻവേട്ട നടത്തുന്നത് പകർത്താൻ ഞങ്ങൾക്കു കഴിഞ്ഞു.

കേരളത്തിൽ കൂടൊരുക്കുന്ന പക്ഷിയാണിത്. ജലാശയങ്ങളുടെ സമീപം സാധാരണയായി കാണാം. തിളക്കമുള്ള കറുപ്പ് നിറക്കാരാണിവർ. താടിയിലുള്ള വെളുപ്പുനിറം പ്രത്യുൽപ്പാദനകാലത്ത് അപ്രത്യക്ഷമാകും. കാക്കത്താറാവ് എന്നുകൂടി ഇതിനു പേരുണ്ട്.

43

തൂക്കണാംകുരുവി

തൂക്കണാംകുരുവികൾ ഒരത്ഭുതപക്ഷിയാണ്. അവയുടെ ജീവിതം ആരെയും ത്രസിപ്പിക്കും. എത്ര ചുറുചുറുക്കോടെയും ഉന്മേഷത്തോടെയുമാണ് തൂക്കണാം കുരുവികൾ ജീവിക്കുന്നത്. തൂക്കണാം കുരുവികൾ ഒറ്റപ്പെട്ടു ജീവിക്കാനിഷ്ടപ്പെടുന്ന പക്ഷികളല്ല. കൂട്ടമായാണിവ ജീവിക്കുന്നത്. കൂടൊരുക്കാൻ കാലമായാൽ അനിയോജ്യമായൊരിടം കണ്ടെത്തുന്നതും കൂടൊരുക്കം തുടങ്ങുന്നതുമെല്ലാം കൂട്ടമായിത്തന്നെ. തൂക്കണാംകുരുവികളെ അടുത്തു നിരീക്ഷിക്കാനെനിക്കവസരം ലഭിച്ചിട്ടുണ്ട്. കരിങ്ങാലി പുഞ്ചയോരത്തെ ചില വൃക്ഷങ്ങളിലും തൂക്കണാംകുരുവി കൂടൊരുക്കുന്നതു കണ്ടിട്ടുണ്ട്. അവയുടെ ഇറുന്നു വീണ കൂടുകൾ പെറുക്കി സൂക്ഷിച്ചിട്ടുണ്ട്. എന്നാൽ തൂക്കണാംകുരുവികളുടെ കൂടുനിർമാണവും മറ്റും സസൂക്ഷ്മം ശ്രദ്ധിച്ച് അതൊക്കെ ക്യാമറയിൽ പകർത്താൻ കഴിഞ്ഞത് 'കിളിവാതിൽ' പരിപാടിക്കായി കൈരളി ക്രൂവിനൊപ്പം സഞ്ചരിച്ചപ്പോഴാണ്. കുട്ടനാട്ടിലെ ഒരു തോടി

ന്റെ കരയിലുള്ള വലിയൊരു തെങ്ങിലായിരുന്നു കുരുവിക്കൂടുകൾ. ഞങ്ങൾ കൂടു നിരീക്ഷിച്ചു. ചില കൂടുകൾ ഇരട്ടയാണ്. കുരുവികൾ ഒരു കൂട്ടിൽത്തന്നെ രണ്ടിണകളെ പാർപ്പിക്കാനാവാം ഇരട്ടക്കൂടുകൾ നിർമിക്കുന്നതെന്ന് ഞാനോർത്തു. പക്ഷികളെയും കൂടുമെല്ലാം കുറച്ചു ഷൂട്ടു ചെയ്യാൻ കഴിഞ്ഞെങ്കിലും എനിക്കതിൽ സംതൃപ്തി തോന്നിയില്ല. കുരുവികളുടെ കൂടൊരുക്കം പൂർണമായും കിട്ടണമെന്നായിരുന്നു എന്റെ മോഹം. ഞങ്ങൾ സഞ്ചരിച്ചിരുന്ന ഹൗസ് ബോട്ട് കായൽപ്പരപ്പിലൂടെ ഒഴുകി. ഒരിടത്തരം തെങ്ങിൽ ധാരാളം കുരുവിക്കൂടുകൾ എന്റെ ശ്രദ്ധയിൽപ്പെട്ടു. ബോട്ട് കരയ്ക്കടുപ്പിച്ച് കുറ്റിക്കാട്ടിലൂടെ നടന്ന് കുരുവികൾ കൂടൊരുക്കുന്ന തെങ്ങിൻ ചുവട്ടിലെത്തി. തെങ്ങിനു തൊട്ടടുത്തായി പുഞ്ചയിലെ വെള്ളം അടിച്ച് കായലിലേക്ക് കളയാൻ മോട്ടോർ പ്രവർത്തിപ്പിക്കുന്നുണ്ടായിരുന്നു. മോട്ടോറിന്റെ ശബ്ദം ഈ പക്ഷികളെ അലോസരപ്പെടുത്താത്തതിൽ എനിക്കത്ഭുതം തോന്നി. സന്ധ്യനേരമായിരുന്നു. മോട്ടോർ പ്രവർത്തിപ്പിച്ചു കൊണ്ടിരിക്കുന്നതിനാൽ പക്ഷികളുടെ ശബ്ദം റിക്കോർഡ് ചെയ്യാൻ കഴിയില്ലല്ലോ എന്ന വിഷമത്തോടെ ഞാനോർത്തു. എങ്കിലും കിളികളെയും കൂടും കുറച്ചടുത്തായി കിട്ടിയതിൽ മനസു സന്തോഷിച്ചു. കുരുവികളുടെ വരവും പോക്കും കൂടുനിർമാണവുമെല്ലാം ഒരുവിധം ഞങ്ങൾ ക്യാമറയിൽ പകർത്തി. സന്ധ്യമയങ്ങുകയാണ്. വെളിച്ചം കുറഞ്ഞു. കിളികളെ ക്യാമറയിൽ പകർത്തി. മതിയായില്ല. കുരുവിക്കൂടുകൾ നിർമിക്കാൻ തയാറെടുക്കുന്ന കുരുവികളുണ്ട്. കാലത്തുവന്നാൽ കുരുവികളുടെ കൂടൊരുക്കം തുടക്കംമുതൽതന്നെ എടുക്കാനാവുമല്ലോയെന്നു ഞാനോർത്തു. ഞങ്ങൾ തൊട്ടടുത്ത ദിവസം രാവിലെ വീണ്ടും ക്യാമറയുമായി വന്ന് തെങ്ങിൻ ചുവട്ടിലിരുന്നു. തൂക്കണാംകുരുവികൾ തെങ്ങോലത്തുമ്പിൽ ആടി രണ്ടോലകൾ തമ്മിൽ കൂട്ടിയോജിപ്പിച്ച് അവതമ്മിൽ കൊത്തിയും നാരുകൊണ്ട് കോർത്തും ബന്ധിപ്പിക്കുന്നതു ഞങ്ങൾ ക്യാമറയിൽ പകർത്തി. തൊട്ടടുത്തുള്ള ഒരു കുറ്റിക്കാട്ടിൽപ്പോയി നാരു ചീന്തിക്കൊണ്ടു വരുന്നത് ഞങ്ങൾ കണ്ടു. വളരെ വേഗത്തിലാണ് കൂടൊരുക്കം. തെങ്ങോലകൾ തമ്മിൽ വരിഞ്ഞുമുറുക്കി ഒരു തൊട്ടിൽ പരുവമാക്കി. പിന്നെ നൂലുകൊരുത്തും തുന്നിയും അറ പണിയാൻ തുടങ്ങി. ഭംഗിയുള്ള ഒരു തൂക്കണാംകുരുവിക്കൂട് പൂർത്തിയാവുന്നതു മുതൽ പൂവൻ പിടയെ ക്ഷണിച്ചുകൊണ്ടുള്ള ഗാനാലാപനം തുടങ്ങും! പൂവനാണ് കൂടുനിർമിക്കുക. പിട വന്ന് കൂട് പരിശോധിച്ച് കൂട് ഇഷ്ടപ്പെട്ടാൽ മാത്രമേ കല്യാണം നടക്കൂ! എത്ര സുന്ദരമായ വിവാഹസങ്കൽപ്പം. കൂട്ടിൽ മുട്ടയിടേണ്ടതും അടയിരിക്കേണ്ടതും തൂക്കണാംകുരുവി പിടയാണല്ലോ? അതിന്റെ ഇഷ്ടത്തിനാണ് മുന്തിയ പരിഗണന! കൂടുതൽ വിവിധ തരത്തിൽ പൂർത്തിയാക്കുന്നതും ഞങ്ങൾ ശ്രദ്ധിച്ചു. പിടയ്ക്കിരിക്കാനുള്ള കൂടിന് ഒരു ഇടനാഴിയുണ്ട്. അറയും അറയിൽനിന്നും മുട്ടയും കുഞ്ഞും താഴേക്ക് വീഴാ

തിരിക്കാൻ തടയണയുണ്ട്. ശത്രുപക്ഷികളിൽനിന്നും മറ്റും പിടയ്ക്കും കുഞ്ഞിനും പരമാവധി സുരക്ഷ ലഭിക്കും വിധമാണ് കൂടിന്റെ നിർമിതി. എന്തിനു കാറ്റിന്റെ ഗതിയും മഴയുടെ വീഴ്ചയും വരെ നോക്കിയാണ് കൂടൊരുക്കം. തെക്കുപടിഞ്ഞാറൻ കാറ്റ് ശല്യം ചെയ്യാത്തവിധമാണ് ജൂൺ-ജൂലൈ മാസത്തിലെ കൂടൊരുക്കം. ഇടവപ്പാതിക്കാലത്ത് വടക്ക് കിഴക്കൻ കാറ്റിന്റെ ഗതിയും കുരുവികൾ നോക്കുന്നു! പൂവനിരിക്കാൻ ആട്ടുകട്ടിൽ മാതിരിയൊരു കൂടാണൊരുക്കുന്നത്. മേൽക്കൂരയുമൊക്കെ യുള്ള ഭംഗിയുള്ള ഒരു ഊഞ്ഞാൽ കൂട്! പ്രണയകാലത്ത് തൂക്കണാം കുരുവികൾ ഒന്നിലധികം കൂടുകൾ നിർമിക്കാറുണ്ട്. ഒരു കൂടിന്റെ പണി പൂർത്തിയായാൽ ഏതെങ്കിലും ഒരു പിട വന്ന് കൂട് പരിശോധി ക്കും. അപ്പോൾ ഒരു കള്ളനോട്ടത്തോടെ പൂവൻ കൂടിന്റെ പുറത്തിരുന്ന് കൂട്ടിൽ മുഴച്ചുനിൽക്കുന്ന നാരുകളും മറ്റും കത്രിച്ച് കളഞ്ഞ് കൂട് ഭംഗിവരുത്തിക്കൊണ്ടിരിക്കും. തനിക്ക് കൂട് ഭംഗിയായി ഒരുക്കുന്ന തിലാണ് ശ്രദ്ധയെന്ന് പിടയെ ബോധ്യപ്പെടുത്താനാവാം പൂവന്റെ ശ്രമം. പിടയ്ക്ക് കൂടിഷ്ടപ്പെട്ടാൽ ആ കൂട്ടിൽ പിടയ്ക്കടയിരിക്കാം. അപ്പോൾ പൂവൻ മറ്റൊരു കൂടിന്റെ നിർമാണം തുടങ്ങും. തൂക്കണാം കുരുവിക്കൂട് പിട പരിശോധിക്കാൻ വരുന്നതൊക്കെ ഞങ്ങൾക്ക് ചിത്രീ കരിക്കാൻ കഴിഞ്ഞു. കുട്ടനാട്ടിൽ രണ്ടുമൂന്നു ദിവസം തങ്ങി ധാരാളം പക്ഷികളെ ചിത്രീകരിക്കേണ്ടിയിരുന്നു. അതിനാൽ വളരെയധികം സമയം ഇതിനുമാത്രമായി ചിലവഴിക്കാനാവുമായിരുന്നില്ല. കുറച്ചു ദിവസം അവിടെയായിരുന്നെങ്കിൽ തൂക്കണാംകുരുവികളുടെ ജീവിതം വലിയൊരളവോളം ഞങ്ങൾക്ക് ചിത്രീകരിക്കാൻ കഴിയുമായിരുന്നു.

എങ്കിലും ഇത്രയെങ്കി ലും ചിത്രീകരിക്കാൻ കഴിഞ്ഞതിൽ സന്തോ ഷം തോന്നി. തൂക്ക ണാം കുരുവികളുടെയി ടയിൽ ബഹുഭാര്യാത്വം നിലനിൽക്കുന്നത് പൂവ നുകളുടെ മൂന്നും നാ ലും ഇരട്ടി പിടകൾ ഉ ള്ളതിനാലാണെന്ന് പ ക്ഷിശാസ്ത്രജ്ഞർ ക ണ്ടെത്തിയിട്ടുണ്ട്. മറ്റൊ രു രസകരമായ വസ് തുത തൂക്കണാംകുരു വികൾ തങ്ങളുടെ കൂട്ടി നുള്ളിൽ ചെളിപറ്റിച്ചു വെയ്ക്കുന്നതാണ്.

ഇതെന്തിനാണെന്ന് ഇനിയും ശാസ്ത്രീയമായി തെളിയിക്കാനായിട്ടില്ല. രാത്രികാലങ്ങളിൽ മിന്നാമിനുങ്ങുകളെ പിടിച്ചുകൊണ്ടുവന്ന് ഈ ചെളിയിൽ പറ്റിച്ചുവെച്ച് വെളിച്ചം കാണാനാണെന്ന് പറയാറുണ്ട്. ഞാൻ നിരവധി തൂക്കണാംകുരുവിക്കൂടുകൾ പരിശോധിച്ചപ്പോഴും അതിൽ ചെളി കണ്ടു. കുരുവികൾ കൊക്കുരസിയ പാടും ജീവികളുടെ അവശിഷ്ടവും മറ്റും ചെളിയിൽ കണ്ടിട്ടുണ്ട്. മിന്നാമിനുങ്ങുകളുടേ താണോ അവശിഷ്ടങ്ങളെന്ന് തിട്ടമില്ല. തൂക്കണാംകുരുവികൾ ചെളി പറ്റിക്കുന്നത് അവയുടെ പഴയകാല സ്വഭാവത്തിന്റെ തുടർച്ചയാണെന്നും ചില ശാസ്ത്രജ്ഞർ പറയുന്നു. തൂക്കണാംകുരുവികൾ തുടക്കത്തിൽ ചെളികൊണ്ടായിരുന്നുവത്രെ കൂടൊരുക്കിയിരുന്നത്. കാലക്രമത്തിൽ നാരുകൾകൊണ്ട് കൂടുനിർമിക്കാനതു പഠിച്ചു. പുതിയ കൂടുനിർമിതി വശമാക്കിയെങ്കിലും പഴയകാല സ്വഭാവം പൂർണമായും അതു കൈയൊഴിഞ്ഞില്ല. കുറച്ച് ചെളികൊണ്ടുവന്ന് കൂട്ടിൽ പറ്റിച്ച് പഴയകാല ഓർമ നിലനിർത്തുകയാണത്രെ! തൂക്കണാം കുരുവികൾ എന്തിനാണ് ചെളിപറ്റിക്കുന്നതെന്ന് ശാസ്ത്രീയമായി കണ്ടെത്തേണ്ടതാണ്. ഒരുപക്ഷേ ആ അറിവ് നമുക്ക് ഏറെ പ്രയോജനം നൽകിയേക്കാം. പ്രാണികളെയും മറ്റും പിടിച്ചുകൊണ്ടുവന്ന് ചെളിയിൽ പൂഴ്ത്തിവെച്ച് ആവശ്യാനുസരണം കഴിക്കാൻ കൂടിയാവാം കൂട്ടിൽ ചെളിപറ്റിച്ചുവെയ്ക്കുന്നതെന്നും കരുതാവുന്നതാണെന്ന് തോന്നുന്നു. തൂക്കണാംകുരുവികൾ നെല്ലുവിളഞ്ഞുകിടക്കുന്ന പാടങ്ങളിൽവന്ന് നെല്ലു കൊത്തിതിന്നുക സാധാരണമാണ്. കുറച്ചു ധാന്യങ്ങൾ തൂക്കണാംകുരുവികൾ തിന്നുമെങ്കിലും കൃഷിക്കിതു ഏറെസഹായകംകൂടി ചെയ്യുന്നുണ്ട്. നെല്ല് വിളയുന്നതുവരെ നെല്ലിന്റെ സംരക്ഷകരാണിവർ. പാടത്തെ കീടങ്ങളെ നിയന്ത്രിക്കുന്നതിൽ തൂക്കണാം കുരുവികൾ വലിയ പങ്ക് വഹിക്കുന്നുണ്ട്. ഒരിക്കൽ ചൈനാക്കാർ കൃഷിക്ക് ദോഷം വരുത്തുന്നവയാണ് കുരുവികളെന്ന് കണ്ട് അവയെ മുച്ചൂടും നശിപ്പിച്ചു. സാംസ്കാരിക വിപ്ലവകാലത്താണ് സംഭവം. കൃഷിക്കാർ വൻതോതിൽ തൂക്കണാംകുരുവികളെ നശിപ്പിച്ചതോടെ കൃഷിയിടങ്ങളിൽ കീടങ്ങൾ പെരുകാൻ തുടങ്ങി. അപ്പോഴാണ് തങ്ങൾക്കു പറ്റിയ തെറ്റ് അവർക്ക് ബോധ്യമായത്. തൂക്കണാംകുരുവികളെ ചൈനക്കാർ പിന്നീട് നശിപ്പിക്കുകയുണ്ടായില്ല. നമ്മുടെ പഴമക്കാർ തൂക്കണാംകുരുവികൾ കൃഷിക്കു ചെയ്യുന്ന സഹായം തിരിച്ചറിഞ്ഞിരിക്കണം. തൂക്കണാംകുരുവികളെ പാട്ട കൊട്ടി ഓടിക്കാൻ പോകുന്ന കുട്ടികൾ പാടുന്ന ഒരു പാട്ട് തന്നെയാണിതിന് തെളിവ്.

ആറ്റേം മക്കളും പൊക്കോളേ,
നാളെ വെളുപ്പിന് വന്നോളേ,
പടിക്കലെ കണ്ടം കൊയ്തോളേ...... വിവേക ചിന്താമണിയിൽ തൂക്കണാംകുരുവികൾ കുരങ്ങന്മാരെ ഉപദേശിച്ച ഒരു കഥ പറയുന്നുണ്ട്. മനുഷ്യരെപ്പോലെ കയ്യുംകാലുമൊക്കെയുള്ള കുരങ്ങന്മാർ മര

ത്തിന്റെയും മറ്റും മുകളിൽ കയറിയിരുന്നാണല്ലോ രാത്രി ചിലവഴിക്കുക. ഒരിക്കൽ തൂക്കണാംകുരുവികൾ ഭംഗിയായി കൂടൊരുക്കുന്നതു നോക്കിയിരുന്ന കുരങ്ങന്മാരോട് തൂക്കണാംകുരുവികൾ പറഞ്ഞു: നിങ്ങൾ നല്ല വീട് നിർമിക്കാൻ ശീലിച്ചാൽ മഴയിൽനിന്നും വെയിലിൽനിന്നും രക്ഷപ്രാപിക്കാം. നിങ്ങൾക്ക് വീട് നിർമിക്കാനാവശ്യമായ കരുത്തുണ്ടല്ലോ? എന്നാൽ കുരുവിയുടെ ഉപദേശം കുരങ്ങന്മാരെ ചൊടിപ്പിക്കുകയാണ് ചെയ്തത്. അവർ കുരുവിക്കൂടുകൾ നശിപ്പിച്ചു കളഞ്ഞു.

ജ്ഞാനവും കൽവിയും
നവിന്ത നൂൽകളും
ഹീനർക്ക് ഉരത്തിടിൽ ഇടരനാമെ.....

ഹീനർക്ക് അറിവ് പകർന്നു നൽകിയാൽ അവർ അതു കുഴപ്പമുണ്ടാക്കാൻ ഉപയോഗിക്കുന്നുവെന്ന് സൂചിപ്പിക്കാനാണ് ഈ കഥ പറയുന്നത്. നമ്മുടെ വീടിനരികിലെ തെങ്ങോലത്തുമ്പിൽ കൂടൊരുക്കാനെത്തുന്ന തൂക്കണാംകുരുവികൾ ഒരത്ഭുതപക്ഷിയാണെന്ന് അവയെ നിരീക്ഷിച്ചാൽ നിങ്ങൾക്കും ബോധ്യപ്പെടും തീർച്ച. വയലാർ രാമവർമ എഴുതി;

കുരുവി കുരുവി കൂടെവിടെ
കൂട്ടിനകത്തൊരു കുഞ്ഞില്ലേ,
കൂട്ടിലിരിക്കും കുരുവിക്കുഞ്ഞിനു
കൂട്ടിനാരൊണ്ട്......

കവിയുടെ ഈ ദുഃഖമാണ് നാമോരോരുത്തരും ഏറ്റുവാങ്ങേണ്ടത്.

പൂവന്റെ നെറ്റി, കഴുത്ത്, മാറിടം എന്നിവ തിളങ്ങുന്ന കടുംമഞ്ഞ നിറം. തൊണ്ട, കവിളുകൾ, താടി എന്നിവ കടുത്ത തവിട്ടുനിറം. പിടയ്ക്കു ശോഭകുറയും. കൂരിയാറ്റ, ആറ്റക്കുരുവി എന്നീപേരുകളിലും ഇതറിയപ്പെടും. തെങ്ങ്, പന എന്നിവയിലാണ് സാധാരണയായി കൂടൊരുക്കുന്നത്. വയലേലകളിൽ കൂട്ടമായി പാറിപ്പറക്കുന്നതു കാണാം.

44

കുയിൽ

കുട്ടിക്കാലത്തുതന്നെ ഞാൻ പരിചയപ്പെട്ട പക്ഷിയാണ് നാട്ടുകുയിൽ. ഞങ്ങളുടെ കൂറ്റൻ വരിക്കപ്ലാവിന്റെ ഇലച്ചില്ലകൾക്കിടയിൽനിന്നു വേനൽക്കാലത്ത് ഇടതടവില്ലാതെ കൂ......കൂ..... കൂ.... എന്ന ശബ്ദം കേൾക്കുമായിരുന്നു. കുയിലിന്റെ പാട്ടാണിതെന്ന് എനിക്കറിയാം. ഞാനുടനെ അതിന് എതിർ കൂവൽ തുടങ്ങും. ഉറക്കെ ഉറക്കെ ഞാൻ കൂവുമ്പോൾ കുയിലും തന്റെ കൂവൽ ഉച്ചത്തിലും വേഗതയിലുമാക്കും. കുയിൽപ്പാട്ടിനു ഞാൻ എതിർപ്പാട്ടു പാടുന്നതിൽ ശുണ്ഠിപിടിച്ചാണത് തന്റെ പാട്ട് ഉച്ചത്തിലാക്കുന്നത്. ഇങ്ങനെ കുയിലിനെ ശുണ്ഠിപിടിപ്പിക്കുക കുട്ടിക്കാല വിനോദമായിരുന്നു. കറുത്തകുയിൽ പൂവനും പുള്ളി

ക്കുയിൽ പിടയുമാണെന്ന് കുറച്ചു മുതിർന്നതിനുശേഷം മാത്രമാണ് എനിക്കു മനസിലായത്. കറുമ്പനായ ആൺകുയിലാണ് പാട്ടുകാരൻ. പുള്ളിക്കുയിൽ ഒരു പ്രത്യേക ശബ്ദത്തിൽ കരയാറുണ്ടെന്നു മാത്രം.

വള്ളിക്കുടിലിനുള്ളിലിരിക്കും
പുള്ളിക്കുയിലേ പാടൂ....

എന്നു കവി ആവശ്യപ്പെടുന്നത് കുയിലിലെ പാട്ടുകാരൻ കറുത്ത കുയിലാണെന്ന് അറിയാതെയാവുമോ? എന്തായാലും പക്ഷികളെക്കുറിച്ചുള്ള പൊതുവിജ്ഞാനം പലർക്കും കുറവാണെന്നതിനു യാതൊരു സംശയവുമില്ല. കാക്കകളിലെ രണ്ടു ജാതിക്കാരായ ബലിക്കാക്കയും വീട്ടുകാക്കയും കാക്കകളിലെ ആണും പെണ്ണുമാണെന്ന് ജന്തുശാസ്ത്രത്തിൽ ബിരുദമെടുത്തിട്ടുള്ള ഒരാൾ ധരിച്ചിരുന്നതായി കേരളത്തിലെ പക്ഷികളിൽ ഇന്ദുചൂഢൻ പറയുന്നുണ്ടല്ലോ? അതുപോലെ വസന്തകാലത്ത് വേഷം മാറിവരുന്ന കാക്കകളാണ് കുയിലുകളെന്ന് പ്രാചീനകാലത്തെ ചില കാവ്യഗ്രന്ഥങ്ങളിൽ സൂചിപ്പിക്കുന്നുണ്ട്. പക്ഷിനിരീക്ഷണത്തിൽ താൽപ്പര്യമുള്ളവരുടെ എണ്ണം വർധിച്ചതും ധാരാളം പക്ഷിപുസ്തകങ്ങൾ പുറത്തിറങ്ങുകയും ചെയ്യുന്നതിനാൽ ഇപ്പോൾ പക്ഷികളെ സംബന്ധിച്ചുള്ള അറിവുകൾ സാധാരണക്കാരിൽപോലും ഏറെ വർധിച്ചിട്ടുണ്ട്. കുശുമ്പ്, സ്വാർഥത, അക്രമസ്വഭാവം, സ്നേഹം, കാരുണ്യം, പ്രേമം, ദേഷ്യം..... തുടങ്ങിയ മനുഷ്യർക്കുള്ള ഒട്ടുമിക്ക വികാരങ്ങളും പക്ഷികൾക്കുമുണ്ടെന്നാണ് എന്റെ വിശ്വാസം. കറ്റാനത്തെ കൊറ്റികളുടെ കൂടുകൾ നിരീക്ഷിച്ചുകൊണ്ടു നിൽക്കുമ്പോൾ എനിക്കത്ഭുതം തോന്നി. കറുമ്പന്മാരായ നീർക്കാക്കകളും വിവിധജാതി കൊക്കുകളും എത്ര സാഹോദര്യത്തോടെയാണിവിടെ കഴിയുന്നതെന്ന്. എന്നാൽ ഉടൻതന്നെ കൊറ്റികൾ എന്റെ വിചാരം തെറ്റാണെന്ന് എന്നെ ബോധ്യപ്പെടുത്തി. ഒരു മാവിന്റെ കൊമ്പിൽ തൊട്ടടുത്തായി ഇടക്കൊക്കും ചിന്നക്കൊക്കും കൂടൊരുക്കിയിരുന്നു. മുകൾത്തട്ടിൽ ഇടക്കൊക്കും തൊട്ടുതാഴെയായി ചിന്നക്കൊക്കും. രണ്ടുകൂട്ടിലും രണ്ടു കുഞ്ഞുങ്ങൾ വീതമാണ് ഉണ്ടായിരുന്നത്. കണ്ടാലും അവതമ്മിൽ ഏതാണ്ടൊരുപോലെയിരിക്കുമല്ലോ? ചിന്നക്കൊക്കിൻ കുഞ്ഞുങ്ങൾ സൗഹാർദപൂർവം മുകളിലെ കൂടിനരികിലേക്കു ഏന്തി വലിഞ്ഞുകയറാൻ ഭാവിക്കുന്ന ചിന്നക്കൊക്കിന്റെ തള്ള നിസ്സംഗതയോടെ നോക്കിയിരിക്കുന്നു. എന്നാൽ ഇടക്കൊക്ക് തന്റെ കുഞ്ഞുങ്ങളുടെ അരികിലേക്ക് ചിന്നമുണ്ടി കുഞ്ഞുങ്ങൾ വരാതിരിക്കാൻ കൊത്തി അവയെ ഭയപ്പെടുത്തി പിന്തിരിപ്പിച്ചു. പ്രജനനകാലത്തെ പൊതുതാൽപ്പര്യം മുൻനിർത്തി മാത്രമുള്ള കൂട്ടായ്മയാണ് വിവിധ ജാതി നീർപ്പക്ഷികൾക്കുള്ളതെന്നു വേണം കരുതാൻ. ആശാൻ കലുങ്കിനരികിലെ ഒരു മരത്തിൽ നീർക്കാക്കകൾ കൂടൊരുക്കാനെത്തിയപ്പോൾ അവയുടെ ബന്ധുക്കൾകൂടിയായ ചേരക്കോഴികൾ നീർക്കാക്കകളെ തുരത്തിക്കള

ഞ്ഞു. ചേരക്കോഴികൾക്കുമാത്രം കൂടൊരുക്കാനാവശ്യമായ സൗകര്യങ്ങളേ അവിടെ ഉണ്ടായിരുന്നുള്ളൂവെന്നത് വേറെക്കാര്യം. ഫെബ്രുവരിയിൽ ഞങ്ങളുടെ വീട്ടുവളപ്പിലെ ഓമയിൽ ആൺകുയിലും പെൺകുയിലും വന്നിരുന്നു. ഓമക്കാതിന്നും പരസ്പരം ശൃംഗരിച്ചും കഴിക്കുന്നതു ഞാൻ നോക്കിയിരിക്കുകയായിരുന്നു. അപ്പോൾ ആവഴി മറ്റൊരു ആൺകുയിൽ വന്നു. അതു മുരിങ്ങാക്കൊമ്പിലിരിക്കാൻ ഭാവിച്ചപ്പോൾ പുള്ളിക്കുയിലിനൊപ്പമുണ്ടായിരുന്ന ആൺകുയിലിനെ കൊത്തി തുരത്തിക്കളഞ്ഞു. തന്റെ ഇണക്കുയിലിനരികിൽ മറ്റൊരു കുയിൽ വന്നിരിക്കുന്നത് അതിനിഷ്ടപ്പെട്ടില്ലെന്നു വ്യക്തം. നാട്ടു കുയിലിനെ 'കണ്ണുവരുത്തി ചാത്തി'യെന്നു ചിലർ വിളിക്കാറുണ്ട്. ചെങ്കണ്ണു രോഗം പിടിപെട്ടപോലെ ചുവന്ന കണ്ണുകളുള്ള കുയിലിൽ നിന്നാണ് മനുഷ്യർക്ക് ചെങ്കണ്ണുരോഗം പിടിപെടുന്നതെന്ന തെറ്റിദ്ധാരണയാണ് ഇതിനുകാരണം. കുയിലുകൾ പാടി നടക്കുന്ന വേനൽക്കാലത്തു തന്നെയാണ് സാധാരണയായി ചെങ്കണ്ണുരോഗം കുട്ടികളിലും മറ്റും പടർന്നു പിടിക്കാറുള്ളതെന്നും കുയിലുകളെ കുറ്റക്കാരായി കാണാൻ പ്രേരിപ്പിച്ചിരിക്കാം. എന്തായാലും ഇതൊരു തെറ്റിദ്ധാരണ മാത്രമാണെന്ന് ഇന്നെല്ലാവർക്കും അറിയാം. കുയിലുകൾ സ്വന്തമായി കൂടൊരുക്കാത്ത പക്ഷിയാണ്. കുയിലുകൾ കാക്കകളുടെ കൂട്ടിലാണ് മുട്ടയിടുക. മുട്ടയ്ക്കടയിരുന്ന് കുഞ്ഞിനെ വളർത്തുന്ന പണിയൊക്കെ കാക്കകൾ ഏറ്റെടുത്തുകൊള്ളും. കാക്കകൾ കുയിൽമുട്ടയാണെന്നറിയാതെയാണ് അടയിരുന്ന് വിരിയിച്ചിറക്കുന്നതെന്നത് വേറെ കാര്യം. ആൺകുയിൽ പെൺകുയിലിനെ കൂട്ടിക്കൊണ്ടുവന്ന് കാക്കക്കൂട് കാണിച്ചുകൊടുത്തശേഷമാണ് അവതമ്മിൽ ഇണ ചേരുന്നത്. താനിടുന്ന മുട്ട പാഴായിപ്പോകരുതെന്ന് പുള്ളിക്കുയിലിന് നിർബന്ധമുണ്ട്. കേരളത്തിൽ കണ്ടുവരുന്ന മറ്റൊരിനം കുയിലാണ് 'ചക്കയ്ക്കുപ്പുണ്ടോ കുയിൽ'. ചക്കയ്ക്കുപ്പുണ്ടോ കുയിൽ വയൽവരമ്പിലും വീട്ടുമുറ്റത്തുമൊക്കെ വന്നിരുന്നു കരയുമ്പോൾ കുട്ടികൾ വിളിച്ചുകൂവും.

"അച്ഛൻ കൊമ്പത്ത്
അമ്മ വരമ്പത്ത്
കള്ളൻ ചക്കേട്ടു
കണ്ടാൽ മിണ്ടണ്ട"

ചക്കയ്ക്കുപ്പുണ്ടോ കുയിൽ കരയുന്നതു കേട്ടാൽ 'അച്ഛൻ പെൺകട്ടു' എന്നുവിളിച്ചു കൂവുന്നതുപോലെ തോന്നും. ഇതിനെക്കുറിച്ച് ഒരു പുരാണകഥയുണ്ട്. സീതയെ രാവണൻ കട്ടുകൊണ്ടുപോയതിൽ മനംനൊന്തു രാവണപുത്രൻ ഇന്ദ്രജിത്ത് ആത്മഹത്യ ചെയ്തു. ഇന്ദ്രജിത്തിന്റെ ആത്മാവ് പക്ഷിയായി 'അച്ഛൻ പെൺ കട്ടു' വെന്ന് നാടുനീളെ വിളിച്ചു കൂവി നടക്കുകയാണത്രെ. 'പേ കുയിൽ' എന്നൊരിനം കൂടി

യുണ്ട്. പിപ്പീയാ..... പിപ്പീയാ...... കിഴക്കേവാ.....കിഴക്കേവാ.....എന്നി ങ്ങനെ ഇടതടവില്ലാതെ കരയുന്നൊരിനം കുയിലാണിത്. നിലാവുള്ള രാത്രിയിലും മറ്റും ഇതിന്റെ ശബ്ദം കേൾക്കാറുണ്ട്. നാട്ടുകുയിൽ കാ ക്കക്കൂട്ടിലാണ് മുട്ടയിടുന്നതെങ്കിൽ പേക്കുയിലുകൾ, പൂത്താങ്കിരി, കരി യിലക്കിളി എന്നീ പക്ഷികളുടെ കൂട്ടിലാണ് സാധാരണ മുട്ടയിടുന്നത്. ഈ കുയിലുകൾ എന്തുകൊണ്ടാണ് സ്വന്തമായി കൂടുകൂട്ടാത്തത്? ആലോചിക്കേണ്ട വിഷയമാണ്.

കണ്ണുകൾ ചുവന്ന കറുത്ത പക്ഷിയാണ് നാട്ടുകുയിലുകളിലെ പൂവൻ. പിടയെ പുള്ളിക്കുയിൽ എന്നുവിളിക്കാറുണ്ട്. ദേഹം മുഴുവൻ വെള്ളപ്പുള്ളികൾകൊണ്ടും വരകൾ കൊണ്ടും നിറഞ്ഞതാണ് പുള്ളി ക്കുയിൽ. കാക്കക്കുയിൽ, കോകിലം എന്നീ പേരുകളിലും ഇതറിയ പ്പെടുന്നു.

ചാരനിറമുള്ള പക്ഷിയാണ് ചക്കയ്ക്കുപ്പുണ്ടോ കുയിൽ. ദേഹ ത്തിന്റെ അടിവശത്ത് കറുത്ത തവിട്ടു നിറമുള്ള വരകൾ കാണാം. വിഷുപ്പക്ഷി, അച്ചൻകൊമ്പത്ത് എന്നീ പേരുകളിലും അറിയപ്പെടുന്നു.

ചെറുകുയിൽ (PLAINTIVE CUCKOO-Cacomantis metrulinus), ചെങ്കുയിൽ (Bay Banded Cuckoo Cacomantrs Sonneratti) എന്നീ യിനം കുയിലുകളെയും ഇവിടെ കണ്ടുവരുന്നുണ്ട്.

45

ചിലപ്പൻ കിളികൾ

പറമ്പിൽ കൂട്ടമായി കിടന്നു ബഹളം വയ്ക്കാറുള്ള തവിട്ടുനിറക്കാരായ പക്ഷികളെ നിങ്ങൾ ശ്രദ്ധിച്ചിരിക്കും. ഇവയുടെ കലപിലാരവം ശ്രദ്ധിച്ചിട്ടാവാം ചിലപ്പൻകിളികളെന്നാണിവയെ പേരു ചൊല്ലി വിളിക്കാറ്. ചില പ്രദേശങ്ങളിൽ പൂത്തങ്കീരി, ചിതല, ചാവേക്കി കോഴി, ചാണകക്കിളി, ചപ്പിലകുരുവി എന്നൊക്കെ വിളിക്കാറുണ്ട്. വളരെ രസകരമായ ജീവിതമാണിവയുടേത്. കൂട്ടമായേ ഈ പക്ഷികളെ കാണാൻ കഴിയൂ. സാധാരണ എഴെണ്ണം വീതമുള്ള ഗ്രൂപ്പായാണ് സഞ്ചാരം. അതിനാൽ സപ്ത സഹോദരിമാർ (Seven sisters) എന്നും ഇവയ്ക്കു പേരുണ്ട്. പൂത്താങ്കീരി, കരിയിലക്കിളി എന്നിങ്ങനെ രണ്ടിനം ചിലപ്പൻ കിളികൾ നമ്മുടെ നാട്ടിലുണ്ട്. ഇവ തമ്മിൽ കാര്യമായ വ്യത്യാസമില്ല. പൂത്താങ്കീരികൾക്ക് നേർത്ത തവിട്ടു നിറവും തലയുടെ മുകൾ ഭാഗം മങ്ങിയ വെളുപ്പുമാണ്. എന്നാൽ കരിയിലക്കിളികൾക്ക് ദേഹമൊട്ടാകെ കരിപ്പിച്ച തവിട്ടു നിറമാണ്. സൂക്ഷിച്ചുനോക്കിയാൽ മാത്രമേ ഇവയെ തമ്മിൽ തിരിച്ചറിയുകയുള്ളു. കരിയിലക്കിളികളുടെ ഓരോ കൂട്ടവും മറ്റു കൂട്ടങ്ങളിൽനിന്നും തനതായ വ്യക്തിത്വം പുലർത്തുന്നു. പരസ്പരം സഹായിക്കുവാനും കൂട്ടായി ജീവിക്കുവാനും ഈ പക്ഷികൾ കാട്ടുന്ന താൽപ്പര്യം മനുഷ്യർക്കു മാതൃകയാക്കാവുന്നതാണ്. കൂട്ടായി ഇരതേടുകയും ശത്രുക്കൾക്കെതിരെ പൊരുതുകയും ചെയ്യും. കൂട്ടത്തിൽ കുറച്ചു പക്ഷികൾ ഇരതേടുമ്പോൾ മറ്റുള്ളവ ശത്രുക്കൾക്കെതിരെ ജാഗ്രതപാലിക്കും. ശത്രുക്കളുടെ നിഴൽവെട്ടം കണ്ടാൽ ഒന്നിച്ച് ബഹളം വെച്ച് അവയെ തുരത്തും. ശത്രുക്കൾക്കെതിരെ കൂട്ടായി ജാഗ്രതപാലിക്കുന്നതിനാൽ കരിയിലക്കിളികളെ ആക്രമിക്കാൻ ശത്രുക്കൾക്കു കഴിയാറില്ല. മറ്റു പല പക്ഷികളും ജീവികളും ചിലപ്പൻകിളികൾക്കു സമീപം ഇരതേടാറുണ്ട്. ചിലപ്പൻ കിളികൾ ശത്രുക്കൾക്കെതിരായി കൂട്ടായി

ജാഗ്രത പാലിക്കുന്നതിനാൽ അതിന്റെ തണലിൽ ഭീതിയില്ലാതെ ഇര തേടാനാവുമെന്നതാണവയ്ക്കു കിട്ടുന്ന ഗുണം. കൂട്ടമായി സഞ്ചരിക്കുന്ന ഒട്ടുമിക്ക പക്ഷികൾക്കും ശത്രുക്കൾക്കുമെതിരെ കനത്ത ജാഗ്രത പാലിക്കാൻ കഴിയാറുണ്ട്. ഒരിക്കൽ ഞങ്ങൾ കുട്ടനാടൻ പാടത്ത് ഇര തേടുകയായിരുന്ന വൈറ്റ് ഇബിന്നുകളെ ചിത്രീകരിക്കാനായി ക്യാമറയുമായി ഒരു ശ്രമം നടത്തി നോക്കി. എന്നാൽ ഞങ്ങളുടെ നേരിയ ചലനം മുമ്പേ തിരിച്ചറിഞ്ഞ അവ ദൂരേക്ക് പറന്നകന്നു കഴിഞ്ഞു. ഇതുപോലെയാണ് ചിലപ്പൻ കിളികളുടെ കാര്യം. എന്നാൽ പരിസര നിരീക്ഷണത്തിൽ അതീവജാഗ്രത പാലിക്കുന്ന കരിയിലക്കിളികളുടെ കൂട്ടിലാണ് പേക്കുയിലുകൾ മുട്ടയിടുന്നതെന്നത് വിചിത്രമായി തോന്നാം. ചിലപ്പൻ കിളിക്കൂട്ടത്തെ എങ്ങനെ അകറ്റിയാണ് പേക്കുയിലുകൾ അവയുടെ കൂട്ടിൽ കയറി മുട്ടയിടുക? ചിലപ്പൻ കിളികളെക്കൂടി പറ്റിക്കുന്ന പേക്കുയിലുകളുടെ കൗശലം വിസ്മയകരം തന്നെ! ചിലപ്പൻ കിളിക്കൂട്ടങ്ങളിൽ ഓരോ ജോഡി വീതമാണ് കൂടൊരുക്കി മുട്ടയിടുക. മറ്റു പക്ഷികൾ അവയ്ക്കു കാവൽ നിൽക്കും. കുട്ടികളെ തീറ്റുന്നതും വളർത്തുന്നതും കൂട്ടമായി തന്നെ. കുഞ്ഞുങ്ങൾ പൊതുസ്വത്താണെന്നാണവയുടെ ഭാവം. ചിലപ്പൻകിളിക്കുഞ്ഞുങ്ങളെ തീറ്റാനും ലാളിക്കാനുമായി നിരന്നു നിൽക്കുന്ന മുതിർന്ന പക്ഷികളുടെ നിര പക്ഷി നിരീക്ഷകരെ അത്ഭുതപ്പെടുത്തിയിട്ടുണ്ട്. കൂട്ടുകുടുംബമായി വളരെ യോജിച്ചു കഴിയുന്ന ഇവയുടെ ജീവിതം കൗതുകകരമാണ്. ചിലപ്പൻ കിളികൾ തമ്മിൽ എപ്പോഴും സ്നേഹമാണെന്നു കരുതണ്ട. ഇടയ്ക്കിടെ ചില സൗന്ദര്യപ്പിണക്കങ്ങളൊക്കെ ഉണ്ടായെന്നിരിക്കും. എന്നാൽ വളരെ വേഗം അവർ വഴക്കൊക്കെ മറന്ന് യോജിക്കും. പറമ്പിൽ

രണ്ടും മൂന്നും കൂട്ടം ചിലപ്പൻകിളികൾ ഇരതേടുന്നുവെന്നു വിചാരിക്കുക. ഒരു കൂട്ടം മറ്റൊരു കൂട്ടവുമായി അത്രയൊന്നും അടുത്തിടപഴകാറില്ല. ഒരു കൂട്ടത്തിലെ പക്ഷി മറ്റൊരു കൂട്ടത്തിൽപ്പോയി ചേരുകയുമില്ല. ഒരു കുടുംബക്കാരാണ് ഒരു കൂട്ടമായി നടക്കുന്നത്. നിലത്ത് ചാടിച്ചാടി നടക്കുന്ന സ്വഭാവക്കാരാണ് ചിലപ്പൻകിളികൾ. ഇവരുടെ നടത്തം ഭംഗിയുള്ളതല്ലെന്ന് പലർക്കും അഭിപ്രായമുണ്ട്. ചാവേലിപ്പക്ഷി നൃത്തം ചവിട്ടുന്നതുപോലെയെന്നൊരു ചൊല്ല് മലബാറിൽ നിലനിൽക്കുന്നുണ്ട്. ഇക്കാര്യം എന്റെ ശ്രദ്ധയിൽപ്പെടുത്തിയത് കാർട്ടൂണിസ്റ്റ് ഗോപീകൃഷ്ണനാണ്. അതുപോലെ വായാടികളായ സ്ത്രീകളെ ഒന്നിരുത്താനായി 'ചിതലയെപ്പോലെ ചിലക്കാതിരിയെടി'യെന്നും പറയാറുണ്ട്. ചിലപ്പൻ കിളികളെ നമ്മുടെ നാട്ടുകാർ സൂക്ഷ്മമായി ശ്രദ്ധിച്ചിട്ടുണ്ടെന്നതിന്റെ തെളിവുകളാണ് ഇത്തരം വാക്കുകൾ. ചിലപ്പൻ കിളികളുടെ നടത്തം വികൃതമാകാൻ കാരണം അവ അരയന്നങ്ങളുടെ സുന്ദരമായ നടത്തത്തെ അനുകരിക്കാൻ പോയതാണെന്നു പറയാറുണ്ട്. അരയന്നങ്ങളുടെ സുന്ദരമായ നടത്തംകണ്ട് മോഹിച്ച് ചിലപ്പൻ കിളികളത് അനുകരിച്ചു നടക്കാൻ ശ്രമിച്ചു. അരയന്നങ്ങളുടെ നടത്തം പൂർണമായി കിട്ടിയതുമില്ല. സ്വാഭാവികമായി നടത്തം നഷ്ടമാവുകയും ചെയ്തു! ഇല്ലത്തുനിന്നിറങ്ങുകയും ചെയ്തു, അമ്മാത്തൊട്ടു എത്തിയതുമില്ലെന്ന അവസ്ഥ. അങ്ങനെ പാവം ചിലപ്പൻകിളികളുടെ നടത്തം ഈ പരുവത്തിലാവുകയും ചെയ്തു. അതുപോലെ ചിലപ്പൻകിളികൾ ഇരതേടുന്നതിനെ അനുകരിച്ച് ഒരു കളി തന്നെ കുട്ടികളുടെയിടയിലുണ്ടായിരുന്നു. 'പൂത്താങ്കീരിക്കളി.' വളരെ രസമുള്ള കളിയാണിത്. ഈർക്കിൽ മണ്ണിൽ ഒളിപ്പിച്ച് അത് തിരഞ്ഞെടുക്കുന്നതാണ് കളി. എന്നാൽ ഇപ്പോഴത്തെ കുട്ടികൾ ഇത്തരം കളികളൊന്നും കളിക്കാറില്ല. ചിലപ്പൻ കിളികൾ ഏതുകാലത്തും കൂടൊരുക്കി കാണാറുണ്ട്. വലിയ വൃത്തിയോ ഭംഗിയോ ഉള്ള കൂടുകളല്ല ഇവയുടേത്. ചുള്ളിക്കമ്പുകളും വള്ളികളുമൊക്കെ ചേർത്താണ് കൂടൊരുക്കം. നല്ല ഭംഗിയുള്ള മുട്ടകളാണ് കരിയിലക്കിളികളുടേത്. പേക്കുയിലുകളുടെ മുട്ടകളും ഏതാണ്ട് ഇതുപോലെതന്നെയാണ്. കരിയിലക്കിളികളുടെയും പേക്കുയിലിന്റെയും മുട്ടകളെങ്ങനെ ഒരേ തരത്തിലായി? ഇവ തമ്മിലുള്ള ബന്ധം എങ്ങനെയുണ്ടായി? ഇതൊക്കെ ആലോചിച്ചാൽ അത്ഭുതം തോന്നും. പ്രകൃതിയുടെ ലീലാവിലാസങ്ങൾ എന്നല്ലാതെ എന്തു പറയാൻ.

ചിലപ്പൻ കിളികൾ (BABBLERS)

Sub family TIMALINAE, പൂത്താങ്കീരി, കരിയിലക്കിളി എന്നീ രണ്ടിനത്തെ ഇവിടെ കാണാം. പൂത്താങ്കീരി (WHITE HEADED BABBLER-Turdoides affinis) കരിയിലക്കിളി (JUNGLE BABBLER-Turdoides striatus.) തവിട്ടു നിറക്കാരാണ് ചിലപ്പൻകിളികൾ. പൂത്തങ്കീരിക്കു മങ്ങിയ നിറമാണെന്നു മാത്രം. തലയിൽ മങ്ങിയ വെള്ളനിറമാണ്. എഴെണ്ണമടങ്ങുന്ന കൂട്ടമായാണ് ചിലപ്പൻ കിളികളുടെ സഞ്ചാരം.

46

ഓലേഞ്ഞാലി

ഓലേഞ്ഞാലിയെ കണ്ടിട്ടില്ലാത്തവർ ആരും തന്നെയുണ്ടാവില്ല. തെങ്ങോലത്തുമ്പിൽ തൂങ്ങിയാടി ഓലക്കിടയിലെ പുഴുക്കളെയും മറ്റു ചെറു ജീവികളെയും ആഹരിക്കുക ഇതിന്റെയൊരു സ്വഭാവമാണ്. അതുകൊണ്ട് തെങ്ങുള്ളിടത്തെല്ലാം ഓലേഞ്ഞാലിയുമുണ്ട്. ഓലേഞ്ഞാലിയെയും അതിന്റെ അടുത്തബന്ധുവായ കാട്ടൂഞ്ഞാലിയെയും കേരളത്തിൽ കാണാം. ഓലേഞ്ഞാലിയെയും കാട്ടൂഞ്ഞാലിയെയും തമ്മിൽ തെറ്റാതിരിക്കാൻ കാട്ടൂഞ്ഞാലിയുടെ ഗുദത്തിനരികിൽ ചുകപ്പ് നിറമുണ്ടെന്ന് ഓർത്തു വച്ചാൽ മതി. ഓലേഞ്ഞാലി വീടിന്റെ പരിസരത്തു വന്നിരുന്ന് പലതരത്തിലുള്ള ശബ്ദം പുറപ്പെടുവിക്കാറുണ്ട്. റൂഖി.. റൂഖി.... എന്നിങ്ങനെ തുടർച്ചയായി കരഞ്ഞുകൊണ്ടിരിക്കുന്നത് ഇവയുടെ ശീലമാണ്. അടുത്തുള്ള വീട്ടിലെ കുട്ടിയുടെ പേര് 'റൂബി'യെന്നാണ്. വീട്ടുമുറ്റത്തു വന്നിരുന്നു റൂബി-റൂഖി-റൂബി... എന്നു വിളിക്കുന്ന ഓലേഞ്ഞാലിയെ മകൻ അമൽ വിളിക്കുന്നത് 'റൂബി' പക്ഷിയെന്നാണ്. ഓലമുറിയൻ, പുകബ്ലായി, കോയക്കുറുഞ്ഞി, കട്യൂർപക്ഷി, പൂക്കുറുഞ്ഞി എന്നീ പേരുകളിലും ഇതറിയപ്പെടും. തലയും കഴുത്തും മാറിടവും ഏതാണ്ട് പുകപിടിച്ച മാതിരി തവിട്ടുനിറമായതിനാണിവയെ പുകബ്ലായിയെന്നു പേരു ചൊല്ലി വിളിക്കുന്നതെന്നും കേരളത്തിലെ പക്ഷികളിൽ ഇന്ദുചൂഡൻ പറയുന്നു. ഓലത്തുമ്പിൽ തൂങ്ങിയാടി അതു കൊത്തിപ്പറിക്കുന്നതിനാലാവും ഓലമുറിയൻ എന്നിവയെ വിളിക്കാൻ കാരണം.

കാക്കയുടെ അടുത്ത ബന്ധുവാണ് ഓലേഞ്ഞാലികൾ. കാക്ക ഒരു പ്രത്യേക ശബ്ദത്തിൽ കരഞ്ഞാൽ വിരുന്നുകാർ വരുമെന്നു വിശ്വസിക്കുന്നതുപോലെ ഓലേഞ്ഞാലിയുടെ ശബ്ദം കേട്ടാൽ ധാരാളം പണം കൈയിൽ വരുമെന്നു മലബാർ ഭാഗത്തെ ജനങ്ങൾ കരുതുന്നു. ഹിന്ദുക്കളുടെയിടയിൽ കാക്കകളെ പലപ്പോഴും പരേതാത്മാവായാണ് കരുതുക. പ്രത്യേകിച്ചും ബലിക്കാക്കകളെ. ബലിച്ചടങ്ങിനു ബലിക്കാക്കകൾ വന്നു ബലിച്ചോർ ഭക്ഷിച്ചാലെ ചടങ്ങു പൂർത്തിയാവുകയുള്ളുവല്ലോ. എന്നാൽ മുസ്ലീങ്ങൾക്കിടയിൽ ഓലേഞ്ഞാലികളെ റൂഹാനിക്കിളികളെന്നാണ് വിളിക്കുക. റൂഹ് എന്നാൽ ആത്മാവ്. ഇവ പ്രത്യേക ശബ്ദത്തിൽ കരയുന്നതു കേട്ടാൽ മരിപ്പു കേൾക്കാമെന്നാണ് വിശ്വാസം. വിവിധതരത്തിൽ ഓലേഞ്ഞാലികൾ കരയാറുണ്ട്. ക്രെ... ക്രെ..... ക്രെ... യെന്നും കോക്ലി..... കോക്ലിയെന്നും കരയും. പുക്രിൻ.... പുക്രിൻ... ക്ലോക്യാ........ ക്ലോകേകർ..... എന്നിങ്ങനെയും കരയുന്നതു കേൾക്കാം. ഓലേഞ്ഞാലികളുടെ വിവിധ തരത്തിലുള്ള ശബ്ദങ്ങൾ സൂക്ഷമതയോടെ ശ്രദ്ധിക്കുന്നതു അവയുടെ വിവിധതരം ശബ്ദങ്ങൾ തിരിച്ചറിയാൻ സഹായിക്കും. കാക്കയുടെ ബന്ധുവായ ഓലേഞ്ഞാലി ഏകദേശം കാക്കകളെപ്പോലെയാണ് കൂടൊരുക്കുന്നത്. അത്ര വലുതായിരിക്കില്ലെന്നു മാത്രം. ഓലേഞ്ഞാലി കൂടൊരുക്കുമ്പോൾ അതിന്റെ സംരക്ഷണയിൽ മറ്റു ചില കിളികൾ കൂടൊരുക്കാറുണ്ട്. പ്രത്യേകിച്ചു മഞ്ഞക്കറുപ്പനെപോലുള്ള പക്ഷികൾ. തന്റെ കൂടിനെയും കുഞ്ഞിനെയും അതീവ ജാഗ്രതയോടെ സംരക്ഷിക്കുന്ന ഓലേഞ്ഞാലി തന്നെ വിശ്വസിച്ച് കൂടൊരുക്കുന്ന മഞ്ഞക്കുരുവികളുടെ മുട്ടയും കുഞ്ഞിനെയും തരം കിട്ടിയാൽ കൊത്തി തിന്നുകളയും. ചെറു പക്ഷികളുടെ പൊതു ശത്രുക്കളാണ് കാക്കയും ഓലേഞ്ഞാലിയും. കാക്കയും ഓലേഞ്ഞാലിയും തമ്മിൽ വഴക്കു കൂടുമ്പോൾ ചെറു പക്ഷികൾ ഓലേഞ്ഞാലിക്കൊപ്പം ചേർന്നു കാക്കയെ തുരത്തും. കാക്കയെ തുരത്തിക്കഴിഞ്ഞാൽ ചെറു പക്ഷികളെല്ലാം ചേർന്നു ഓലേഞ്ഞാലിയെ തുരത്തും. പണ്ട് ബ്രിട്ടീഷുകാർ ഇന്ത്യയിൽ ചെയ്തിരുന്ന അതേപോലെ തന്ത്രം തന്നെ. പഴശ്ശിരാജയ്ക്കൊപ്പം ചേർന്നു ടിപ്പുവിനെ ആക്രമിക്കുക. ടിപ്പുവിന്റെ ശല്യം അവസാനിക്കുമ്പോൾ പഴശ്ശിരാജയ്ക്കെതിരെ തിരിയുക. പക്ഷികൾക്കിടയിലും ഇത്തരത്തിലുള്ള യുദ്ധതന്ത്രങ്ങൾ നിലനിൽക്കുന്നുവെന്നത് കൗതുകകരമായി തോന്നാം. കാട്ടൂഞ്ഞാലിയും ഏതാണ്ട് ഓലേഞ്ഞാലിയുടെ സ്വഭാവക്കാരൻ തന്നെ. കാട്ടു പ്രദേശങ്ങളാണിവയെ കൂടുതലായി കാണുകയെന്നു മാത്രം.

1. ഓലേഞ്ഞാലി– INDIAN TREE PIE-Dendrocitta Vagabunda. തലയും കഴുത്തും മാറിടവും മങ്ങിയ കറുപ്പ്. ദേഹം തവിട്ടു നിറം. ചിറക് പൂട്ടിയിരിക്കുമ്പോൾ നടുക്കായി വെള്ളപ്പട്ട കാണാം. വാലിന്റെ അറ്റം കറുപ്പ്. അതിനു മുകളിൽ വെള്ളപ്പട്ട.

2. കാട്ടൂഞ്ഞാലി– WHITE BELLIED TREE PIE- dendrocitta eucogstra ഗുദഭാഗത്ത് ചുകപ്പ് നിറം കാണാം.

47

നാട്ടു മൈനകൾ

കാക്കയെപ്പോലെ സർവ സാധാരണമായ പക്ഷിയാണ് മൈന. തെങ്ങിൻ തോപ്പുകളിലും പറമ്പിലും ചെറു കൂട്ടങ്ങളായും ജോഡി കളായും മൈനകൾ ഇരതേടുന്നതു കാണാം. മിക്കപ്പോഴും ജോഡി യായേ മൈനകളെ കാണാനാവൂ. അതുകൊണ്ടാവാം ഒറ്റ മൈനയെ കാണുന്നത് ദോഷമാണെന്ന വിശ്വാസം നാട്ടിൽ പ്രചരിച്ചിട്ടുണ്ട്. നമ്മുടെ നാട്ടിൽ രണ്ടിനം മൈനകളെയാണ് സാധാരണ കാണാൻ കഴിയുക. നാട്ടുമൈനയെയും കിന്നരിമൈനയെയും. സൂക്ഷിച്ചു നോക്കിയാൽ മാത്രമേ ഇവയെ തമ്മിൽ തിരിച്ചറിയാനാകൂ. ഒറ്റനോട്ട ത്തിൽ രണ്ടും ഏതാണ്ടൊരേയിനമാണെന്നു തോന്നാം. നാട്ടുമൈന യ്ക്കു ഏതാണ്ട് വിളർത്ത ചോക്കളേറ്റു നിറമാണ്. തല, മാറിടം, വാൽ എന്നിവ കറുപ്പാണ്. ചിറകിലെ വലിയ തൂവലുകൾ കറുപ്പ്. ചിറകു വിടർത്തുമ്പോൾ വെള്ളനിറം കാണാം. കൊക്കും കാലും മഞ്ഞനിറ മാണ്. കൊക്കിൽനിന്നു തുടങ്ങി കവിളിൽക്കൂടി മഞ്ഞ ചർമം പോകു ന്നുണ്ട്. എന്നാൽ കിന്നരി മൈനകൾക്ക് കണ്ണിനു താഴേക്കും പുറകെ യും മഞ്ഞ ചർമമില്ല. കൊക്കിനു മീതെ ഒരു ചെറിയ ശിഖയും തെളി

ഞ്ഞു നിൽക്കും. നാട്ടുമൈനയെക്കാൾ ഇരുണ്ടതാണ് കിന്നരി മൈനയെന്നതും ഓർത്തിരുന്നാൽ ഇവയെ തമ്മിൽ തെറ്റില്ല. കൂട്ടിലിട്ടു വളർത്താനിഷ്ടപ്പെടുന്ന പക്ഷികളിലൊന്നാണ് മൈനകൾ. തത്തയും മൈനകളുമാണ് കുട്ടികൾക്കേറെയിഷ്ടപ്പെട്ട പക്ഷികളെന്നു തോന്നുന്നു. തത്തകളെപ്പോലെ മൈനകളെയും പരിശീലിപ്പിച്ചാൽ മനുഷ്യരെപ്പോലെ സംസാരിക്കാൻ ഇവയ്ക്കു കഴിയും. മൈനകൾ പലരേയും പേരുചൊല്ലി വിളിക്കുന്നതു ഞാൻ കേട്ടിട്ടുണ്ട്. കുട്ടിക്കാലത്ത് തത്തയെ കുറച്ചുകാലം കൂട്ടിലിട്ടു വളർത്തിയിരുന്നു. എന്നാൽ ഒരിക്കൽ അതിന്റെ അച്ഛൻകിളിയും അമ്മക്കിളിയുംകൂടിവന്ന് കൂട് കൊത്തിത്തുറന്ന് തത്തക്കുഞ്ഞിനെയുംകൊണ്ട് പൊയ്ക്കളഞ്ഞു. അതിൽ പിന്നെ വീട്ടിൽ പക്ഷികളെയൊന്നും കൂട്ടിലിട്ടു വളർത്താറില്ല. പക്ഷികളെ കൂട്ടിലിട്ടു വളർത്തുന്നത് അവയോടു ചെയ്യുന്ന ദ്രോഹമാണെന്നു തന്നെയാണ് എന്റെ വിശ്വാസം. മൈനകൾ സാധാരണ തെങ്ങിലും അടയ്ക്കാമരത്തിലുമുള്ള പുനങ്ങളിലാണ് മുട്ടയിട്ട് കുഞ്ഞിനെ വളർത്തുന്നത്. മധ്യവേനൽ അവധിക്കാലത്ത് തത്തക്കൂടുകളും മൈനക്കൂടുകളും തേടിനടക്കുന്നത് നാട്ടിൻപുറത്തെ കുട്ടികളുടെ ഒരു വിനോദമാണല്ലോ. മാളങ്ങളിൽ മുട്ടയിടുന്ന ഒട്ടുമിക്ക പക്ഷികളുടെയും മുട്ടകൾക്ക് വെളുപ്പുനിറമാണ്. എന്നാൽ മൈനകളുടെ മുട്ടകൾക്ക് നീലനിറമാണ്. ഒരു കൂട്ടിൽ മൂന്നും നാലും മുട്ടകളെങ്കിലും കാണും. മൈനകൾ കീടങ്ങളെ നിയന്ത്രിക്കുന്നതിൽ വലിയ സഹായമാണ് ചെയ്തു തരുന്നത്. കൃഷിയിടങ്ങളിലും മറ്റുമുള്ള വെട്ടുകിളികളെവരെയിതു തിന്നു നശിപ്പിക്കും. മൈനകളുടെ ഈ പ്രത്യേകത തിരിച്ചറിഞ്ഞ് പല രാജ്യങ്ങളിലും മൈനകളെ വളർത്തി പ്രചരിപ്പിച്ചിരുന്നു. നല്ല ധീരതയുള്ള പക്ഷിയാണ് മൈനകൾ. തന്നെക്കാൾ വലിയ പക്ഷികളെപോലും കടന്നാക്രമിച്ചു തുരത്താനുള്ള ശേഷി ഇവയ്ക്കുണ്ട്. കാക്കകളോടൊപ്പമാണ് മൈനകളും ചേക്കയിരിക്കുന്നത്. എന്നാൽ മൈനകൾ കൂട്ടമായി ഒരു പ്രത്യേക മരം ചേക്കയിരിക്കാനായി തിരഞ്ഞെടുക്കുന്നു. സംഘബോധവും വംശബോധവും മൈനകൾക്കുണ്ട്. ആലപ്പുഴയിലെ പത്രപ്രവർത്തനകാലത്ത് കായംകുളത്തുനിന്നു രാവിലത്തെ ഷട്ടിൽട്രെയിനിൽ ആലപ്പുഴയ്ക്ക്, അവിടെനിന്ന് വൈകിട്ടുള്ള ട്രെയിനിൽ തിരികെയും അഞ്ചുവർഷത്തോളം ഞാൻ സഞ്ചരിച്ചിട്ടുണ്ട്. ഓണാട്ടു കരയിലൂടെയും അപ്പർകുട്ടനാടും കടന്നുള്ള ട്രെയിൻ യാത്ര വളരെ രസകരമായിരുന്നു. റെയിൽപ്പാതയുടെ ഇരുവശവും ഹരിതാഭമായ കാഴ്ചയാണ്. വിളഞ്ഞ നെൽപ്പാടങ്ങളും തെങ്ങും അടയ്ക്കാമരവും പ്ലാവും മുരിങ്ങയും തുടങ്ങി നിരവധി വൃക്ഷങ്ങൾ തിങ്ങിനിറഞ്ഞ പുരയിടങ്ങളും അവിടൊക്കെ പാറിപ്പറക്കുന്ന നിരവധി പക്ഷികളും. അക്കൂട്ടത്തിൽ ധാരാളം മൈനകളെയും കാണാം. പാതയോരത്തെ വൃക്ഷങ്ങളിൽ മൈനക്കൂടുകൾ കാണാം. ആന്റ്സിലെ സുഹൃത്തുക്കളുമായി നിരവധി കാലിക വിഷയങ്ങൾ ചർച്ച ചെയ്തുകൊണ്ടിരിക്കുമ്പോഴും

എന്റെ ശ്രദ്ധ വശങ്ങളിലൂടെ ഓടി മറയുന്ന വൃക്ഷത്തലകളിലായി രിക്കും. റബ്ബറിന്റെയും മറ്റും കടന്നു കയറ്റം ഈ ഭാഗത്തേക്കിതുവരെ യെത്താത്തതിനാലാവാം ധാരാളം പക്ഷികളെ നമുക്കിവിടെ കാണാ നാവും. കായംകുളം റെയിൽവെ സ്റ്റേഷനിലേക്ക് പോകുന്ന വഴിയിലെ തെങ്ങുകളിൽ പതിവായി മൈനകൾ കൂടൊരുക്കുന്നതു കണ്ടിട്ടുണ്ട്. കായംകുളം റെയിൽവെസ്റ്റേഷൻ പരിസരത്ത് മൈനകൾ ധാരാളമായി ചേക്കയിരിക്കാറുണ്ട്. അതുപോലെ പശുക്കൾക്ക് പിന്നാലെ നടന്നും ഇവ തേടാറുണ്ട്. കാലിക്കൊക്കും കാക്ക തമ്പുരാട്ടിയും മൈനകളു മാണ് ഈ കാര്യത്തിൽ മുമ്പന്മാർ. ക്ലി.... ക്ലി..... ക്ലി....... ക്ലി.... ക്ലി......

എന്നിങ്ങനെയാണ് മൈന കൾ സാധാരണ കരയു ക. എന്നാൽ ഒട്ടുമിക്ക പക്ഷികളുടെ ശബ്ദവും ഇവ അനുകരിക്കാറുണ്ട്. അതുകൊണ്ട് ശബ്ദംകേ ട്ട് മാത്രം ഇവയെ തിരിച്ച റിയുക ബുദ്ധിമുട്ടാണ്. പക്ഷികൾ സാധാരണ നി ലത്തിറങ്ങി നടക്കുക പ തിവില്ല. എന്നാൽ മൈ നകൾ കാലെടുത്തുവച്ചു നടന്നു നീങ്ങുന്നതു കാണാം, പ്രത്യേകിച്ചും നെല്ലു മെതിക്കുന്ന കളങ്ങളിൽ. നെല്ലും കൊത്തിപ്പെറുക്കി തിന്നു നീങ്ങുന്ന മൈനകൾ മനോഹര കാഴ്ചയാണ്.

നാട്ടുമൈന (മാടത്ത) COMMON MYNA-Acridotherestristis.

ഉണ്ണിയെത്തി, ചാണകക്കിളി, കാറുവാൻ, കാവളംകിളി, ചിത്തിര ക്കിളി എന്നീ പേരുകളിലും അറിയപ്പെടും.

കിന്നരി മൈന– JUNGLE MYNA

Acridotheres fuscus - കണ്ണിനു ചുറ്റും മഞ്ഞ നിറമില്ലാത്തതും തലയിൽ ചെറിയ ശിഖരം ഉള്ളതുകൊണ്ടും നാട്ടുമൈനയുമായി തെറ്റില്ല.

48

തത്തകൾ

ലോകത്ത് ഏറ്റവും കൂടുതൽ ഇനങ്ങളുള്ള പക്ഷി തത്തകളായിരിക്കാം. 320 ഇനം തത്തകൾ ലോകമെമ്പാടുമായി ജീവിക്കുന്നു. ഇതിൽ നാലിനങ്ങളെ നമ്മുടെ രാജ്യത്തു കാണാം. ഇവിടെയും തത്തകളുടെ എണ്ണം മറ്റു പക്ഷികളെ അപേക്ഷിച്ചു വളരെ കൂടുതലാണെന്നു ചൂണ്ടി കാണിക്കപ്പെടുന്നു. നാട്ടുതത്ത, പൂന്തത്ത, നീലതത്ത എന്നീയിനങ്ങളെയാണ് കേരളത്തിൽ കണ്ടുവരുന്നത്. ഇതിൽ നാട്ടുതത്ത വളരെ സർവസാധാരണമാണ്. മനുഷ്യർ കൂട്ടിലിട്ടു ഓമനിച്ചു വളർത്തുന്ന പക്ഷികളിലൊന്നാണ് തത്തകൾ. തത്തകളെ വളർത്തുന്നത് ആഢ്യത്വമായി മുമ്പു പലരും കരുതിയിരുന്നു. യൂറോപ്പിലും മറ്റും തത്ത വളർത്തൽ ഫാഷനായത് അലക്സാണ്ടർ ചക്രവർത്തിയുടെ കാലത്താണ്. അദ്ദേഹം ചിലയിനം തത്തകളെ ഇന്ത്യയിൽ ആക്രമണം കഴിഞ്ഞുമടങ്ങുമ്പോൾ ഇവിടെനിന്നു കൂടെ കൊണ്ടുപോയി. അലക്സാണ്ടർ ചക്രവർത്തി ഇറാനിൽ വച്ചു മരിച്ചുപോയെങ്കിലും അദ്ദേഹത്തിന്റെ പടയാളികൾ തത്തകളെ സുരക്ഷിതമായി ഗ്രീസിൽ എത്തിച്ചു. പിന്നീടങ്ങോട്ടു തത്തകളെ വളർത്തുന്നതു ഒരു ഫാഷനായി പലരും കരുതാൻ തുടങ്ങി. ലോകത്ത് ഏറ്റവും കൂടുതൽ വ്യാപാരം ചെയ്തിട്ടുള്ള പക്ഷിയും തത്തകളാവാം. തത്തകൾ മനുഷ്യഭാഷകൾ അനുകരിക്കാൻ ശേഷിയുള്ള പക്ഷിയായതും ഇതിനോടു പ്രത്യേക മമത തോന്നാൻ കാരണമായിട്ടുണ്ട്. പുരാതനകാലത്ത് സന്ദേശവാഹകരായി തത്തകൾ മാറിയിട്ടുണ്ടല്ലോ? തത്തകളുടെ സർക്കസ് ലോകമെമ്പാടും ഇന്നും ഏറെ പ്രിയപ്പെട്ട വിനോദമാണ്. സൈക്കിൾ ചവിട്ടുകയും ജീപ്പോടിക്കുകയും പന്തുകളിക്കുകയുമൊക്കെ ചെയ്യുന്ന തത്തകൾ ആരെയാണ് ആകർഷിക്കാത്തത്. ഉത്തരേന്ത്യയിലെ പല പഴയ കൊട്ടാരങ്ങളിലും നൂറു കണക്കിന് തത്തകൾ പാർക്കുന്നത് ഞാൻ കണ്ടിട്ടുണ്ട്. ഈ തത്തക

ളൊക്കെ മൺമറഞ്ഞ രാജാക്കന്മാരും രാജകുമാരിമാരുമാണെന്നാണ് ജനങ്ങളുടെ വിശ്വാസം. കാക്കാത്തിമാർ തത്തകളെക്കൊണ്ടു ഭാഗ്യ ക്കാർഡുകൾ എടുപ്പിച്ച് ഭാവിഫലം പറയുന്നതു നമ്മുടെ നാട്ടിൽ പതിവാണല്ലോ. തത്തപറഞ്ഞ കഥകളും നമ്മുടെ നാട്ടിൽ ധാരാളം. *ഷുക സപ്തരി (Shukasaptari)* യെന്ന സംസ്കൃത കഥാഗ്രന്ഥം തത്തകൾ പറഞ്ഞ ഏഴുകഥകളാണ്. *കാദംബരി*യും തത്തയാണല്ലോ പറയുന്നത്. എന്തിനു മലയാള ഭാഷയുടെ പിതാവായി നമ്മൾ കരുതുന്ന തുഞ്ചത്ത് എഴുത്തച്ഛന്റെ കിളിപ്പാട്ട് രാമായണത്തിന്റെ കഥ തന്നെ നോക്കൂ. രാമായണം പാടുന്നതു തത്തകളാണ്.

ശ്രീരാമനാമം പാടി വന്ന
പൈങ്കിളി പെണ്ണേ
ശ്രീരാമചരിതം നീ ചൊല്ലീടു മടിയാതെ,
ശാരിക പൈതൽ താനും വന്ദിച്ച വന്ദ്യൻമാരെ
ശ്രീരാമ സ്മൃതിയോടെ പറഞ്ഞു തുടങ്ങിനാൾ. *(അധ്യാത്മരാമായണം കിളിപ്പാട്ട്)*

തത്തകളെക്കൊണ്ടു കഥ പറയിക്കുകയും കവിത ചൊല്ലിക്കയും ചെയ്യുന്ന പാരമ്പര്യം നമുക്ക് പുരാതനകാലം മുതൽ തന്നെയുണ്ടായിരുന്നു. ഇന്ത്യയിലേക്ക് കാപ്പിച്ചെടികൾ കൊണ്ടുവന്ന അറബി സൂഫി പണ്ഡിതൻ ബാബാബുഡാന്റെ കഥ തന്നെ നോക്കൂ. ഇദ്ദേഹത്തിന്റെ ഖബറിടം കർണാടകയിലെ ബാബാബുഡാൻ മലയിലാണ് സ്ഥിതി ചെയ്യുന്നത്. ബാബാബുഡാൻ ധ്യാനത്തിലിരുന്ന മലയിൽ ധാരാളം

നീലതത്തകൾ ഉണ്ടായിരുന്നു. ബാബാബുഡാൻ അവയെ ഖുറാൻ ഓതാൻ പഠിപ്പിച്ചു. ഖുറാൻ ഓതി പറന്നു നടക്കുന്ന തത്തകൾ നാട്ടുകാർക്കൊരത്ഭുതം തന്നെയായിരുന്നു. കർണാടകയിൽ നീലതത്തകളെ ബാബാബുഡാൻതത്തകൾ എന്നാണ് വിളിക്കുക.

കൃഷിക്ക് ഉപദ്രവം ചെയ്യുന്ന പക്ഷികളിൽപ്പെട്ടതാണ് തത്തകളെന്നാണ് പൊതുവായ വിലയിരുത്തൽ. കൃഷിക്കു കാര്യമായ സഹായങ്ങളൊന്നും ഇവ ചെയ്യാതെ

ധാന്യങ്ങൾ കവർന്നെടുക്കുന്നതിനാലാവാം ഈ പേരുദോഷം ഇവയ്ക്കു ലഭിക്കാൻ കാരണം. എങ്കിലും പ്രകൃതി വെറുതെ വൻതോതിൽ തത്തകളെ പടച്ചിറക്കില്ലെന്നു ഓർക്കുക. പ്രകൃതി സന്തുലനം സംരക്ഷിക്കുന്നതിൽ തത്തകൾ വലിയ പങ്ക് വഹിക്കുന്നുണ്ടെന്നാണ് എന്റെ വിശ്വാസം. പഞ്ചവർണക്കിളിയെന്നും തത്തകളെ പേരുചൊല്ലി വിളിക്കാറുണ്ട്. മനുഷ്യരുടെ ലാളന ഏറെ ലഭിക്കുന്ന പക്ഷികളാണ് തത്തകളെന്ന കാര്യത്തിൽ യാതൊരു സംശയവുമില്ല. തെങ്ങിലും അടയ്ക്കാമരത്തിലും മറ്റുമുള്ള മാളങ്ങളിലാണ് തത്തകൾ മുട്ടയിടുന്നത്. ഒരു കൂട്ടിൽ മൂന്നുനാലുമുട്ടകളെങ്കിലും കാണും.

മൂന്നിനം തത്തകളെയാണ് സാധാരണയായി കേരളത്തിൽ കണ്ടുവരുന്നത്.

ദേഹമാസകലം പച്ചനിറം പുതച്ചവരാണ് നാട്ടുതത്ത. വാലിനു മുകൾ വശത്ത് നീലനിറവും അടിഭാഗത്ത് മഞ്ഞനിറവുമാണുള്ളത്. കൊക്കിന്റെ മുകൾപകുതി ചുകന്നതും കീഴ് പകുതി കറുത്തതും. കൊക്കിന്റെ അടിയിൽനിന്നും പുറം കഴുത്തിനെ ചുറ്റിപ്പോകുന്ന ഒരു കറുത്തമാലയും അതിനു തൊട്ട് കിടക്കുന്ന ഒരു ഇളം ചുകപ്പുവരയും കാണാം. പിടയ്ക്ക് പുൽപ്പച്ചനിറത്തിലുള്ള കണ്ഠാഭരണമാണ്.

പൂന്തത്ത പൂവന്റെ തലയിൽ ചുകപ്പും ഊതയും നിറങ്ങൾ കാണാം. കഴുത്തിൽ കറുത്തമാലയും ചിറകിൽ ചുമലിനരികിലായി ചുവന്നപൊട്ടും കാണാം. പിടയ്ക്ക് ഈ ചുവന്ന പൊട്ട് കാണില്ല. തലയിൽ ഊതഛായമുള്ള ചാരനിറമായിരിക്കും. പൂവന്റെ കൊക്ക് ഇളം ഓറഞ്ചു നിറവും പിടയുടേത് മഞ്ഞനിറവുമാണ്. പൂവന്റെയും പിടയുടെയും വാലിന്റെ മുകൾഭാഗം നീലയാണ്. വാലിന്റെ അറ്റത്ത് വെള്ളനിറം കാണാം.

നീലതത്തയുടെ ദേഹത്തുള്ള പച്ചനിറം നീലഛായയുള്ളതാണ്. തല, മാറിടം, പുറം എന്നിവ ചുവപ്പു കലർന്ന ചാരനിറമാണ്. വാലിന്റെ മുകൾ ഭാഗവും ചിറകുകളും നീല. വാലിന്റെ അഗ്രഭാഗം മഞ്ഞയാണ്. കറുത്തമാലയും അതിനോട് ചേർന്ന് നീല കലർന്ന പച്ച മാലയും കാണാം. കൊക്കിന്റെ മേൽപ്പകുതി ചുവപ്പാണ്. അറ്റത്തു മഞ്ഞനിറവും കാണാം. കീഴ്പ്പകുതി മങ്ങിയ കറുപ്പ്. പിടയുടെ കൊക്കിന്റെ മേൽപ്പകുതിയും മങ്ങിയ കറുപ്പായിരിക്കും. മുളന്തത്തയെന്നും ഇതറിയപ്പെടുന്നു.

49

പൊൻമാനുകൾ

കുളിക്കടവിലും ജലാശയങ്ങളുടെ ഓരത്തും, വീട്ടു വളപ്പുകളിലുമെല്ലാം സാധാരണ കണ്ടുവരാറുള്ളൊരു പക്ഷിയാണ് പൊൻമാൻ. മീൻകൊത്തികൾ എന്നും ഇതിനു പേരുണ്ട്. നാലിനം പൊൻമാനുകളെയാണ് കേരളത്തിൽ കണ്ടു വരുന്നത്. പൊടി പൊൻമാൻ, പൊൻമാൻ, വലിയ പൊൻമാൻ, പുള്ളി പൊൻമാൻ എന്നീഇനങ്ങളാണിവിടെയുള്ളത്. ഇന്ദുചൂഡന്റെ *കേരളത്തിലെ പക്ഷികൾ* എന്ന പുസ്തകത്തിൽ ചെറിയ മീൻകൊത്തി, മീൻകൊത്തിചാത്തൻ, കാക്കമീൻകൊത്തി, പുള്ളിമീൻകൊത്തി എന്നീ പേരുകളാണ് യഥാക്രമം ഇവയ്ക്ക് നൽകിയിരിക്കുന്നത്. എന്നാൽ പൊൻമാൻ എന്ന പേരാണിവയ്ക്ക് കൂടുതൽ ചേരുകയെന്നാണെനിക്കു തോന്നുന്നത്. നിറങ്ങളുടെ വശ്യസൗന്ദര്യം ആവോളം പ്രകൃതി നൽകി അനുഗ്രഹിച്ചിട്ടുള്ള പക്ഷിയാണിത്. അരസികനെപ്പോലും ഇത്തിരിനേരം തന്നിലേക്കാകർഷിക്കാൻ ഈ പക്ഷികൾക്കു കഴിയും. വലുപ്പം ഒരു പ്രത്യേകതയായി കരുതിയാൽ ഏറ്റവും ചെറുതാണ് പൊടിപ്പൊൻമാൻ. കുളിക്കടവിലെ മൺതിട്ടകളിലും മറ്റും സാധാരണയായി ഇവയെ കാണാം. വീട്ടുവള

പ്പുക്കളിലും മറ്റും കാണാറുള്ള മറ്റൊരിനമാണ് പൊൻമാൻ. ഇവയുടെ മാറിൽ തൂവെള്ള നിറം കാണാമെന്നതിൽ മറ്റു പക്ഷികളുമായി ഇതു തെറ്റില്ല. കൂട്ടത്തിൽ ഏറ്റവും വലുതാണ് വലിയ പൊൻമാൻ. ഇവ മൂന്നും ഏകോദരസഹോദരങ്ങളാണെന്നു കാഴ്ചയിൽതന്നെ തോന്നും. ഇതിൽ വ്യത്യസ്തനാണ് പുള്ളിപ്പൊൻമാൻ. മറ്റു പൊൻമാനുകളുടെ നിറസൗകുമാര്യങ്ങളൊന്നുമിവയ്ക്കില്ല. എന്നാൽ വെളുപ്പിന്റെയും കറുപ്പിന്റെയും വശ്യസൗന്ദര്യം ഇവയ്ക്ക് വേണ്ടുവോളമുണ്ടുതാനും. ജലാശയങ്ങളുടെ മുകളിൽ ഹെലിക്കോപ്റ്റർപോലെ പാറിപ്പറന്നുനിന്ന് ശരം വിട്ടതുപോലെ വെള്ളത്തിലേക്ക് വീണ് ഇരപിടിക്കാൻ ശേഷിയുള്ള പക്ഷികളാണ് പൊൻമാനുകൾ. എന്നാൽ ഇതിൽ ഏറ്റവും സമർഥൻ പുള്ളിപ്പൊൻമാനാണ്. നൂറനാടിനു സമീപമുള്ള പള്ളിമുക്കം ക്ഷേത്ര പരിസരത്തെ പുഞ്ചപ്പാടത്ത് പുള്ളിപ്പൊൻമാനുകൾ ഇത്തരത്തിൽ മീൻ പിടിക്കുന്നതു ധാരാളം പ്രാവശ്യം ഞാൻ നോക്കിയിരുന്നിട്ടുണ്ട്. പക്ഷികളെ ക്യാമറയിൽ പകർത്താനായി ജൂലൈമാസത്തിൽ കുട്ടനാടുമുഴുവൻ ഒരു ഹൗസ്ബോട്ടിൽ കയറി മൂന്നുദിവസം പരതിയിട്ടും ഞങ്ങൾക്ക് പുള്ളി പൊൻമാനുകളെ കാണാനായില്ല. എന്നാൽ വലിയ പൊൻമാനെയും പൊൻമാനെയും മറ്റും കാണാൻ കഴിഞ്ഞു. കേരളത്തിൽ സമൃദ്ധമായൊരു പക്ഷിയാണ് പുള്ളിപ്പൊൻമാനെന്നു ഇന്ദുചൂഡൻ പറയുന്നുണ്ട്. എന്നാൽ കഴിഞ്ഞ കുറേവർഷങ്ങളായി ഇവയുടെ എണ്ണം ഗണ്യമായി കുറഞ്ഞുവെന്നു വേണം കരുതാൻ. പുള്ളിപ്പൊൻമാനെത്തേടി ഒടുക്കം ഞങ്ങൾക്ക് പള്ളിമുക്കത്തെ പുഞ്ചപരിസരത്തു തന്നെ വരേണ്ടിവന്നു. രണ്ടു പുള്ളിമാനുകൾ ഒരു കുറ്റിക്കാടിനരികിലെ ലൈൻ കമ്പിയുടെ സ്റ്റേവയറിൽ ഇരിക്കുന്നതു കണ്ടു. കൂടുതൽനേരം അവയെ ഷൂട്ടു ചെയ്യാനായില്ല. അപ്പോഴേക്കും അവ പറന്നു കളഞ്ഞു. ഏറെ നേരം കാത്തിരുന്നശേഷമാണ് അവയുടെ വെള്ളത്തിലേക്കുള്ള തല കുത്തിയുള്ള വീഴ്ച ചിത്രീകരിക്കാനായത്. നവംബർ മുതൽ ജൂൺ വരെയുള്ള കാലത്താണിവ കൂടൊരുക്കുക. പുള്ളി പൊൻമാനുകൾ ഇരിക്കുന്നതിനു സമീപം കുമ്മായം കുടഞ്ഞതുപോലെ കാഷ്ഠം കാണാം. ദഹിക്കാത്ത ഭക്ഷണപദാർഥങ്ങൾ ഉരുളകളാക്കി ഛർദിച്ചു കളയുന്ന സ്വഭാവവും ഇവയ്ക്കുണ്ട്. പൊൻമാനുകൾ

തോടിന്റെ കരയിലും മറ്റുമുള്ള മൺതിട്ടകളിലാണ് കൂടൊരുക്കുന്നത്. മീനുകൾ ഉൾപ്പെടെയുള്ള ഒട്ടുമിക്ക ജലജീവികളെയും ആഹരിക്കാനിഷ്ടപ്പെടുന്ന പക്ഷിയാണിത്. പക്ഷികളിൽ വർണഭംഗി ഏറ്റവും നന്നായിലഭിച്ചിട്ടുള്ളത് പൊൻമാനുകൾക്കാണെന്നതിൽ ആർക്കും സംശയത്തിനിടയില്ല. ശരി

പൊടിപ്പൊൻമാൻ (ചെറിയ മീൻകൊത്തി) ഉപരിഭാഗമെല്ലാം തിളങ്ങുന്ന നീല നിറം. അടിഭാഗം കാവി. ചെവിത്തടത്തിൽ ചെമ്പിച്ച തവിട്ട് നിറത്തിലൊരു പട്ടയും അതിനുപുറകിൽ തൂവെള്ള പട്ടയും കാണാം.

പൊൻമാൻ (മീൻകൊത്തി ചാത്തൻ) തല, കഴുത്ത്, ദേഹത്തിന്റെ അടിഭാഗം എന്നിവ ചോക്കലേറ്റ് നിറം. താടി, മാറിടം, തൊണ്ട എന്നിവ വെള്ള. ദേഹത്തിന്റെ ഉപരിഭാഗം നീല കൊക്ക്, ചുകപ്പ്.

വലിയ പൊൻമാൻ (കാക്ക മീൻകൊത്തി) ചുവന്ന കഠാരിപോലെയുള്ള കൊക്ക്, തല തവിട്ടുനിറം, ഉപരിഭാഗം നീല, കഴുത്തിൽ തവിട്ടുനിറം കലർന്ന മഞ്ഞ കോളർ കാണാം. അടിഭാഗം മഞ്ഞ കലർന്ന തവിട്ടുനിറം.

പുള്ളിപൊൻമാൻ വെള്ളയും കറുപ്പും നിറം.

ഉപരിഭാഗമെല്ലാം കറുപ്പും വെളുപ്പും കലർന്ന പുള്ളികൾ. അടിഭാഗം ഏറെക്കുറെ വെള്ള. കഴുത്തിൽ പൂവന് രണ്ടും പിടയ്ക്ക് ഒന്നും കറുത്തപട്ടകൾ മാലപോലെയുണ്ടാകും.

50

പരുന്ത്

പരുന്തുകളിവിടെ വിശ്വാസത്തിന്റെ കൂടി ഭാഗമാണ്. ഭഗവാൻ വിഷ്ണുവിന്റെ വാഹനം ഗരുഡനായതാവാം ഇതിനു കാരണം. മണ്ഡലകാലത്ത് പന്തളം കൊട്ടാരത്തിൽനിന്ന് ശബരിമലയിലേക്ക് തിരുവാഭരണം കൊണ്ടുപോകുമ്പോൾ ആകാശത്ത് വട്ടമിട്ടു പറക്കുന്ന പരുന്തിനെ നോക്കുന്ന ആയിരക്കണക്കിന് കണ്ണുകൾ ഞാൻ ശ്രദ്ധിച്ചിട്ടുണ്ട്. ഒരുപക്ഷേ, മറ്റൊരുപക്ഷിക്കും ഇത്തരത്തിൽ ഭക്തിനിർഭരമായ കടാക്ഷം ലഭിച്ചിട്ടുണ്ടാവില്ല. പന്തളത്തുനിന്ന് കൃഷ്ണപരുന്ത് തിരുവാഭരണത്തിനു പിന്നാലെ ശബരിമലവരെ അനുഗമിക്കുമെന്നാണ് വിശ്വാസം. പലപ്പോഴും തിരുവാഭരണം എടുക്കുന്ന സമയത്ത് ആകാശത്ത് കൃഷ്ണപ്പരുന്തിനെ ഞാൻ കണ്ടിട്ടുണ്ട്. അതുപോലെ കാഞ്ഞിരമറ്റം മുസ്ലീം പള്ളിയിലെ ചന്ദനക്കുടത്തിനും കൃഷ്ണപ്പരുന്തിന്റെ സാന്നിധ്യം കാത്തിരിക്കുന്ന വിശ്വാസികളെ കുട്ടിക്കാലത്ത് കണ്ടത് ഓർക്കുന്നു. ഞാൻ കൃഷ്ണപ്പരുന്തിനെ നോക്കിയിരുന്നത് ഇത്തരത്തിൽ ഭക്തിപൂർവമായിരുന്നില്ല. കുട്ടിക്കാലത്ത് കോഴിയെ അടവച്ചിറക്കി വരിക്കപ്ലാവിന്റെ ചുവട്ടിലേക്ക് ഒറ്റാൽ തുറന്നുവിട്ടുകൊണ്ട് അമ്മ പറയും. കോഴിക്കുഞ്ഞിനെ പരുന്തും കാക്കയും റാഞ്ചാതെ നോക്കിക്കൊള്ളണേന്ന്. വരിക്കപ്ലാവിന്റെ ചുവട്ടിൽ നിറയെ കാപ്പിച്ചെടികളാണ്. ഞാൻ കൂട്ടുകാരുമായിച്ചേർന്ന് കാപ്പിക്കമ്പിൽ കയറിയിരുന്നു ഓരോരോ കളിയിൽ

മുഴുകിക്കൊണ്ടിരിക്കും. അതിനിടയ്ക്കെപ്പോഴെങ്കിലും തള്ളക്കോഴിയുടെ ഉച്ചത്തിലുള്ള കൊക്കരച്ചിൽ കേൾക്കാം. ഞാൻ ഓടിച്ചെല്ലുമ്പോൾ ഏതെങ്കിലും ഒരു കോഴിക്കുഞ്ഞിനെ റാഞ്ചിക്കൊണ്ട് പരുന്തു നാടുവിട്ടിരിക്കും. എന്നെ ഇന്നും അത്ഭുതപ്പെടുത്തുന്ന സംഗതി കൂറ്റൻ വരിക്കപ്ലാവിന്റെ പച്ചിലപ്പടർപ്പുകൾക്കടിയിൽ നിലത്തുകരിയിലകൾക്കടിയിൽ പാത്തുപതുങ്ങി ഇരതേടുന്ന ഇത്തിരിപോന്ന ഈ കോഴിക്കുഞ്ഞുങ്ങളെ പരുന്തുകൾ ആകാശത്തിരുന്നെങ്ങനെ കാണുന്നുവെന്നതാണ്. അത്ഭുതം തന്നെ. ഒരു ബയനോക്കുലറിനും പരുന്തിന്റെ കണ്ണിന്റെ ശേഷിയുണ്ടാകില്ല. കൃഷ്ണപ്പരുന്തിനെ നിങ്ങൾ കണ്ടിരിക്കും. ദേഹമെല്ലാം കാവിപുതച്ച പക്ഷിയാണിത്. തലയും മാറും വെളുപ്പു നിറമാണ്. കണ്ടാൽ മുക്കാടിട്ടപെണ്ണുങ്ങളെപ്പോലെ തോന്നും. കൃഷ്ണപ്പരുന്തിന്റെ തലയിലും മാറിലും വെളുപ്പുനിറം ലഭിച്ചതിനു പിന്നിൽ ഒരു കഥയുണ്ട്. പണ്ട് വിഷ്ണുഭഗവാനു അടിയന്തരമായി ഏതോ ലോകത്തേക്ക് പോകേണ്ടി വന്നു. ഉടൻ ഗരുഡനെ വിളിച്ചുവരുത്തി ഏറ്റവും വേഗത്തിൽ തന്നെയവിടെ എത്തിക്കാനാവശ്യപ്പെട്ടു. ഗരുഡൻ പരമാവധി വേഗത്തിൽ പറന്ന് വിഷ്ണുഭഗവാനെ അവിടെയെത്തിച്ചു. ഇതിൽ സംപ്രീതനായ ഭഗവാൻ തന്റെ തോളിൽ ധരിച്ചിരുന്ന രണ്ടാം മുണ്ടെടുത്ത് ഗരുഡന്റെ തലയിലൂടെ പുതപ്പിച്ചു. ഒരുതരത്തിൽ പൊന്നാടയണിയിക്കൽ തന്നെ, തലമുറതലമുറയായി മുണ്ടുപയോഗിച്ചോളാൻ അനുമതിയും നൽകി. അങ്ങനെയാണത്രെ കൃഷ്ണപ്പരുന്തിനു വെള്ളനറം കിട്ടിയത്. ഇതൊക്കെ പുരാണകഥകളായി മാത്രം നമ്മൾ കണ്ടാൽ മതി. ശാസ്ത്രീയവശങ്ങൾ വേറെയുണ്ടാവും. നമ്മുടെ നാട്ടിൽ രണ്ടിനം പരുന്തുകളെയാണ് സാധാരണ കാണാൻ കഴിയുക. കൃഷ്ണപ്പരുന്തും ചക്കിപ്പരുന്തും. ഇതിൽ ചക്കിപ്പരുന്തുകൾ സാധാരണ ചന്തകളിലാണ് കൂടുതലായി കാണുക. കൃഷ്ണപ്പരുന്തുകളെ ചന്തകളിലെ ചപ്പുചവറുകളിൽ സാധാരണ കാണാറില്ല. ആളിത്തിരി വൃത്തിയുള്ള കൂട്ടരാണ്. എന്നാൽ കൃഷ്ണപ്പരുന്തുകൾ മത്സ്യബന്ധന തുറമുഖങ്ങളിൽ ധാരാളമായിട്ടുണ്ട്. പ്രത്യേകിച്ചും തോട്ടപ്പള്ളി, നീണ്ടകരഭാഗങ്ങളിൽ കൃഷ്ണപരുന്തുകളെ ധാരാളമായി ഞാൻ കണ്ടിട്ടുണ്ട്. മത്സ്യമാണ് കൃഷ്ണപ്പരുന്തിന്റെ ഇഷ്ടഭക്ഷണം. കൃഷ്ണപ്പരുന്തുകളെ വീട്ടിൽ വളർത്തുന്നതു ഒരു ഫാഷനായിമാറിയിട്ടുണ്ട്. പ്രാപ്പിടിയൻ വർഗക്കാരെ മുമ്പ് നമ്മുടെ രാജാക്കന്മാരും മറ്റും വളർത്തിയിരുന്നല്ലോ. പ്രത്യേകിച്ചും വേട്ടയ്ക്ക് പോകുമ്പോൾ രാജാക്കന്മാരുടെ കൈകളിൽ അവ അധികാരത്തിൽ കയറിയിരിക്കുന്നതു കാണാം. അറബികളുടെയിടയിൽ ഇപ്പോഴും ഇതൊരു ഫാഷനാണ്. യു എ ഇ യിലെ കൃഷിമന്ത്രാലയവും വന്യജീവിവകുപ്പും ചേർന്ന് 300 പാസ്പോർട്ടുകൾ പ്രാപ്പിടിയൻ പക്ഷികൾക്കായി വിതരണം ചെയ്യുകയുണ്ടായി. യജമാനനൊപ്പം അവയ്ക്കും ലോകമെല്ലാം ഇനി സഞ്ചരിക്കാം. അതുപോലെയില്ലെങ്കിലും കൃഷ്ണപ്പരുന്തുകളെ വളരെ ഓമനിച്ചു വളർത്തുന്ന നിര

വധിപേരെ ഞാൻ കണ്ടിട്ടുണ്ട്. 'കിളിവാതിൽ' പരിപാടിക്ക് ചിത്രീകരണത്തിനിടയ്ക്ക് ഇത്തരത്തിൽ കൃഷ്ണപ്പരുന്തിനെ വളർത്തുന്ന മൂന്നുനാലു വീടുകൾ ഞാൻ സന്ദർശിക്കുകയുണ്ടായി. ഇതിൽ പുന്നപ്രയിലെ വീട്ടിലെ പരുന്തുവളർത്തലാണ് എനിക്കേറെ ഇഷ്ടപ്പെട്ടത്. തെങ്ങുകയറ്റത്തൊഴിലാളികുടുംബമാണ്. ഗൃഹനാഥന് ഒരു തെങ്ങിന്റെ മുകളിൽനിന്നു വളരെ ചെറുപ്പത്തിൽ ലഭിച്ചതാണ് പരുന്തിനെ. വീട്ടിൽ കൊണ്ടുവന്ന് ഓമനിച്ചുവളർത്തി, പറക്കമുറ്റിയപ്പോൾ അതു തീറ്റതേടിപ്പുറത്തുപോയി. വൈകുന്നേരം വന്ന് വീടിന്റെ കോലായിലിരിക്കും, വീട്ടുകാരുമായി നല്ല ഇണക്കത്തിലാണ്. കാലത്തെ ഭക്ഷണവും കഴിച്ചേ പലപ്പോഴും പരുന്ത് പുറത്തേക്ക് പോകാറുള്ളൂ. ഗൃഹനാഥൻ ഇതിനിടയ്ക്ക് മരിച്ചു. ഇപ്പോൾ മറ്റുള്ള കുടുംബങ്ങൾ പരുന്തിനെ വീട്ടിലെ ഒരംഗത്തെപ്പോലെ കരുതി സ്നേഹിക്കുന്നു. അതിന്റെ സ്വാതന്ത്ര്യത്തിലും ഒട്ടും കൂച്ചുവിലങ്ങിനിടാതെയാണവർ അതിനെ വളർത്തുന്നത്. എന്നാൽ മറ്റു ചില വീടുകളിൽ ഇരുമ്പു കൂടുകൾക്കകത്ത് കൃഷ്ണപ്പരുന്തിനെ അടച്ചിട്ടിരിക്കുന്നതു കണ്ടു. ചിലർ ചിറകുവെട്ടി മുറ്റത്തു വിട്ടിരിക്കുന്നു. ഇതൊന്നും പക്ഷിസ്നേഹമായി കാണാനാവില്ല. പക്ഷികളോടുകാട്ടുന്ന ക്രൂരതയായി കാണാനേ കഴിയൂ. ഒരു പരുന്തിനു 1000 രൂപമുതൽ 2000 രൂപവരെ വിലയുണ്ടെന്നാണ് കേട്ടത്. പ്രാപ്പിടയന്മാർക്ക് 80, 000 ഡോളർ വരെ വിലയുണ്ടത്രെ. പോരെ കാര്യം. തിരുവനന്തപുരം പാളയം മാർക്കറ്റിന്റെ പരിസരത്ത് ചക്കിപ്പരുന്തുകളെ ധാരാളമായിക്കാണാം. വൈകുന്നേരങ്ങളിൽ തമ്പാനൂരോ മറ്റോ നിന്നാൽ നൂറുകണക്കിനു പരുന്തുകൾ ആകാശത്തു വട്ടമിട്ടു പറക്കുന്നതു കാണാം.

തൈക്കാട് റെസ്റ്റ്ഹൗസിന് എതിർവശത്തുള്ള മരത്തിൽ ചക്കിപ്പരുന്തുകൾ കൂടൊരുക്കി കുഞ്ഞുങ്ങളെ പോറ്റുന്നതു ഞാൻ ധാരാളംവട്ടം നോക്കി നിന്നിട്ടുണ്ട്. 'കിളിവാതിലി'നുവേണ്ടി കുറച്ചു രംഗങ്ങൾ ക്യാമറയിൽ പകർത്തുകയും ചെയ്തു. വളരെ ഉയർന്ന മരങ്ങളിലാണ് പരുന്തുകൾ കൂടൊരുക്കുന്നത്. ചപ്പുചവറുകൾ കൂട്ടിവെച്ചാണ് കൂടൊരുക്കം. പരുന്തുകളുടെ പറക്കൽ നിങ്ങൾ ശ്രദ്ധിച്ചിരിക്കും. ആകാശത്തുകൂടി ഒഴുകിപ്പറക്കാൻ ഇവയ്ക്ക് കഴിയും. ചിറകുവീശാതെ ഇത്തരത്തിൽ റാകിപറക്കുന്നതുകൊണ്ട് ക്ഷീണം വളരെ കുറയ്ക്കാൻ കഴിയും. ചിറകുവീശാതെ പറക്കുന്നതിനെ റാകി പറക്കുകയെന്ന് തന്നെ വിളിക്കാനാണെനിക്കിഷ്ടം.

'റാകിപ്പറക്കുന്ന ചെമ്പരുന്തേ
നീയുണ്ടോ മാമാങ്കവേലകണ്ടൂ....'

എന്നു തുടങ്ങുന്ന ഒരു കുട്ടിക്കവിതയെ ചൊല്ലി മുമ്പ് നടന്ന ഭാഷാ പണ്ഡിതന്മാരുടെ സംവാദ വിവാദങ്ങളെ തുടർന്ന് വിദ്യാഭ്യാസവകുപ്പ് റാകിപ്പറക്കുക എന്ന വാക്കു തന്നെ ഉപേക്ഷിച്ചുകളഞ്ഞു. റാഞ്ചിയെന്നോ മറ്റോ ആക്കിയെന്നാണെന്റെ ഓർമ. അതോടെ ആ കവിതയുടെ സൗന്ദര്യം പോയി എന്നതു വേറെകാര്യം. പണ്ഡിതന്മാർ അവരുടെ വഴിക്കു നീങ്ങിക്കൊള്ളട്ടെ. നമുക്ക് റാകിപ്പറക്കുന്ന ചെമ്പരുന്തേയെന്ന കവിവചനം തന്നെ സ്വീകരിക്കാം. പരുന്തുകൾക്ക് പിന്നാലെ കാക്കകൾ പാറിപ്പറക്കുന്നതു സാധാരണ കാഴ്ചയാണ്. പരുന്തിന്റെയും കാക്കയുടെയും വെട്ടിച്ചു വെട്ടിച്ചുള്ള പറക്കൽ കാണുമ്പോൾ ഇവ തമ്മിൽ മാനത്ത് അടിച്ചേച്ചാട്ടം കളിക്കുകയാണെന്നു തോന്നാം. മീൻ, ഞണ്ട്, കൃഷികീടങ്ങൾ, പുൽപ്പോത്തുകൾ എന്നിവയൊക്കെ അപഹരിച്ചു ജീവിക്കുന്ന പക്ഷികളാണ് പരുന്തുകൾ. പ്രകൃതിസന്തുലനം കാത്തുസൂക്ഷിക്കുന്നതിൽ പരുന്തുകൾ പ്രധാനപങ്ക് വഹിക്കുന്നുണ്ട്.

കൃഷ്ണപ്പരുന്ത്, ചക്കിപ്പരുന്ത് എന്നിങ്ങനെ രണ്ടിനം പരുന്തുകളെ കാണാം.

1. കൃഷ്ണപ്പരുന്ത്-BRAHMINY KITE- തല, കഴുത്ത്, മാറിടം എന്നിവ വെള്ളയും മറ്റു ഭാഗങ്ങൾ കാവിയും നിറമുള്ള പക്ഷി. ഇവയ്ക്ക് വാലിൽ വെട്ടുണ്ടാവില്ല.

2. ചക്കിപ്പരുന്ത്-PARIAHKITE

വാലിനറ്റത്ത് മിക്ക മത്സ്യങ്ങൾക്കുമുള്ളതുപോലെ ഒരു വെട്ടുണ്ട്. തവിട്ടു നിറക്കാരനാണ്.

51

കാക്ക

മനുഷ്യരുള്ളിടത്തൊക്കെ സാധാരണയായി കണ്ടുവരാറുള്ള പക്ഷിയാണ് കാക്ക. വീട്ടുവളപ്പുകളിൽ കാക്കകളെ എപ്പോഴും കാണാമെന്നതിനാൽ കുട്ടിക്കാലത്തുതന്നെ നമ്മൾ പരിചയപ്പെട്ടപക്ഷിയാണിത്. രണ്ടിനം കാക്കകളാണിവിടെയുള്ളത്. പേനകാക്കയും ബലിക്കാക്കയും. ഇവയെ തിരിച്ചറിയുക എളുപ്പമാണ്. തലയും കഴുത്തും ചാര നിറമുള്ള കാക്കയാണ് പേനക്കാക്ക. ഇതിനെ ഇംഗ്ലീഷിൽ 'ഹൗസ് ക്രോ'യെന്നാണ് വിളിക്കുക. ബലിക്കാക്ക കറുപ്പനാണ്. പേനകാക്കയെക്കാൾ വലുതും. 'ജംഗിൽക്രോ' യെന്നാണിതിന്റെ ഇംഗ്ലീഷിലുള്ള പേര്. മനുഷ്യരെ ചുറ്റിപ്പറ്റികഴിയുന്ന പക്ഷിയായതിനാൽ കാക്കകളെ നിരീക്ഷിക്കുക എളുപ്പമാണ്. ബലിച്ചടങ്ങുകളിൽ ബലിച്ചോർ ഭക്ഷിക്കാൻ വരുന്ന കാക്കയായതിനാലാവാം ബലിക്കാക്കയെന്നവയെ പേർ ചൊല്ലി വിളിക്കാൻ കാരണം. പരേതാത്മാക്കൾ കാക്കരൂപികളായി വന്നാണ് ബലിച്ചോർ കഴിക്കുന്നതെന്ന വിശ്വാസം ഹിന്ദുക്കളുടെയിടയിൽ നിലനിൽക്കുന്നു. അതിനാൽ ഭയത്തോടെയാണ് പലരും കാക്കയെ നോക്കിക്കാണുക. കാക്കകൾ ഒരിക്കലും മരിക്കാറില്ലെന്നും പലരും വിശ്വസിക്കുന്നു. എന്നാൽ വൈദ്യുതി കമ്പികളിലും മറ്റും കറണ്ടടിച്ച് കാക്കകൾ ചത്തുകിടക്കുന്ന കാഴ്ച സാധാരണമായിട്ടുണ്ട്.

കാക്കകൾ മനുഷ്യരുള്ളിടത്ത് സാധാരണ കാണാറുണ്ടെങ്കിലും മനുഷ്യരിൽനിന്നു വ്യക്തമായൊരു അകലം സൂക്ഷിച്ചാണിവയുടെ ജീവിതം. നമ്മൾ രൂക്ഷമായൊന്നു നോക്കിയാൽമതി കാക്കകൾ പറന്നകലും. അതിനാൽ കാക്കകളെ പിടികൂടുക അത്ര എളുപ്പമുള്ള പണിയല്ല. കാക്കകൾ മനുഷ്യരോടിണങ്ങാറില്ലെന്നാണ് പൊതുവെ പറഞ്ഞുകേട്ടിട്ടുള്ളത്. എന്നാൽ ആലപ്പുഴയ്ക്കടുത്ത് ഒരു വീട്ടിൽ ഒരു കാക്ക പതിവായി ഭക്ഷണം കഴിക്കാൻ വരുമായിരുന്നു. കാക്കയുടെ വളരെ ചെറുപ്പംമുതലേയുള്ള ശീലം. കാക്ക ഒരുവിധം വീട്ടുകാരുമായിണങ്ങി. കാക്കയും വീട്ടുകാരും തമ്മിലുള്ള ബന്ധം മണത്തറിഞ്ഞ പത്രക്കാർ കാക്കവന്ന് വീട്ടുടമസ്ഥന്റെ തോളിലിരിക്കുന്ന ചിത്രമെടുത്ത് പത്രത്തിൽ വാർത്ത കൊടുത്തു. കാക്കയുടെയും വീട്ടുടമസ്ഥന്റെയും പടം പത്രത്തിൽ അടിച്ചു വന്നതു കണ്ട അയൽവാസി അസൂയമൂത്ത് കാക്കയെ തല്ലി കാലൊടിച്ചു കളഞ്ഞു. കാക്ക പതിവായി എത്തിയിരുന്ന വീട്ടുടമയെ വിളിച്ച് ഞാൻ കാക്കവിശേഷം ചോദിക്കുമ്പോൾ കാക്കയിപ്പോൾ വരാതായതും ഒരിക്കൽ അടിയേറ്റ് കാലൊടിഞ്ഞ നിലയിൽ ഇവിടെ വന്നുവെന്നും അയാൾ വിഷമത്തോടെയെന്നോടു പറഞ്ഞു. പുരാതനകാലംമുതൽ മനുഷ്യരുടെ ക്രൂരതകളെക്കുറിച്ചു നല്ല അറിവുള്ളതിനാലാവാം അതു വ്യക്തമായൊരു അകലം എപ്പോഴും സൂക്ഷിക്കാനിഷ്ടപ്പെടുന്നത്. കാക്കയെ നന്നായി നിരീക്ഷിച്ചിട്ടുള്ള കവി വൈലോപ്പിള്ളി എഴുതുന്നു:

'കൂരിരുട്ടിന്റെ കിടാത്തിയെന്നാൽ
സൂര്യപ്രകാശത്തിനുറ്റതോഴി
ചീത്തകൾ കൊത്തി വലിക്കുകിലു-
മേറ്റം വൃത്തിവെടിപ്പെഴുന്നോൾ
കാക്ക നീ ഞങ്ങളെ സ്നേഹിക്കിലും
കാക്കണം സ്വാതന്ത്ര്യമെന്നറിയുമ്പോൾ'

നൂറുശതമാനം ഈ നിരീക്ഷണം ശരിയാണ്. എപ്പോഴും തന്റെ സ്വാതന്ത്ര്യം സംരക്ഷിച്ചുകൊണ്ടു മാത്രമെ കാക്കകൾ നമ്മോടിടപഴകുകയുള്ളൂ. ചില കാക്കകൾ മറിച്ചു പെരുമാറിയിട്ടുണ്ടെങ്കിൽ അതിന്റെ ഫലം അതനുഭവിച്ചിട്ടുമുണ്ട്. അതുപോലെ എല്ലാ അഴുക്കുംതിന്ന് വീടും പരിസരവും നാടും വൃത്തിയാക്കി സൂക്ഷിക്കുന്ന കാക്കകൾ വൃത്തിയും വെടിപ്പോടെയുമേ നടക്കാറുള്ളൂ. കാക്കകൾ കുളിക്കുന്നതു ഒന്നു കാണേണ്ടതുതന്നെയാണ്. ജലാശയങ്ങളുടെ ഓരത്തും നീർച്ചാലുകളിലുമിറങ്ങി പലപ്രവാശ്യം വെള്ളം തെറിപ്പിച്ചും ശരീരത്തെ തൂവലുകൾ കൊത്തി ഉലച്ചും ഇതു കുളിക്കുന്നു. കുളിച്ചു കഴിഞ്ഞാൽ തൂവലുകളും പൂടയും ചീകിയൊതുക്കുകയും ചെയ്യും. കാക്കകളെക്കുറിച്ചുള്ള ഡോക്യുമെന്ററിയുടെ ചിത്രീകരണവേളയിൽ കാക്കക്കുളി പരമാവധി ചിത്രീകരിക്കാൻ ഞാൻ ശ്രമിച്ചിരുന്നു. അവരുടെ ഒരുക്കവും ഏറെ നേരം നിരീക്ഷിക്കാൻ കഴിഞ്ഞു. ആലപ്പുഴ നെഹ്റുട്രോഫി വള്ളംകളി

യുടെ സ്റ്റാർട്ടിങ് പോയിന്റിനു സമീപം ഒരു കാക്കത്തറയുണ്ട്. പതിനായിരക്കണക്കിന് കാക്കകളും മൈനകളും ചേക്കേറിയിരുന്നിടം. ഇത്രയധികം കാക്കകൾ ചേക്കേറിയിരിക്കുന്ന മറ്റൊരിടവും ഞാൻ കണ്ടിട്ടില്ല. കാക്കകൾ സന്ധ്യാനേരത്ത് കൂട്ടം കൂട്ടമായി ഈ കാക്കത്തറയിലേക്ക് വന്നണയുന്നതും നേരം പരപരാ വെളുക്കുന്നതിനു മുമ്പു ഇര തേടിപോകുന്നതും ചിത്രീകരിക്കാൻ കഴിഞ്ഞത് ഭാഗ്യമായാണ് കരുതുന്നത്. പുന്നമടക്കായലിൽ നേരം വെളുക്കുന്നത് സുന്ദരമായ ആകാശക്കാഴ്ചകളിലൂടെയാണ്. ആരുടെയും മനം കവരുന്ന പ്രകൃതിദൃശ്യമാണിവിടെ. വെറുതെയല്ല ലോകമെമ്പാടുമുള്ള ടൂറിസ്റ്റുകൾ ഇവിടേക്കു വന്നുകൊണ്ടിരിക്കുന്നത്. ആകാശത്തു വെട്ടം വീഴുന്നതിന് മുമ്പേ കാക്കകൾ ഉണർന്ന് ഇരതേടാനായി പുറപ്പെടുമെന്നതിനാൽ ഞങ്ങൾ നേരം പുലരുന്നതിനുമുമ്പേ ഹൗസ് ബോട്ടിൽ കാക്കത്തറയ്ക്കരികിൽ തമ്പടിക്കുകയായിരുന്നു. സന്ധ്യക്ക് ചേക്കേറിയിരിക്കാൻ തുടങ്ങുമ്പോഴും കാലത്തു പുറപ്പെടാനൊരുങ്ങുമ്പോഴും കാക്കകൾ കൂട്ടമായി കരഞ്ഞ് ബഹളം കൂട്ടുന്ന കാഴ്ച ഒന്നു കാണേണ്ടതുതന്നെയാണ്. ആയിരക്കണക്കിന് കാക്കകൾ തൊള്ളതുറന്നു കരഞ്ഞാലുണ്ടാകുന്ന ശബ്ദം ഒന്നു സങ്കൽപ്പിച്ചു നോക്കൂ. വല്ലപ്പോഴും കാക്കളുടെ ഈ കൂട്ടക്കരച്ചിൽ കേൾക്കുക നമുക്ക് രസകരമായി തോന്നാം. എന്നാൽ കാക്കത്തറയ്ക്കരികിൽ സ്ഥിരമായി താമസിക്കുന്നവർക്ക് ഇതൊരു ശല്യമായാണ് പലപ്പോഴും തോന്നുക. അതുപോലെ ആയിരക്കണക്കിന് കാക്കകൾ കൂട്ടമായി ചപ്പുചവറുകൾക്കിടയിൽ പണിചെയ്യുന്നതു കാണണമെങ്കിൽ തിരുവനന്തപുരത്തെ പാളയം മാർക്കറ്റിൽ വന്നാൽ മതി. അവിടെ ചപ്പുചവറുകൾക്ക് മുകളിൽ ഒരു കാക്കക്കൂമ്പാരമാണ് ഞാൻ കണ്ടത്. ദിവസവും എത്രയെത്ര മാലിന്യമാവും ഇത് അകത്താക്കുക. കാക്കകൾ ചെയ്യുന്ന ജനസേവനം പലപ്പോഴും നമ്മൾ ഓർക്കാറില്ല. കാക്കകൾ പറക്കുന്നതു നിങ്ങൾ ശ്രദ്ധിച്ചിട്ടുണ്ടോ? നേരായ വഴിയിലൂടെയാണ് ഇവയുടെ സഞ്ചാരം. എത്തേണ്ട സ്ഥലത്തേക്കുള്ള ഏറ്റവും കുറഞ്ഞ ദൂരം തിരഞ്ഞെടുക്കുന്നു. കാക്കകൾക്കും മറ്റും സമയബോധമുണ്ടെന്ന് പലശാസ്ത്രജ്ഞരും വിശ്വസിക്കുന്നു. കൃത്യമായ സമയത്ത് കാക്കകൾ വന്നുപോകുക പതിവാണത്രേ. കാക്കകൾ എല്ലാക്കാലത്തും കൂടൊരുക്കുന്ന പക്ഷിയാണ്. കാക്കക്കൂട്ടങ്ങൾ കാണുന്നതിനും അധികം ബുദ്ധിമുട്ടേണ്ടിവരില്ല. വീടിന്റെ പരിസരത്തും റോഡ് അരികത്തുമുള്ള മരങ്ങളിലും കാക്കകൾ കൂടൊരുക്കുന്നതു സാധാരണ കാഴ്ചയാണ്. 'കദളിവാഴക്കയ്യിലിരുന്ന് കാക്ക വിരുന്ന് വിളിച്ചു.....'വെന്ന ചലച്ചിത്രഗാനം നിങ്ങൾ ശ്രദ്ധിച്ചിരിക്കുമല്ലോ. കാക്കകൾ ഒരു പ്രത്യേക ശബ്ദത്തിൽ കരഞ്ഞാൽ വിരുന്നുകാർ വരുമെന്ന വിശ്വാസം ഇവിടെ നിലനിൽക്കുന്നു. കുറച്ച് നാളുകൾക്കുമുമ്പ് പക്ഷികളെക്കുറിച്ച് കുട്ടികളോടു സംസാരിക്കാൻ ഒരു സ്കൂളിൽ ചെന്നപ്പോൾ പല കുട്ടികളും എന്നോടു പറഞ്ഞത് കാക്ക വിരുന്നു വിളിച്ചപ്പോൾ വിരുന്നു

കാർ വന്നുവെന്നാണ്. ഇപ്പോഴും നമ്മൾ ഇത്തരം വിശ്വാസങ്ങൾ വച്ചു പുലർത്തുന്നുവെന്നതിന്റെ തെളിവാണിത്. വളരെ പരിസരശ്രദ്ധയുള്ളൊരു പക്ഷിയാണിത്. കാക്കയുടെ കണ്ണുകൾ സദാ ജാഗരൂകമാണ്. കാക്കകൾ കണ്ണുകൾ സദാ ചുഴറ്റിക്കൊണ്ടേയിരിക്കും. അതു കാണുമ്പോൾ കാക്കകൾക്ക് കോങ്കണ്ണുള്ളതായി നമുക്ക് തോന്നും. ഇതിനെ കുറിച്ചൊരു കഥ പുരാണങ്ങളിൽ പറയുന്നുണ്ട്. ഒരിക്കൽ സീതയും രാമനും കൂടി കാട്ടിൽ ഇറച്ചി ഉണക്കുകയായിരുന്നു. രാമൻ ക്ഷീണം കൊണ്ട് സീതയുടെ മടിയിൽ തലചായ്ച്ചുറങ്ങിപ്പോയി. അപ്പോൾ ജയന്തൻ എന്നുപേരായ ഒരു അസുരൻ കാക്കയുടെ രൂപം ധരിച്ചു വന്ന് സീതയെ ഉപദ്രവിച്ചു. രാമൻ ഉണരുമെന്നതിനാൽ സീത കാക്കയുടെ ഉപദ്രവം വേദന കടിച്ചമർത്തി സഹിച്ചു. രാമൻ ഉണർന്നപ്പോൾ കാക്ക സീതയെ കഠിനമായി ഉപദ്രവിക്കുന്നതാണ് കണ്ടത്. അദ്ദേഹം ഒരു പുല്ല് ജപിച്ച് കാക്കയുടെ നേർക്കെറിഞ്ഞു. പുൽശരം ഏൽക്കാതെ കാക്ക ലോകമായ ലോകത്തെല്ലാം പാറിപറന്നെങ്കിലും പുല്ലുശരം പിന്നാലെ വന്നുകൊണ്ടിരുന്നു. ഒടുക്കം രാമന്റെ കാൽക്കൽ തന്നെ വന്നു അഭയം തേടി. എയ്തുവിട്ട പുല്ല് തിരികെയെടുക്കാൻ രാമനുപോലും കഴിയുമായിരുന്നില്ല. കാക്കയുടെ കണ്ണിൽ പുല്ലു വന്നുതറച്ചു. അതിൽപ്പിന്നെയാണ് കാക്ക ചാഞ്ഞും ചരിഞ്ഞും നോക്കിത്തുടങ്ങിയതെന്നാണ് കഥ. അതുപോലെ ശവശരീരം കബറടക്കാൻ മനുഷ്യരെ പഠിപ്പിച്ചതു കാക്കയാണെന്നൊരു കഥയുണ്ട്. ആദംനബിയുടെ കാലം. അദ്ദേഹത്തിന്റെ രണ്ടാൺമക്കൾ പരസ്പരം കലഹിച്ച് ഒരാൾ മറ്റൊരാളെ കൊന്നു. ഭൂമിയിലെ ആദ്യകൊലപാതകം. ശവം എന്തുചെയ്യണമെന്നറിയാതെ കുഴങ്ങിയപ്പോൾ ഒരു കാക്ക, ചത്ത മറ്റൊരു കാക്കയെ

മണ്ണുമാന്തി മൂടുന്നതു കണ്ടു. കൊല്ലപ്പെട്ട സഹോദരനെയും അതു പോലെ മണ്ണുമാന്തി മൂടി. അങ്ങനെയാണ് ശവം മറവുചെയ്യാൻ മനുഷ്യൻ പഠിച്ചതത്രേ. 1993–ലെ സാഹിത്യത്തിനുള്ള നോബൽ സമ്മാനം നേടിയ റഷ്യൻസാഹിത്യകാരനായ ഐവാൻ ബുനിൽ കാക്കയെന്ന പേരിൽ മനോഹരമായൊരു കഥയെഴുതിയിട്ടുണ്ട്.

"എന്റെ അച്ഛൻ ഒരു കാക്കയെപ്പോലിരിക്കുന്നു. ഞാൻ കുട്ടിയായിരുന്നപ്പോഴാണ് എനിക്കിതാദ്യം തോന്നിയത്. മാൻതോൽ ധരിച്ച് കുടവയറുള്ള നെപ്പോളിയൻ കറുത്ത ബൂട്ടുകളിട്ട് ഒരു പാറമേൽ നിൽക്കുന്ന ചിത്രം ഒരു ദിവസം ഞാൻ കണ്ടു. പെട്ടെന്നുഞാൻ ചിരിച്ചുപോയി. ബോഗ്സാനോവിന്റെ ധ്രുവത്തിലേക്കുള്ള യാത്രകളിൽ കണ്ട ഒരു ചിത്രം എനിക്കോർമവന്നു. നെപ്പോളിയൻ ശരിക്കും ഒരു പെൻഗ്വിൻ പക്ഷിയെപ്പോലിരിക്കുന്നു......"

ഇങ്ങനെയാണ് ആ മനോഹര കഥ തുടങ്ങുന്നത്. കാക്കയോട് പ്രത്യേക മമതയുണ്ടായിരുന്ന വൈലോപ്പിള്ളി ശ്രീധരമേനോന്റെ വരികൾ നോക്കുക:–

"ചില പക്ഷികൾ ഞാൻ മുതിർന്ന കാലത്ത്എന്റെ കവിതകളിൽ ചിറകടിച്ചുപോയി. കാക്കകൾമാത്രം ഇന്നും വിടാതെ കൂടെയുണ്ട്." ഒ വി വിജയന്റെ *കടൽത്തീരത്ത്* എന്ന കഥയിൽ കാക്കകളെ നന്നായി അവതരിപ്പിച്ചിട്ടുണ്ട്. ഇങ്ങനെ കാക്കകൾ നമ്മുടെ കഥയിലും കവിതകളിലുമൊക്കെ ധാരാളം വന്നുപോകാറുണ്ട്. കാക്കകൾ പകയുള്ള ജീവിയാണെന്നതിനു ധാരാളം ഉദാഹരണങ്ങൾ ഉണ്ട്. കാക്കക്കൂടുകളും മറ്റും നശിപ്പിച്ചവരെ കാക്കകൾ വിടാതെ പിൻതുടർന്ന് ആക്രമിക്കുകപതിവാണ്. ജീവിതകാലം മുഴുവൻ ഇങ്ങനെ കാക്കകളുടെ ആക്രമണം സഹിക്കാൻ വിധിക്കപ്പെട്ടവരുമുണ്ട്. ഞങ്ങളുടെ നാട്ടിൽ കാക്കകൾ എപ്പോഴും ശല്യം ചെയ്തിരുന്ന ഒരാളുണ്ടായിരുന്നു കക്കേമാൻ, കാവടിയുമായി അദ്ദേഹം നടന്നു നീങ്ങുമ്പോൾ എപ്പോഴും ഒരു വടികൂടി കരുതി വെയ്ക്കും, കാക്കയെ ഓടിക്കാനാണ്. പക്ഷി ഫോട്ടോഗ്രാഫറായ ഇ എച്ച് എൻ ലൗദർ (ഇന്ത്യയിൽ *ഒരു പക്ഷി ഫോട്ടോഗ്രാഫർ* എന്ന പുസ്തകത്തിൽ കുട്ടിക്കാലത്ത് അദ്ദേഹത്തിന് ഒരു കാക്കയുടെ പക കാരണം ജീവിതം ദുസ്സഹമായ കാര്യങ്ങൾ പറയുന്നുണ്ട്.) കാക്കകളുടെ ശബ്ദം അനുകരിച്ച് കാക്കകളെ വിളിച്ചു വരുത്താൻ കഴിവുള്ളവരും കുറവല്ല. കാക്കകളെക്കുറിച്ചുള്ള ഡോക്യുമെന്ററി ചിത്രീകരണത്തിനിടയിൽ പാറിപ്പറക്കുന്ന കാക്കക്കൂട്ടം ചിത്രീകരിക്കാനായി പാളയം മാർക്കറ്റിലുള്ള ഒരു തൊഴിലാളി കാക്കകളെ ഇത്തരത്തിൽ കരഞ്ഞുവിളിച്ചുവരുത്തി തന്നു. നൂറുക്കണക്കിന് കാക്കകൾ അപ്പോഴവിടേക്ക് പാറിപ്പറന്നു വന്നത് അത്ഭുതകരമായിരുന്നു. കാക്കയെക്കുറിച്ചു പറയുമ്പോൾ കുയിലിനെക്കുറിച്ച് പറയാതിരിക്കാനാവില്ല. കാരണം കുയിലുകൾ കാക്കക്കൂട്ടിലാണ് മുട്ടയിടുക. കുയിലുകളുടെ മുട്ടയ്ക്ക് അടയിരുന്ന് കുഞ്ഞിനെ വിരിച്ചിറക്കുന്ന ജോലി കാക്കകൾക്കുള്ളതാണ്. കൂടു

തൽ അന്വേഷണം ഇക്കാര്യത്തിൽ ആവശ്യമാണ്. കുയിൽ കാക്കക്കൂട്ടിൽ വളരുന്നതു കണ്ടിട്ടാവണം വസന്തകാലത്ത് വേഷംമാറിവരുന്ന കാക്കകളാണ് കുയിലുകളെന്ന് ചില പഴമക്കാർ ധരിച്ചിരുന്നു. കാക്കകൾ മനുഷ്യരുള്ളിടത്തൊക്കെ കാണാറുണ്ടെങ്കിലും തമിഴ്നാട്ടിലെ കൊടൈക്കാനാലിലും ലക്ഷദ്വീപിലും കാക്കകളെ കാണാറില്ല. കൊടൈക്കനാലിൽ ഈ അടുത്ത കാലത്ത് ഞാൻ കാക്കകളെ അവിടെയൊക്കെ നോക്കിയെങ്കിലും കാണാനായില്ല. എന്നാൽ ഹിമാലയം മേഖലകളിൽ ധാരാളമായി കണ്ടു. ഹരിദ്വാറിൽ ഗംഗയുടെ കരയിൽ കാക്കക്കൂടുകൾ കണ്ടതും ഓർക്കുന്നു. സൈലന്റുവാലി പ്രദേശങ്ങളിലും കാക്കകൾ വളരെ കുറവാണ്. നമ്മുടെ വീട്ടുവളപ്പിൽ ദിവസവും എത്തുന്ന ഈ കാക്കകളെക്കുറിച്ച് എന്തെന്ത് കാര്യങ്ങളാണ് നമുക്കിനിയും അറിയാൻ കിടക്കുന്നത്. നിരന്തരമായ നിരീക്ഷണങ്ങൾകൊണ്ട് കൂടുതൽ കാര്യങ്ങൾ നമുക്ക് വെളിപ്പെടുമെന്നാശിക്കാം.

ബലിക്കാക്ക

Jungle Crow - ദേഹമാസകലം തിളങ്ങുന്ന കറുപ്പ്, പേനക്കാക്കയെക്കാൾ വലുത്.

പേനക്കാക്ക

House Crow - തലയും കഴുത്തും ചാരനിറം മറ്റുഭാഗങ്ങൾ കറുപ്പ്.

52

ഉപ്പൻ

നമ്മുടെ നാട്ടിൽ സർവസാധാരണയായി കണ്ടുവരുന്നൊരു പക്ഷിയാണ് ഉപ്പൻ. കുറ്റിക്കാടുകളിലും പറമ്പുകളിലും ഉപ്പൻ നില ത്തിറങ്ങി നടന്ന് ഇരതേടുന്നതു കാണാം. നിലത്തിറങ്ങിനടന്ന് ഇര തേടുന്ന പക്ഷികൾ അപൂർവമാണല്ലോ? അതുകൊണ്ട് ഉപ്പനുകളെ ശ്രദ്ധിച്ചിട്ടില്ലാത്തവർ ആരും തന്നെ ഉണ്ടാവുമെന്ന് തോന്നുന്നില്ല. Crow Phesant എന്നാണതിന്റെ ഇംഗ്ലീഷിലുള്ള പേര്. Crow എന്നതുകൊണ്ട് കാക്കവർഗക്കാരാണിവയെന്ന് കരുതിയാൽ തെറ്റി. കുയിൽ വർഗക്കാര നായ പക്ഷിയാണിത്. എന്നാൽ കുയിലുകളിൽനിന്ന് സ്വഭാവത്തിൽ ഏറെ വ്യത്യസ്തമാണ്. കുയിൽ വർഗക്കാർ സാധാരണഗതിയിൽ സ്വന്തമായി കൂടൊരുക്കാറില്ല. എന്നാൽ ഉപ്പൻ അങ്ങനെയല്ല സ്വന്ത മായി കൂടൊരുക്കുകയും കുഞ്ഞുങ്ങളെ ലാളിച്ചു വളർത്തുകയും ചെയ്യും. ചെമ്പോത്ത്, ചകോരം, ഈശ്വരൻകാക്ക എന്നീപേരുകളിലും

ഇതറിയപ്പെടും. പോത്തിന്റെ നിറമുള്ള ദേഹവും ചെമ്പുപോലുള്ള ചിറകുകളുമുള്ളതിനാലാണിവയെ ചെമ്പോത്തെന്ന് പേരു ചൊല്ലി വിളിക്കാൻ കാരണമെന്ന് ഇന്ദുചൂഡൻ *കേരളത്തിലെ പക്ഷികളിൽ* പറയുന്നു. കറുത്ത സ്യൂട്ടും ഏതാണ്ട് കാവികലർന്ന ചെമ്പുനിറമുള്ള ഓവർക്കോട്ടുമിട്ട പക്ഷിയാണിതെന്ന് ധരിച്ചാൽ കുറ്റം പറയാനാവില്ല. ഇവയുടെ ചുവന്ന കണ്ണുകൾ ആരെയും ആകർഷിക്കുന്നവയാണ്. കുന്നിക്കുരുപോലതു തിളങ്ങുന്നതു കാണാം. ഇവയുടെ കുഞ്ഞുങ്ങളുടെ കണ്ണുകൾ വെള്ളയാണ്. വളർച്ച പ്രാപിക്കുന്നതോടെ കണ്ണുകൾ ചുകപ്പായി മാറും. മഴക്കാലത്ത് ഉപ്പനുകളുടെ ഗിബ്-ഗുബ്-ഗുബ് എന്ന ശബ്ദം തുടർച്ചയായി നാട്ടുമ്പുറങ്ങളിൽ മുഴങ്ങുക സാധാരണമാണ്. ഇടവപ്പാതി മഴക്കാലത്താണ് ഉപ്പനുകളുടെ സന്താനോൽപ്പാദന കാലം. അപ്പോഴാണിവ ഇടതടവില്ലാതെ ഗുബ്-ഗുബ് എന്നു കരയുക. ഉപ്പനുകളെകുറിച്ച് ധാരാളം കഥകളും വിശ്വാസങ്ങളും നാട്ടിൽ പ്രചരിപ്പിച്ചിട്ടുണ്ട്. ഉപ്പനുകൾ നിലാവു കുടിച്ചാണ് ജിവിക്കുന്നതെന്നു പഴമക്കാർ പറയാറുണ്ട്. നല്ല നിലാവുള്ള രാത്രികളിൽ ഉണർന്നിരിക്കുന്ന ഉപ്പനുകൾ ചിലയ്ക്കുക പതിവാണ്. നിലാവിന്റെ മാസ്മരികത ഉപ്പനുകൾ അനുഭവിക്കുന്നുണ്ടാകണം. നിലാവിന്റെ വെള്ളിവെളിച്ചവും കുളിർമയും അനുഭവിച്ച് പാടുന്നതിൽ നിന്നുതന്നെ ആളൊരു സൗന്ദര്യാസ്വാദകനാണെന്ന് കരുതാം. ഉപ്പനുകളുടെ ഈ സ്വഭാവം ശ്രദ്ധിച്ചിട്ടാവണം അത് നിലാവ് കുടിച്ചാണ് ജീവിക്കുന്നതെന്ന് ആളുകൾ പറയുന്നത്. ഉപ്പനുകളുടെ കൂട്ടിൽ ഇരുമ്പുരുക്കാൻ ശേഷിയുള്ള ഔഷധസസ്യങ്ങളുടെ പേരുകൾ സൂക്ഷിച്ചിട്ടുണ്ടെന്നും ആളുകൾ വിശ്വസിക്കുന്നു. ഈ വേര് കിട്ടാൻ ഉപ്പന്റെ കുഞ്ഞിനെ പിടിച്ചുകൊണ്ടു വന്നു ഒരു ചങ്ങലയിൽ പൂട്ടിയിട്ടാൽ മതിയത്രേ. തള്ളപക്ഷി ഉടൻ ഇരുമ്പുരുക്കുന്ന വേരുകൊണ്ട് വന്ന് കുഞ്ഞിന്റെ കാലിലെ ചങ്ങല ഉരുക്കി കളഞ്ഞ് രക്ഷപ്പെടുത്തി കൊണ്ടുപോകും. അപ്പോൾ നമുക്ക് അത്ഭുതസിദ്ധിക്കുള്ള വേരു കിട്ടുകയും ചെയ്യും. എന്തായാലും കുഞ്ഞുങ്ങളോടുള്ള ഉപ്പനുകളുടെ സ്നേഹമാണ് ഇതിൽനിന്ന് വെളിവാകുന്നത്. സാധാരണ കുയിൽ വർഗക്കാർ മറ്റു പക്ഷികളുടെ കൂട്ടിൽപ്പോയി മുട്ടയിടുന്നതൊഴിച്ചാൽ മുട്ടയ്ക്കടയിരിക്കുകയോ, കുഞ്ഞുങ്ങളെ ലാളിച്ചു വളർത്തുകയോ ചെയ്യാറില്ല. എന്നാൽ അതിനുനേരെ വിപരീതമാണ് ഉപ്പന്റെ സ്വഭാവം എന്നതു മാത്രമല്ല, കുഞ്ഞുങ്ങളെ പ്രാണനെപ്പോലെ സ്നേഹിക്കുന്ന പക്ഷിയുമാണിത്. ഉപ്പൻ തന്റെ കൂട്ടിൽ ഏതുരോഗം മാറ്റാനും ശേഷിയുള്ള അത്ഭുതസസ്യത്തിന്റെ വേരുകൊണ്ടുവന്നു സൂക്ഷിക്കാറുണ്ടെന്നും പലരും വിശ്വസിക്കുന്നു. ഈ വേര് കിട്ടാൻ ഉപ്പന്റെ കൂട് എടുത്തുകൊണ്ടുപോയി ഒരു പുഴയിലിട്ടാൽ മതിയത്രേ. ഔഷധഗുണമുള്ള വേര് ഒഴുക്കിനെതിരെ നീന്തും. അപ്പോളതിനെ പിടിച്ചെടുക്കാം. ഉപ്പൻ കാഷ്ഠം തലയിൽ തേച്ചാൽ മുടിവളരുമെന്നും ആളുകൾ വിശ്വസി

ക്കുന്നു. ഇത്തരം വിശ്വാസങ്ങൾ കേൾക്കുമ്പോൾ ഉപ്പനുകൾ മഹാവൈദ്യന്മാരാണെന്നു നമുക്ക് തോന്നാം. ഉപ്പനുകൾ സാധാരണ വളരെ ഗോപ്യമായാണ് കൂടൊരുക്കുന്നത്. കുറ്റിക്കാടുകളിൽ ഇലച്ചില്ലകൾ തിങ്ങിനിറഞ്ഞ മരങ്ങളാണിവയ്ക്ക് പ്രിയം. വളരെ ഉയരത്തിലല്ലാതെയാണ് കൂടൊരുക്കാറ്. മുളംചില്ലകളോട് ഒരു പ്രത്യേക മമത തന്നെയിവയ്ക്കുണ്ട്. മുളംചില്ലകളിൽ കൂടൊരുക്കിയാൽ കൂടുതൽ സുരക്ഷിതത്വം ലഭിക്കുന്നുണ്ടാവും. ചപ്പുചവറുകൾ കൂട്ടിവച്ചതുപോലെയാണവയുടെ കൂടൊരുക്കം. ഒരു കൂട്ടിൽ മൂന്നുനാലു മുട്ടകൾ കാണും. ഉപ്പനുകൾ പറമ്പിൽ നടന്നു ഒട്ടുമിക്ക ഇഴജന്തുക്കളെയും പിടിച്ചകത്താക്കും. ചെറുപാമ്പുകളെവരെയിതു തിന്നാറുണ്ട്. അരണയും ഓന്തുമൊക്കെയിതിനു ഇഷ്ടപ്പെട്ട ആഹാരമാണ്. ഉപ്പനുകൾ പാറിപ്പറക്കുന്ന പുരയിടങ്ങളിൽ ക്ഷുദ്ര ജീവികൾ കുറവായിരിക്കുമെന്നു പറഞ്ഞു കേൾക്കാറുണ്ട്. ഉപ്പനുകളെ ശകുനം കാണുന്നത് നല്ലതാണെന്ന് ജനം കരുതുന്നു. പണ്ട് കുചേലൻ കൃഷ്ണനെ കാണാൻ പോയത് ഉപ്പനെ ശകുനം കണ്ടുകൊണ്ടായിരുന്നുവത്രേ. കുചേലന് ധാരാളം സമ്പത്ത് ലഭിച്ചുവല്ലോ. അതുപോലെ ഉപ്പനെ കണ്ടുകൊണ്ടിറങ്ങിയാൽ ഉദ്ദേശിച്ച കാര്യം നടക്കുമെന്നാണ് വിശ്വാസം. ഗ്രാമപ്രദേശങ്ങളിൽനിന്നുപോലും കുറ്റിക്കാടുകളിലും മറ്റും അപ്രത്യക്ഷമാകുന്നതു ഉപ്പനുകളുടെ ജീവിതത്തെയും ദോഷകരമായി ബാധിച്ചിട്ടുണ്ട്. ഉപ്പനുകളുടെ എണ്ണത്തിനും ഗണ്യമായ കുറവുണ്ടായിട്ടുണ്ടെന്നു ചൂണ്ടിക്കാണിക്കപ്പെടുന്നു.

Crow Phesant(Southern Councal) Centropus sinensis.

കാക്കയോളം വലുപ്പവും ചുവന്ന കണ്ണുകളുമുള്ള പക്ഷി.

ദേഹം കറുപ്പ്. ചിറകുകൾക്ക് ചെമ്പിച്ച നിറം.

ചകോരം, ഉപ്പൻ, ചെമ്പോത്ത്, ഈശ്വരൻകാക്ക എന്നീ പേരുകളിലും അറിയപ്പെടും.

53

കുളക്കൊക്ക്

നെൽപ്പാടങ്ങളിലും ചതുപ്പുകളിലും തണ്ണീർ തടങ്ങളിലും സാധാരണ കണ്ടുവരാറുള്ളൊരു പക്ഷിയാണ് കുളക്കൊക്ക്. ഏതു കാലത്തും ഈ പക്ഷികളെ നമ്മുടെ നാട്ടിൻപുറങ്ങളിൽ കാണാൻ കഴിയും. കടുത്ത തവിട്ടുനിറക്കാരനായ കുളക്കൊക്കുകൾ പാടങ്ങളിലിരുന്നാൽ തിരിച്ചറിയുക ബുദ്ധിമുട്ടാണ്. കടും തവിട്ടുനിറക്കാരാണിവർ. ഏതാണ്ട് മണ്ണിന്റെ നിറമാണ്. പുള്ളിയും പോരും നിറഞ്ഞതുപോലെ തോന്നും. വയലിൽ ചെളിയിൽ നിശ്ചലമായിരിക്കുന്ന കുളകൊക്കുകളെ കണ്ടാൽ വല്ല മൺകൂനയാണെന്നേ തോന്നൂ. മിക്കപ്പോഴും തപസനുഷ്ഠിക്കുന്നതുപോലെ പുഞ്ചവരമ്പത്തും മറ്റും നിശ്ചലമായിരിക്കുന്ന കുളക്കൊക്കുകളെയാണ് നമുക്ക് കാണാൻ കഴിയുക. ഇവയുടെ സൂക്ഷ്മ നിരീക്ഷണം പ്രശംസനീയമാണ്. വിദ്യാർഥികൾക്ക് ബകധ്യാനമാണ് ആവശ്യമെന്ന് പഴമക്കാർ പറയുന്നതു വെറുതെയല്ല. മനുഷ്യർക്കു കുളക്കൊക്കിൽനിന്നും ഏറെ പഠിക്കാനുണ്ട്. ക്ഷമയുള്ള പക്ഷിയാണിത്. അവയ്ക്ക് അവയുടെ പ്രവർത്തിയോട് നൂറുശതമാനവും പ്രതിബദ്ധതയുണ്ട്. സംശയമുണ്ടെങ്കിൽ ഒരു കുളക്കൊക്കിനെയൊന്നു ശ്രദ്ധിച്ചാൽ മതി. വയൽവരമ്പിൽ മണിക്കൂറുകളോളം കുളക്കൊക്കുകൾ ഒരേയിരുപ്പിനിരുന്നു കളയും. എപ്പോഴെങ്കിലും ഒരു മീനോ പുൽച്ചാടിയോ മറ്റെതെങ്കിലും ജലജീവിയോ പരിസരത്തുകൂടി വന്നാൽ ഞൊടിയിടനേരം കൊണ്ടതു കൊത്തിവായിലിടും. വീണ്ടും പഴയപടി ധ്യാനം തന്നെ. വളരെയധികം ക്ഷമയുള്ള ജീവികളിലൊന്നാണ് കുളക്കൊക്കുകളെന്നാണ് എനിക്ക് തോന്നിയിട്ടുള്ളത്. ഞങ്ങളുടെ വീട്ടിൽ കാലത്ത് പുഞ്ചമീനോ, കടൽമീനോ മറ്റോ വെട്ടാനായി കിഴക്കേ മുറ്റത്തു പെണ്ണുങ്ങൾ ചെന്നിരിക്കുമ്പോൾ എവിടെനിന്നെന്നറിയില്ല, കുളക്കൊക്കവിടേക്ക് പാറിവരും. മിക്കദിവസങ്ങളിലും ഞാനതു ശ്രദ്ധിച്ചിട്ടുണ്ട്. മീൻ വെട്ടിക്കഴുകിക്കഴിയുമ്പോൾ കളയുന്ന അവശിഷ്ടങ്ങൾ കൊക്ക് കൊത്തിപ്പെറുക്കി തിന്നും. മീൻവെട്ടാനാളുവന്നുവെന്ന് ഇതെങ്ങനെയാണറിയുന്നത്? കുളക്കൊക്കുകൾക്ക് സമയബോധ

മുണ്ടെന്നതിന്റെ തെളിവാണിത്. മീൻ വെട്ടുന്ന സമയത്തൊഴികെ മറ്റു സമയങ്ങളിൽ അവിടെ കുളക്കൊക്കിനെ കാണാറുമില്ല. ജൂൺ ജൂലൈ മാസങ്ങളിലാണ് കുളക്കൊക്കുകൾ കൂടൊരുക്കുന്നത്. നമ്മുടെ നാട്ടിൽ ധാരാളം കുളക്കൊക്കുകൾ ഉണ്ടെങ്കിലും ഇവയുടെ പ്രജനനകേന്ദ്ര ങ്ങൾ വളരെയധികമില്ല. ആയിരക്കണക്കിനു വിവിധജാതി നീർപക്ഷി കൾ നൂറനാട് കൂടൊരുക്കാനെത്തിയിരുന്നപ്പോഴും കുളക്കൊക്കുകളുടെ എണ്ണം വളരെ കുറവായിരുന്നു. 2005-ൽ കറ്റാനത്തെ നീർപക്ഷിത്താവളം ഞാനരിച്ചുപെറുക്കിയിട്ടും ഒരു കുളക്കൊക്കിന്റെ കൂട് കണ്ടെത്താനാ യില്ല. എന്നാൽ പെരുംകൊക്ക് ഇടകൊക്ക്, ചിന്നക്കൊക്ക്, നീർക്കാക്ക എന്നിവയുടേതായി ഇരുന്നൂറിലധികം കൂടുകൾ അവിടെയുണ്ടായിരു ന്നു. ചേരക്കോഴികൾ കൂടൊരുക്കിയിരിക്കുന്ന പത്താംകുറ്റി, മാമൂട്, ഭാഗ ത്തെ മരങ്ങളിലും കുളക്കൊക്കിനെ കണ്ടില്ല. ഇവിടത്തെ മരങ്ങളെല്ലാം റോഡിന്റെ വീതികൂട്ടൽ പരിപാടികളുടെ ഭാഗമായി മുറിച്ചുമാറ്റിയതി നാൽ ഇനി ഈ ഭാഗത്തേക്ക് പക്ഷികൾ കൂടൊരുക്കാനെത്തില്ല. നീർ പക്ഷികളുടെ അവസാനതാവളങ്ങളിലൊന്നാണ് നമുക്ക് നഷ്ടമായത്. കറ്റാനത്തെ സങ്കേതമെങ്കിലും സംരക്ഷിക്കാൻ നടപടികൾ ആവശ്യ മാണ്. കുളക്കൊക്കിന്റെ ഒരു കൂട് ഞാൻ കണ്ടത് കുട്ടനാട്ടിലെ കൈ നടിയിലെ ഒരു സ്വകാര്യ തോട്ടത്തിലാണ്. ഇവിടെ നിരവധി നീർക്കാക്ക കൾക്കൊപ്പമാണിത് കൂടൊരുക്കിയിരിക്കുന്നത്. കുട്ടനാട്ടിൽ ആയിര ക്കണക്കിന് കുളകൊക്കുകളുണ്ടെന്നോർക്കണം. ഈ കുളക്കൊക്കുക ളൊക്കെ എവിടെപ്പോയാണ് കൂടൊരുക്കുക? അന്വേഷിച്ചുകണ്ടെത്തേ ണ്ടിയിരിക്കുന്നു. കാലിക്കൊക്കുകളുടെ കാര്യമാണ് ഇതിലും അത്ഭു തം. പതിനായിരക്കണക്കിനു കാലിക്കൊക്കുകൾ കേരളത്തിലുണ്ടെങ്കി ലും അവയുടെ പ്രജനന സങ്കേതങ്ങളൊന്നും നമുക്കില്ല. പ്രത്യുൽപ്പാദ കാലത്തിന് മുമ്പായി കുളക്കൊക്കുകളിൽ തവിട്ടു നിറത്തിലുള്ള പീലി ത്തൂവലുകൾ കിളിർത്തുവരും. ശരീരത്തിനു ആകപ്പാടെ സൗന്ദര്യം കൂടും. തലയിൽ കിന്നരിത്തൂവലുകളും കാണാം. കുളക്കൊക്കുകൾ അഴകുകുറഞ്ഞവരായി നമുക്ക് തോന്നാമെങ്കിലും ഇവ പാറിപ്പറക്കു മ്പോൾ ഒരു വെൺമ ഒളിമിന്നുന്നതുകാണാം. ഇരുചിറകുകൾക്കടിയിൽ വെള്ളത്തൂവലുകൾ ഒളിപ്പിച്ചു വെച്ചാണ് ഇവയുടെയിരിപ്പ്. ക്വാക്- ക്വാക് എന്നാണിവ ശബ്ദി ക്കുക. നമുക്ക് എളുപ്പം കണ്ടെ ത്താവുന്ന ഒരു പക്ഷിയാണിത്. പാടങ്ങളുടെ ജൈവസന്തു ലനാവസ്ഥ സംരക്ഷിക്കുന്ന തിൽ ആ പക്ഷികൾക്കും വ ലിയ പങ്കാണുള്ളത്. വൻതോ തിൽ കീടങ്ങളെ ഇവരക ത്താക്കും. പകരം വളക്കൂറുള്ള കാഷ്ഠം നെൽവയലുകൾക്ക് സമ്മാനിക്കുകയും ചെയ്യും.

www.ingramcontent.com/pod-product-compliance
Lightning Source LLC
LaVergne TN
LVHW100818051026
849519LV00006B/2123